കിലുക്കാംപെട്ടിയും
പൂത്തുമ്പികളും
കലാപഠനത്തിനൊരാമുഖം

Kilukkampettiyum
Poothumbikalum

Kalapadanathinoramugham

Study

Dr. R Prasannakumar
Anayadi Prasad

CHINTHA PUBLISHERS
Thiruvananthapuram

First Edition
April 2022

Published & Typesetting
Chintha Publishers, Thiruvananthapuram

Printed at
Time offset Printers, Thiruvananthapuram

Cover Design
Vinod Mangoes

ISBN : 978-93-93468-18-5

CO - 3095 / 5973

Email: chinthapublishers@gmail.com
Website: www.chinthapublishers.com

A version is available at National Libraries
Kolkata, Mumbai, Chennai and Delhi

Distribution
DESHABHIMANI BOOKHOUSE
H O Thiruvananthapuram 695035

Branch
Head Office Kunnukuzhi • Statue Thiruvananthapuram
KSRTC Bus Terminal Thampanoor • Saphalyam Complex Thiruvananthapuram
KSRTC Bus Station Alappuzha • KSRTC Bus Station Ernakulam
Machingal Lane Thrissur • IG Road Kozhikode
Mavoor Road Kozhikode • NGO Union Building Kannur
Central Bus Terminal Complex Thavakkara Kannur

കിലുക്കാംപെട്ടിയും
പൂത്തുമ്പികളും
കലാപഠനത്തിനൊരാമുഖം

ഡോ. ആർ പ്രസന്നകുമാർ
ആനയടി പ്രസാദ്

ചിന്ത പബ്ലിഷേഴ്സ്
തിരുവനന്തപുരം-695 035

ഡോ. ആർ പ്രസന്നകുമാർ

കൊല്ലം ജില്ലയിൽ പരവൂരാണ് സ്വദേശം. ശാസ്ത്രാദ്ധ്യാപകനായി ഹൈസ്കൂളിലും തുടർന്ന് സീനിയർ ലക്ചറർ, പ്രിൻസിപ്പാൾ എന്നീ നിലകളിൽ ഡയറ്റിലും സേവനം അനുഷ്ഠിച്ചു. സർവ്വശിക്ഷാ അഭിയാനിൽ സ്റ്റേറ്റ് പ്രോഗ്രാം ഓഫീസറായും സീമാറ്റ്, കേരളയിൽ ചീഫ് കോ-ഓർഡിനേറ്ററായും പ്രവർത്തിച്ചിട്ടുണ്ട്. അദ്ധ്യാപനരംഗത്തെ നൂതനപരീക്ഷണങ്ങൾക്ക് എൻ സി ഇ ആർ ടി നല്കുന്ന ദേശീയ അവാർഡ് നേടി.

സ്കൂൾ പാഠ്യപദ്ധതി പരിഷ്കരണം, പാഠപുസ്തകരചന, അദ്ധ്യാപക പരിശീലനം എന്നീ പ്രവർത്തനങ്ങളിൽ കോർ ഗ്രൂപ്പ് അംഗമായിരുന്നു. കെ സി എഫ് (2007) കലാവിദ്യാഭ്യാസ പാഠ്യപദ്ധതി ഫോക്കസ് ഗ്രൂപ്പ് അംഗം, ലിറ്റിൽ ആർട്ടിസ്റ്റ് പ്രോഗ്രാം റിസോഴ്സ് ഗ്രൂപ്പ് അംഗം എന്നീ നിലകളിൽ പ്രവർത്തിച്ചു. സ്കൂൾ കലാപഠന ഗവേഷണപ്രവർത്തനങ്ങളിൽ ഏർപ്പെട്ടിട്ടുണ്ട്. *പ്രകൃതിയും ജീവനും ഉത്ഭവവും വികാസവും, ഹൈഡ്രജനും പറയാനുണ്ട്,* മഹാത്മാഗാന്ധിയുടെ 150-ാം ജന്മവാർഷികത്തോടനുബന്ധിച്ച് *ഗാന്ധിജിയും പരിസ്ഥിതിയും,* ആവർത്തനപ്പട്ടികയുടെ 150-ാം വാർഷികാചരണത്തിന്റെ ഭാഗമായി *കുട്ടികളും ആവർത്തനപ്പട്ടികയും* എന്നീ പുസ്തകങ്ങൾ ചിന്ത പബ്ലിഷേഴ്സ് പ്രസിദ്ധീകരിച്ചു. 2019 ൽ *ഹൈഡ്രജനും പറയാനുണ്ട്* എന്ന കൃതിക്ക് കേരള ശാസ്ത്രസാഹിത്യപുരസ്കാരം ലഭിച്ചു.

ഭാര്യ : ശോഭനകുമാരി എസ്
മക്കൾ : ധന്യ, സുഹാസ്, സരിൻ, ഡോ. ദിവ്യ
വിലാസം : അശ്വതി, കുറുമണ്ടൽ, പരവൂർ, കൊല്ലം
e-mail : rpkpillai@gmail.com

ആനയടി പ്രസാദ്

കൊല്ലം ജില്ലയിൽ ശൂരനാട് വടക്ക് ആനയടിയാണ് ജന്മസ്ഥലം. സംഗീതാദ്ധ്യാപകനായി പോരുവഴി ഗവൺമെന്റ് ഹൈസ്കൂളിലും കലാവിഭാഗം മേധാവിയായി ഡയറ്റിലും സേവനമനുഷ്ഠിച്ചു.

കെ സി എഫ് (2007) കലാവിദ്യാഭ്യാസ പാഠ്യപദ്ധതി ഫോക്കസ് ഗ്രൂപ്പ് അംഗം, സോഴ്സ് ബുക്ക് രചന, അദ്ധ്യാപകപരിശീലനം കോർ ഗ്രൂപ്പ് അംഗം, എന്നീ നിലകളിൽ പ്രവർത്തിച്ചു. ലിറ്റിൽ ആർട്ടിസ്റ്റ് പ്രോഗ്രാമിന്റെ കോ-ഓർഡിനേറ്ററായി പ്രവർത്തിച്ചു. കൊല്ലം ജില്ലാ പഞ്ചായത്ത് നടപ്പിലാക്കിയ സംഗീതഗ്രാമം പദ്ധതിക്ക് അക്കാദമിക വിഭവസഹായം നല്കി. സ്കൂൾ കലാപഠന ഗവേഷണപ്രവർത്തനങ്ങൾക്ക് നേതൃത്വം നല്കി.

ആകാശവാണി, ദൂരദർശൻ തുടങ്ങി എല്ലാ ദൃശ്യമാധ്യമങ്ങളിലും ചെമ്പൈ സംഗീതോത്സവം, ത്യാഗരാജ സംഗീതോത്സവം, സംഗീതനാടക അക്കാദമി ഫെസ്റ്റിവൽ തുടങ്ങി ഇന്ത്യക്കകത്തും പുറത്തുമായി 2000 ൽ പരം ശാസ്ത്രീയ സംഗീതസഭകളിൽ പരിപാടികൾ അവതരിപ്പിച്ചിട്ടുണ്ട്. ആകാശവാണിയിലെ ബി ഹൈ ഗ്രേഡ് ആർട്ടിസ്റ്റാണ്. ധാരാളം ഓഡിയോ കാസറ്റുകൾക്ക് ശബ്ദം നല്കിയിട്ടുണ്ട്.

പഞ്ചരത്ന അവാർഡ്, കാഞ്ചികാമകോടി പുരസ്കാരം, മധുരഗാനസുധ, അദ്ധ്യാപക കലാവേദി അവാർഡ്, നാദശ്രീ വിജയം അവാർഡ് (മലേഷ്യ 2019), കേരള സംഗീത നാടക അക്കാദമി അവാർഡ് 2019 തുടങ്ങിയ അവാർഡുകൾ നേടിയിട്ടുണ്ട്.

ഭാര്യ : പത്മജ കെ
മക്കൾ : വിനുകൃഷ്ണ, ഹരിറാം, അപൂർവ്വ കൃഷ്ണ
വിലാസം : രസികപ്രിയ, പുന്നത്തല നഗർ
തിരുമുല്ലാവാരം, കൊല്ലം-12
e-mail : anayadiprasad@gmail.com

ഉള്ളടക്കം

പ്രസാധകക്കുറിപ്പ്

മനുഷ്യനെയും പ്രകൃതിയെയും സഹജീവികളെയും സ്നേഹത്തിന്റെ ചരടിൽ കോർത്തുനിർത്തുന്ന ഉപാധിയാണ് കലകൾ. കലകൾക്ക് മാനവചരിത്രത്തോളം പഴക്കമുണ്ട്. കലകളെക്കുറിച്ച് അറിയുന്നതും അഭ്യസിക്കുന്നതും വ്യക്തിയുടെ സമഗ്രവികസനത്തിനും അത്യന്താപേക്ഷിതമാണെന്ന തിരിച്ചറിവ് പണ്ടുമുതൽതന്നെ നമുക്കുണ്ട്. എന്നാൽ അനുയോജ്യമായ കലാപാഠ്യപദ്ധതിയും പ്രവർത്തനപരിപാടികളും ആവിഷ്കരിച്ച് ആസൂത്രിതമായ രീതിയിൽ നടപ്പിലാക്കുന്ന കാര്യത്തിൽ വേണ്ടത്ര പുരോഗതി കൈവരിക്കാനായിട്ടില്ല എന്ന ആശങ്ക നിലനില്ക്കുന്നുണ്ട്.

അതിസമ്പന്നവും മഹനീയവുമായ കലാസാംസ്കാരികപൈതൃകം നമുക്കുണ്ട്. ഇത് തലമുറകളിലേക്ക് പകർന്നുനല്കേണ്ടത് കലാവിദ്യാഭ്യാസത്തിലൂടെയാണ്. അതിലൂടെയാണ് തലമുറകളെ തമ്മിൽ കൂട്ടിയിണക്കുന്നത്. എല്ലാ കുട്ടികളിലും പ്രതിഭ ഒളിഞ്ഞുകിടപ്പുണ്ട്. കുട്ടികളിൽ അന്തർലീനമായിരിക്കുന്ന പ്രതിഭയെ തിരിച്ചറിഞ്ഞ് പൂർണ്ണരൂപത്തിൽ വികസിപ്പിച്ച് സമൂഹത്തിന്റെ ആവശ്യവും പ്രതീക്ഷയും അനുസരിച്ച് വളർത്തിയെടുക്കേണ്ടതുണ്ട്. അതിന് അനുയോജ്യമായ പാഠ്യപദ്ധതിയും അത് വിനിമയം ചെയ്യാൻ പരിശീലനം ലഭിച്ച അദ്ധ്യാപകരും ഉണ്ടാകണം. ഇതര വിഷയങ്ങൾ പഠിപ്പിക്കുന്നതിനുള്ള മാധ്യമമായും കല പ്രയോജനപ്പെടണം. കലാപഠനത്തോടൊപ്പം കല ഉൾച്ചേർന്നുള്ള പഠനവും ആഗോളതലത്തിൽ തന്നെ അംഗീകരിക്കപ്പെട്ടിട്ടുണ്ട്.

കുട്ടികളുടെ സർവ്വതോമുഖമായ വികസനത്തിന് കലാവിദ്യാഭ്യാസത്തിന് പ്രമുഖസ്ഥാനമുണ്ടെന്ന് ഭാരതത്തിലെ വിവിധ കമ്മീഷനുകൾ, 2005 ലെ ദേശീയപാഠ്യപദ്ധതി ചട്ടക്കൂട്, 2007 ലെ കേരള പാഠ്യപദ്ധതി ചട്ടക്കൂട് തുടങ്ങിയവ വ്യക്തമാക്കിയിട്ടുണ്ട്.

അറിവുനിർമ്മാണപ്രക്രിയയിൽ കലാവിദ്യാഭ്യാസത്തിന്റെ പ്രസക്തിയേയും പ്രാധാന്യത്തെയുംകുറിച്ച് സാർവ്വത്രികമായ ഗവേഷണങ്ങളും ചർച്ചകളും നടക്കുന്ന വർത്തമാനകാല സമൂഹത്തിൽ ഡോ. ആർ പ്രസന്നകുമാറും ആനയടി പ്രസാദും രചിച്ച *കിലുക്കാംപെട്ടിയും പൂത്തുമ്പികളും; കലാപഠനത്തിനൊരാമുഖം* എന്ന പുസ്തകം പ്രത്യേക ശ്രദ്ധ അർഹിക്കുന്നു. അദ്ധ്യാപകർക്കും, കലാസാംസ്കാരിക വിദ്യാഭ്യാസപ്രവർത്തകർക്കും, രക്ഷിതാക്കൾക്കും ആശയപരമായ വ്യക്തത നല്കുന്നതിനുവേണ്ടി രചിച്ച ഈ ഗ്രന്ഥം ചിന്ത പബ്ലിഷേഴ്സ് പ്രസിദ്ധീകരിക്കുന്നു.

ചിന്ത പബ്ലിഷേഴ്സ്

ആമുഖം

ആഗോളതലത്തിൽ രൂപപ്പെട്ടുവരുന്ന കലാപഠനപ്രത്യയശാസ്ത്ര ങ്ങളും സിദ്ധാന്തങ്ങളും മാർഗ്ഗരേഖകളും പഠനവിധേയമാക്കി അതിന്റെ പ്രയോഗസാദ്ധ്യത കണക്കിലെടുത്ത് കൊല്ലം ഡയറ്റ് ചാത്തന്നൂർ നിയോ ജകമണ്ഡലം സമഗ്രവിദ്യാഭ്യാസപരിപാടിയിൽ ഉൾപ്പെടുത്തി നടത്തിയ ഗവേഷണാത്മകപദ്ധതിയാണ് 'ലിറ്റിൽ ആർട്ടിസ്റ്റ്.' 2014–15 അക്കാദമിക വർഷമാണ് ഇതിന് തുടക്കംകുറിച്ചത്. ഈ പദ്ധതിയിൽ ഉൾപ്പെട്ട രണ്ടു പ്രവർത്തനങ്ങളാണ് *കിലുക്കാംപെട്ടിയും പൂത്തുമ്പികളും.* ത്രിദിന സഹ വാസക്യാമ്പുകളായിട്ടാണ് രണ്ടുപ്രവർത്തനങ്ങളും സംഘടിപ്പിച്ചത്.

സംഗീതം, നാടകം എന്നീ കലകളെ കേന്ദ്രീകരിച്ച് നടപ്പിലാക്കിയ പ്രവർത്തനമാണ് കിലുക്കാംപെട്ടി. ചിത്രകലാപരിപോഷണത്തിനുവേണ്ടി നടത്തിയ പ്രവർത്തനമാണ് പൂത്തുമ്പികൾ. കലാദ്ധ്യാപകർ, പൊതുവി ഷയങ്ങൾ കൈകാര്യംചെയ്യുന്ന അദ്ധ്യാപകർ, പ്രാദേശിക കലാകാര ന്മാർ, യുവജനക്ലബ്ബുകൾ, പ്രാദേശികഭരണകൂടം എന്നിവരുടെ പൂർണ്ണ പങ്കാളിത്തത്തോടെയാണ് ഇവ നടപ്പിലാക്കിയത്. പഠനപിന്നാക്കാവസ്ഥ പരിഹരിക്കുന്നതിന് കലാപഠനത്തിന്റെ സ്വാധീനം സാബന്ധിച്ച അന്വേ ഷണങ്ങളും തുടർപ്രവർത്തനമായി സംഘടിപ്പിക്കുകയുണ്ടായി. ഈ പ്രവർത്തനങ്ങൾ വിജയപ്രദമാക്കുന്നതിൽ സഹകരിച്ച എല്ലാവരെയും ഈ അവസരത്തിൽ സ്മരിക്കുകയാണ്.

കേരള പാഠ്യപദ്ധതി ചട്ടക്കൂട് (2007) ന്റെ ഭാഗമായി കലാവിദ്യാഭ്യാ സപാഠ്യപദ്ധതി കേരളത്തിൽ നിലവിൽ വന്നു. ഇതിന്റെ വിനിമയം സംബ ന്ധിച്ച് ധാരാളം പ്രശ്നങ്ങൾ നിലനില്ക്കുന്നുണ്ട്. കലാപഠനം നേരിടുന്ന ഇത്തരം വെല്ലുവിളികൾക്ക് പരിഹാരമെന്ന നിലയിലാണ് ലിറ്റിൽ ആർട്ടിസ്റ്റ് പദ്ധതിയും അതിന്റെ ഭാഗമായുള്ള പ്രവർത്തനങ്ങളും സംഘ

ടിപ്പിച്ചത്. ഇതിന്റെ ഭാഗമായി കലാപഠനം സംബന്ധിച്ച് നടത്തിയ അന്വേഷണങ്ങളാണ് *കിലുക്കാംപെട്ടിയും പൂത്തുമ്പികളും: കലാപഠനത്തിനൊരാമുഖം* എന്ന ഈ പുസ്തകത്തിലൂടെ അവതരിപ്പിക്കുന്നത്. കലാവിദ്യാഭ്യാസപ്രവർത്തനങ്ങൾക്ക് നേതൃത്വം നല്കുന്ന അദ്ധ്യാപകർക്കും, കലാസാംസ്കാരിക പ്രവർത്തകർക്കും രക്ഷിതാക്കൾക്കും ഊർജ്ജവും വെളിച്ചവും ഈ ഗ്രന്ഥം നല്കുമെന്ന് ഞങ്ങൾ കരുതുന്നു. കലാവിദ്യാഭ്യാസ വികസനത്തിനും കുട്ടികളുടെ സമഗ്രവികസനത്തിനും വേണ്ടി ഈ ഗ്രന്ഥമെഴുതാൻ പ്രോത്സാഹിപ്പിച്ചവർക്ക് നന്ദി രേഖപ്പെടുത്തുന്നു. ഒപ്പം ഈ ഗ്രന്ഥം വായനക്കാരിൽ എത്തിക്കാൻ ശ്രമിക്കുന്ന ചിന്ത പബ്ലിഷേഴ്സിനും നന്ദി പ്രകാശിപ്പിക്കുന്നു.

ഡോ. ആർ പ്രസന്നകുമാർ
ആനയടി പ്രസാദ്

അവതാരിക

കലാവിദ്യാഭ്യാസത്തിന്റെ പ്രസക്തിയും പ്രാധാന്യവും സംബന്ധിച്ച വിവിധ ഗവേഷണങ്ങൾ ആഗോളതലത്തിൽ നടന്നുകൊണ്ടിരിക്കുന്നു. ഇതിലൂടെ കലാപഠനത്തിന്റെ ശാസ്ത്രീയതലങ്ങൾ തെളിയിക്കപ്പെട്ട തോടെ ലോകരാജ്യങ്ങളെല്ലാംതന്നെ കലാവിദ്യാഭ്യാസം ഒരു സ്വതന്ത്ര പഠനമേഖലയായി പരിഗണിച്ച് മറ്റു വിഷയങ്ങളോടൊപ്പം പാഠ്യപദ്ധതി യിൽ ഉൾപ്പെടുത്തിക്കൊണ്ടിരിക്കുകയാണ്. വിദ്യാഭ്യാസപരമായി മുന്നാക്കം നില്ക്കുന്ന ഫിൻലാന്റ് പോലുള്ള രാജ്യങ്ങൾ പതിറ്റാണ്ടു കൾക്ക് മുൻപുതന്നെ സ്കൂൾ പാഠ്യപദ്ധതിയിൽ കലാവിദ്യാഭ്യാസത്തിന് പ്രമുഖസ്ഥാനം നല്കിയിട്ടുണ്ട്. അത്തരം രാജ്യങ്ങളുടെ സാംസ്കാരിക ഉന്നമനത്തിന് കലാവിദ്യാഭ്യാസം വലിയ സ്വാധീനം ചെലുത്തിയിട്ടു ണ്ടെന്ന് തുടർന്നുനടന്ന പഠനങ്ങൾ ചൂണ്ടിക്കാട്ടുന്നു.

നമ്മുടെ വിദ്യാഭ്യാസമേഖല കലാവിദ്യാഭ്യാസത്തിന് ഗൗരവ പൂർണ്ണമായ പ്രാമുഖ്യം നല്കുന്ന ഘട്ടത്തിലെത്തിനില്ക്കുകയാണ്. കുട്ടി യുടെ അവകാശനിയമം, ദേശീയപാഠ്യപദ്ധതി ചട്ടക്കൂട് (2005), കേരള പാഠ്യപദ്ധതി ചട്ടക്കൂട് (2007) എന്നിവ നമ്മുടെ സംസ്കാരത്തെ സുദൃ ഢമാക്കുന്നതിനും കലാവിദ്യാഭ്യാസം സാർവ്വത്രികമാക്കുന്നതിനും വേണ്ട നിർദ്ദേശങ്ങൾ മുന്നോട്ടുവയ്ക്കുകയും നടപ്പിലാക്കിവരികയും ചെയ്യുന്നു.

വിദ്യാഭ്യാസലക്ഷ്യം കൈവരിക്കുന്നതിന് മാനവികതയ്ക്കും സർഗ്ഗാ ത്മകതയ്ക്കും വലിയ പങ്ക് വഹിക്കുവാനുണ്ട്. വിദ്യാഭ്യാസമെന്നത് മാന വരാശിയുടെ സാംസ്കാരികപ്രവർത്തനമാണ്. സർഗ്ഗാത്മകമായ കഴിവു കളോടെയാണ് ഓരോ കുട്ടിയും ജനിക്കുന്നത്. കുട്ടിയുടെ സർഗ്ഗാത്മക തയ്ക്ക് പ്രാധാന്യം ലഭിക്കുമ്പോഴാണ് കുട്ടിയെ സംബന്ധിച്ചിടത്തോളം വിദ്യാഭ്യാസം ജീവിതഗന്ധിയാകുന്നത്. കുട്ടിയുടെ ഭാവനയിലും ചിന്ത

യിലും സൗന്ദര്യാവബോധവും ആസ്വാദനാശയങ്ങളും കുടികൊള്ളുന്നു. ആനന്ദദായകമായ വിദ്യാഭ്യാസത്തിൽ സർഗ്ഗാത്മകതയ്ക്കും ആസ്വാദനത്തിനും സ്ഥാനമുണ്ട്. ജീവിതത്തിന്റെ സന്ദേശം നുകരുന്നതിനും അത് അന്വേഷിക്കുന്നതിന് കുട്ടിയെ പ്രാപ്തരാക്കുന്നതിനും അതിലൂടെ സാമൂഹ്യമായ സമായോജനം സാദ്ധ്യമാക്കുന്നതിനും കലാപഠനം സന്ദർഭമൊരുക്കുന്നു.

ലോകചരിത്രം പരിശോധിച്ചാൽ സാമൂഹ്യപ്രവർത്തനങ്ങൾക്ക് ദിശാബോധം നല്കിയിട്ടുള്ളത് കലകളാണെന്ന് കാണുവാൻ കഴിയും. നമ്മുടെ ദേശീയപ്രക്ഷോഭങ്ങളെ പ്രോജ്ജ്വലിപ്പിക്കുവാൻ കവികൾക്കും കലാകാരന്മാർക്കും ഉണ്ടായിരുന്ന സ്ഥാനം നമ്മൾ ഓർക്കേണ്ടതുണ്ട്. അതുകൊണ്ടുതന്നെ വർത്തമാനകാലത്തിലെ സാമൂഹ്യമായ ശൈഥില്യത്തെയും ധാർമ്മികമായ അധഃപതനത്തെയും മറികടക്കുന്നതിന് കലാസാംസ്കാരിക പ്രവർത്തനങ്ങൾ സംഘടിപ്പിക്കുന്നതിനും ആസ്വദിക്കുന്നതിനും കുട്ടികൾക്കവസരം നല്കണം. കുട്ടിയുടെ ഭാവനാലോകവും ആസ്വാദനശേഷിയും സൗന്ദര്യബോധവും വളർത്തുന്നതിനും പ്രകൃതി മുന്നോട്ടുവയ്ക്കുന്ന വൈവിദ്ധ്യങ്ങളെ ആസ്വദിക്കുന്നതിനും ആദരിക്കുന്നതിനുമുള്ള വലിയ മനസ്സുകളുടെ ഉടമകളാക്കുന്നതിനും ഇതിലൂടെ കഴിയുന്നു. പ്രകൃതിയേയും മനുഷ്യനേയും വേർതിരിച്ചുകാണാത്ത പാരസ്പര്യത്തിന്റെ സമന്വയഭാവം ദർശിക്കുന്നതിന് പുതിയ തലമുറയ്ക്ക് കഴിയണം. അതുകൊണ്ട് കലാപരമായ അറിവുനേടലും വിദ്യാഭ്യാസപ്രക്രിയയും ഒരുമിച്ചു പോകേണ്ട ഒന്നാണ്. കല ഒഴിവുവേളയിൽ വിനോദത്തിനു വേണ്ടിയോ ഗ്രേസ് മാർക്കിനുവേണ്ടിയോ പ്രശസ്തി നേടുന്നതിനു വേണ്ടിയോ ഉള്ളതല്ലെന്ന് സമൂഹം തിരിച്ചറിയേണ്ടതുണ്ട്.

കലയെ പ്രത്യേക വിഷയമായും ഇതര വിഷയങ്ങളുമായി ഉദ്ഗ്രഥിച്ചും അദ്ധ്യാപനം നടത്തുന്നതിനുള്ള സമീപനമാണ് ലോകവ്യാപകമായി സ്വീകരിച്ചുപോരുന്നത്. വൈകാരികതലത്തിൽ പ്രാധാന്യമുള്ള ജ്ഞാനനിർമ്മിതിയാണ് കല. കല ആസ്വദിക്കുകയും അനുഭവിക്കുകയും ചെയ്യുന്ന പ്രക്രിയയിലൂടെ കടന്നുപോകുന്നതിന് അവസരം ലഭിക്കുമ്പോൾ കുട്ടി ഒരു നല്ല കലാകാരനും നല്ല വിദ്യാർത്ഥിയുമായിത്തീരുന്നു. കല ഉൾച്ചേർന്നുള്ള പഠനം കുട്ടിയുടെ വൈകാരികതലങ്ങളെ സജീവമാക്കുകയും യാന്ത്രികത ഒഴിവാക്കുകയും ചെയ്യുന്നതിനാൽ അറിവുനിർമ്മാണപ്രക്രിയ സുഗമമായിത്തീരുന്നു. ഇതരവിഷയങ്ങളിൽ കലയുടെ ഇടങ്ങൾ കണ്ടെത്തി ഉചിതമായി സംയോജിപ്പിക്കുമ്പോൾ പഠനം രസകരവും ഫലപ്രദവുമായിത്തീരുന്നു. അങ്ങനെ നോക്കുമ്പോൾ ഏതു വിഷയവും കലാപരമായ അടിത്തറയോടെ പഠിപ്പിക്കുവാൻ കഴിയുന്നതാണ്. ആധുനിക സാങ്കേതികവിദ്യകളുടെ സാദ്ധ്യതകളും കലാപഠനത്തിൽ പ്രയോജനപ്പെടുത്താവുന്നതാണ്. അദ്ധ്യാപകപരിശീലനങ്ങളിൽ അറിവിന്റെ നിർമ്മിതിയിൽ കലയുടെ സാദ്ധ്യതകൾ തുറന്നുകാട്ടണം. നിലവിലുള്ള പാഠ്യപദ്ധതി നവീകരിക്കുമ്പോൾ കലകളുടെ സാദ്ധ്യത കണ്ടെത്തുന്നതിനുള്ള അന്വേഷണമുണ്ടാകണം.

സംഗീതം, നാടകം, ചിത്രകല, നൃത്തം എന്നീ കലകൾക്ക് പ്രാമുഖ്യമുള്ള പാഠ്യപദ്ധതിയാണ് കേരളത്തിൽ നിലവിലുള്ളത്. ചിത്രകലയ്ക്കൊപ്പം മറ്റു ദൃശ്യകലകൾക്കും സിനിമപോലുള്ള ദൃശ്യ-ശ്രാവ്യകലകൾക്കും വാദ്യോപകരണങ്ങൾക്കും പ്രാധാന്യം നല്കേണ്ടതുണ്ട്. ഇവയ്ക്കൊപ്പം പ്രാദേശികമായി നിലനില്ക്കുന്ന കലാരൂപങ്ങൾക്കും കരകൗശലങ്ങൾക്കും ഇടം ലഭിക്കേണ്ടതുണ്ട്. കലയിലെ വൈവിദ്ധ്യങ്ങളെ അനുഭവിക്കുന്നതിനും ആദരിക്കുന്നതിനും കുട്ടിക്ക് കഴിയണം. എല്ലാ കലകളും ഉദാത്തമാണ്. ഉദാത്തമായ കലകളുടെ നാടാണ് കേരളം. അതിശ്രേഷ്ഠമായ ഈ പാരമ്പര്യം നിലനിർത്തേണ്ടത് നമ്മൾ ഓരോരുത്തരുടെയും കടമയാണ്. ഈ ഉത്തരവാദിത്വം ഭാവിതലമുറയിലേക്ക് പകരുന്നതിന് പാഠ്യപദ്ധതിക്കും പഠനബോധനപ്രക്രിയകൾക്കും കഴിയേണ്ടതുണ്ട്. ഭരണഘടനാമൂല്യങ്ങൾ ഉൾക്കൊള്ളുന്ന, മാനവികത ഉയർത്തിപ്പിടിക്കുന്ന പൗരന്മാരായി വരുംതലമുറയെ വാർത്തെടുക്കേണ്ടത് പരിഷ്കൃതസമൂഹമെന്ന നിലയിൽ നമ്മുടെ ബാദ്ധ്യതയാണ്.

മേല്പറഞ്ഞ കാര്യങ്ങൾ ഉൾക്കൊണ്ടുകൊണ്ട് കുട്ടിയിൽ അന്തർല്ലീനമായ കലകൾ പരിപോഷിപ്പിക്കുന്നതിനും കലാസ്വാദനത്തിന് കുട്ടിയെ സജ്ജരാക്കുന്നതിനുംവേണ്ടി ഡോ. ആർ. പ്രസന്നകുമാറും ആനയടി പ്രസാദും ഏറ്റെടുത്ത ഗവേഷണാത്മകപ്രവർത്തനങ്ങളെ ശ്ലാഘിക്കുവാൻ ഞാൻ ആഗ്രഹിക്കുന്നു. കൊല്ലം ഡയറ്റിലെ കലാവിഭാഗം മേധാവിയായിരുന്നു പ്രശസ്ത സംഗീതജ്ഞനായ ആനയടി പ്രസാദ്. അതേ സ്ഥാപനത്തിലെ പ്രിൻസിപ്പലായിരുന്നു എഴുത്തുകാരനായ ഡോ. ആർ പ്രസന്നകുമാർ. അവരുടെ നേതൃത്വത്തിൽ അദ്ധ്യാപകരുടെയും പൊതുജനങ്ങളുടേയും പങ്കാളിത്തത്തോടെ നടപ്പിലാക്കിയ 'ലിറ്റിൽ ആർട്ടിസ്റ്റ് പദ്ധതി'യിൽ ഉൾപ്പെടുന്ന രണ്ടു പ്രവർത്തനങ്ങളായിരുന്നു 'കിലുക്കാംപെട്ടിയും പൂത്തുമ്പികളും.' സംഗീതം, നാടകം എന്നിവയുമായി ബന്ധപ്പെട്ട കുട്ടിയുടെ കലാനൈപുണിവികസനം ലക്ഷ്യമിട്ടാണ് കിലുക്കാംപെട്ടി സംഘടിപ്പിച്ചത്. ചിത്രകലാഭ്യസനവുമായി ബന്ധപ്പെടുത്തി നടത്തിയ പ്രവർത്തനമാണ് 'പൂത്തുമ്പികൾ.' കലാപഠനമേഖലയിൽ ഗ്രന്ഥകർത്താക്കൾ നടത്തിയ ഗവേഷണപ്രവർത്തനങ്ങളിൽനിന്നും ഉരുത്തിരിഞ്ഞ ചിന്തകളെ വ്യത്യസ്തതലങ്ങളിൽ നിന്ന് നോക്കിക്കാണുന്നതിനുള്ള ശ്രമമാണ് *കിലുക്കാംപെട്ടിയും പൂത്തുമ്പിയും-കലാപഠനത്തിനൊരാമുഖം* എന്ന ഈ പുസ്തകത്തിലൂടെ ഗ്രന്ഥകർത്താക്കൾ നടത്തുന്നത്. കലാപാഠ്യപദ്ധതിവിനിമയത്തിനും നവീകരണത്തിനും ഈ ചിന്തകൾ ശക്തിപകരുമെന്ന് ഞാൻ വിശ്വസിക്കുന്നു.

കലാപഠനത്തിന്റെ തത്ത്വചിന്താപരവും മനഃശാസ്ത്രപരവും സാമൂഹ്യപരവും സൗന്ദര്യാത്മകവുമായ തലങ്ങളെ സ്പർശിച്ചുകൊണ്ട് തുറന്ന അക്കാദമിക ചർച്ചയ്ക്കുവേണ്ടി രചിക്കപ്പെട്ട ഗ്രന്ഥമാണിത്. വിദ്യാഭ്യാസപ്രവർത്തകരായ രണ്ടുപേർ കുട്ടികളുടെ സമഗ്രവികസനം ലക്ഷ്യമിട്ട് കലാപോഷണത്തിനുവേണ്ടി നടത്തിയ സർഗ്ഗാത്മക അന്വേഷണമാണ്

ഈ ഗ്രന്ഥം. കലയുടെയും സംസ്കാരത്തിന്റെയും വളർച്ചയും വികാസവും ഈ പുസ്തകം വിശകലനം ചെയ്യുന്നു. ഇന്ത്യയുടെ വിദ്യാഭ്യാസചരിത്രത്തിൽ കലാപഠനത്തിന്റെ സ്ഥാനത്തെക്കുറിച്ച് ടാഗോർ, മഹാത്മാഗാന്ധി എന്നീ മഹാരഥന്മാരുടെ കാഴ്ചപ്പാടുകളും അവ ചെലുത്തിയ സ്വാധീനവും ചൂണ്ടിക്കാണിക്കുന്നുണ്ട്. ദൃശ്യകലകൾ, നാടകം, സംഗീതം, നൃത്തം തുടങ്ങിയ കലാമേഖലകളെ സംബന്ധിച്ച് ദാർശനികർ മുന്നോട്ടുവയ്ക്കുന്ന ആശയങ്ങൾ, വിദ്യാഭ്യാസസിദ്ധാന്തങ്ങൾ, നാഡീമനഃശാസ്ത്രം എന്നിവയുടെ അടിസ്ഥാനത്തിൽ വിശകലനം ചെയ്യുന്നതിന് ശ്രമിച്ചിട്ടുണ്ട്. സുകുമാര കലകളിൽ പ്രഥമ സ്ഥാനം സംഗീതത്തിന് നല്കുന്നുണ്ടെങ്കിലും ഈ ഗ്രന്ഥത്തിൽ കലയുടെ ഓരോ മേഖലയെക്കുറിച്ചുള്ള വിശകലനത്തിൽ ഏതാണ് പ്രഥമസ്ഥാനം അലങ്കരിക്കുന്നത് എന്നത് ഉറപ്പിക്കാൻ കഴിയാത്തവിധമാണ് ഗ്രന്ഥകാരന്മാർ അവയെ അവതരിപ്പിക്കുന്നത്. കുട്ടികളുടെ സൃഷ്ടിപരതയെ ബഹുമുഖബുദ്ധിയുടെ കാഴ്ചപ്പാടിൽ നിന്നുകൊണ്ടും ഒപ്പം മനഃശാസ്ത്രജ്ഞന്മാർ നല്കുന്ന നിർവ്വചനങ്ങളുടെ അടിസ്ഥാനത്തിലും വിശകലനം ചെയ്യുന്നത് ഈ പുസ്തകത്തിന്റെ സവിശേഷതയാണ്.

കലാപഠനവുമായി ബന്ധപ്പെട്ട് ആഗോളതലത്തിൽ നടന്നതും നടന്നുവരുന്നതുമായ പ്രവർത്തനങ്ങളുടെ വിശദാംശങ്ങളും വിവിധ രാജ്യങ്ങൾ കലാപഠനത്തിൽ എടുത്തിട്ടുള്ള സമീപനവും ഉള്ളടക്കവും ഇവിടെ ചർച്ച ചെയ്യുന്നുണ്ട്. വിവിധ കലകളെക്കുറിച്ച് ദാർശനികർ നടത്തിയ അർത്ഥവത്തായ നിരീക്ഷണങ്ങളും ഇതിൽ പ്രതിപാദിച്ചിട്ടുണ്ട്. ചുരുക്കത്തിൽ *കിലുക്കാംപെട്ടിയും പൂത്തുമ്പികളും – കലാപഠനത്തിനൊരാമുഖം* എന്ന ഈ ഗ്രന്ഥം കലാപഠനത്തെ വിദ്യാഭ്യാസത്തിന്റെ മുഖ്യധാരയിൽ എത്തിക്കുന്നതിനായി വിദ്യാഭ്യാസ കലാസാംസ്കാരിക മേഖലകളിൽ പ്രവർത്തിക്കുന്നവർക്ക് ഒരു മുതൽക്കൂട്ടാണ്. കുട്ടികളെ സാംസ്കാരിക നവോത്ഥാന ശലഭങ്ങളായി നവയുഗ വിദ്യാഭ്യാസ വിഹായസ്സിലേക്ക് പറന്നുയരുവാൻ സാഹചര്യമൊരുക്കുന്ന ശ്രമങ്ങൾക്ക് കരുത്തു പകരുന്നതിന് ഈ ഗ്രന്ഥം ഉപകരിക്കും.

ഇത്തരമൊരു രചന എന്റെ അറിവിൽപെട്ടതിൽ ആദ്യസംരഭമാണ്. ഈ പുസ്തകം ഏറെ പ്രയോജനകരവും പ്രോത്സാഹനജനകവുമാണ്. ഗ്രന്ഥകാരന്മാർക്ക് എല്ലാവിധ ആശംസകളും നേരുന്നു.

കൈതപ്രം ദാമോദരൻ നമ്പൂതിരി

കിലുക്കാംപെട്ടി

ഒരു ക്രിസ്തുമസ് അവധിക്കാലം. രാവിലെ ഒമ്പതുമണിയായിക്കാണും. പതിവിനു വിപരീതമായി ആയിരവല്ലിക്കാവിലെ സ്കൂൾ പരിസരത്ത് കുറേ ചെറുപ്പക്കാർനിന്ന് തോരണം കെട്ടുന്നു. സ്കൂൾ പരിസരമാകെ അവർ അലങ്കരിക്കുകയാണ്. എല്ലാവരും വലിയ സന്തോഷത്തിലാണ്. തൊട്ടടുത്തുള്ള ഒരു കലാകായിക ക്ലബ്ബിലെ അംഗങ്ങളാണവർ.

അധികസമയം കഴിയുംമുമ്പ് അവിടെ ഒരു കമാനമുയർന്നു. അതിൽ ഒരു ബാനറും നിറഞ്ഞു 'കിലുക്കാംപെട്ടി.' അതിന് മുകളിൽ 'ദേവരാജ നഗർ' എന്നെഴുതിയിട്ടുണ്ട്.

സ്കൂൾപരിസരത്തെ ആയിരവല്ലിക്കാവിലെ മരങ്ങളിലെ നിത്യവാസക്കാരായ വാവലുകൾ എന്തോ പുലമ്പിക്കൊണ്ട് സ്കൂളിന് മുകളിൽ വട്ടം ചുറ്റുന്നുണ്ട്.

"ആരെ വരവേല്ക്കാനാണ് അവർ സ്കൂളും പരിസരവും അലങ്കലരിക്കുന്നത്?" വാവലുകൾ പരസ്പരം അങ്ങനെ ചോദിക്കുന്നുണ്ടാകാം.

സാധാരണ അവിടെ കല്യാണം നടക്കാറുണ്ട്. അമ്പലത്തോട് ചേർന്ന് കല്യാണമണ്ഡപമുണ്ട്. കല്യാണത്തിന് ആളുകളെ വരവേല്ക്കുന്ന കമാനമല്ലത്. കല്യാണമാണെങ്കിൽ കല്യാണമണ്ഡപമാണല്ലോ അലങ്കരിക്കേണ്ടത്. അതുവഴി കടന്നുപോയ പലരിലും അങ്ങനെയൊരു ചിന്ത കടന്നുവന്നു.

അതാ ഒരു ഓട്ടോറിക്ഷ വന്നു സ്കൂളിന് മുന്നിൽനിന്നു. അതിൽ നിന്നും ഒരു ടീച്ചറും മൂന്ന് കുട്ടികളും പുറത്തിറങ്ങി. ഓട്ടോറിക്ഷക്കാരന് കൗതുകം.

"എന്താ ടീച്ചറെ ഇവിടെ?"

“കുട്ടികളുടെ സഹവാസക്യാമ്പാണ് കിലുക്കാംപെട്ടി. സംഗീതവും നാടകവും.” ടീച്ചർ മറുപടി പറഞ്ഞു.

ഓട്ടോക്കാരന്റെ മുഖത്ത് സന്തോഷം പരന്നു. ചിരിച്ച് തലയാട്ടി അയാൾ പോയി.

ടീച്ചറേയും കുട്ടികളെയും സ്വീകരിക്കാൻ ഹരികൃഷ്ണൻ വന്നു. കുട്ടികളുടെ ത്രിദിന സഹവാസ ക്യാമ്പിന്റെ ജനറൽ കൺവീനറാണദ്ദേഹം. ഹരികൃഷ്ണൻ പട്ടണത്തിലെ ഒരു കോളേജിൽ ബിരുദാനന്തര ബിരുദത്തിന് പഠിക്കുന്നു. വിദ്യാർത്ഥി സംഘടനാനേതാവു കൂടിയാണ് അദ്ദേഹം. ക്യാമ്പിനെത്തിയ കുട്ടികളെയും വിദ്യാർത്ഥികളെയും അദ്ദേഹം രജിസ്ട്രേഷൻ കൗണ്ടറിലേക്ക് കൊണ്ടുപോയി. രജിസ്ട്രേഷൻ കൗണ്ടറിലെ തിരക്ക് കൂടിവന്നു. നടന്നും ഓട്ടോയിലും മോട്ടോർ സൈക്കിളിലും കാറിലും സ്കൂൾ ബസിലുമൊക്കെയായി കുട്ടികളും അദ്ധ്യാപകരും രക്ഷിതാക്കളും എത്തിക്കൊണ്ടിരുന്നു.

ബസിൽ യാത്രചെയ്ത് എത്തിയവർ തൊട്ടടുത്തുള്ള ജങ്ഷനിൽ ഇറങ്ങി നടന്നുവരികയാണ്.

കുട്ടികളും അദ്ധ്യാപകരും രക്ഷിതാക്കളും കൂട്ടംകൂട്ടമായി അമ്പല പരിസരത്തേക്ക് പോയി.

“ഹായ് എന്തു ഭംഗിയുള്ള അമ്പലം.” കുട്ടികളിൽ ചിലർ പറഞ്ഞു.

“അതൊരു കാവാണ്” കൂട്ടത്തിൽ ഒരു രക്ഷിതാവിന്റെ മറുപടി.

വാവലുകൾ കലപില കൂടിക്കൊണ്ട് പറക്കുന്നതും തിരികെവന്ന് ചില്ലകളിൽ തൂങ്ങിക്കിടക്കുന്നതും കുട്ടികൾ കൗതുകത്തോടെ നോക്കി നിന്നു.

അമ്പലത്തിന്റെ പടികളിറങ്ങി ചിലർ കാവ് തൊഴാൻ പോയി. ചില കുട്ടികൾ കാവിനുള്ളിലെ അരുവി കാണാൻ പോയി.

“കാവിനുള്ളിൽ ഒരു ചെറിയ തണ്ണീർത്തടാകമുണ്ട്. അതിൽ നിന്നുള്ള തെളിനീരാണ് അരുവിയായി വരുന്നത്.” കാവിൽ തൊഴാനെത്തിയ ഒരാൾ കുട്ടികളോട് പറഞ്ഞു.

മരങ്ങളിൽ തൂങ്ങിക്കിടക്കുന്ന വാവലുകളെ കാണാൻ കുട്ടികൾ കൂട്ടത്തോടെ എത്തി. അവർ വാവലുകളെ കൈചൂണ്ടി എന്തൊക്കെയോ പറയുന്നുണ്ട്. കാവിൽ കുട്ടികളുടെ തിരക്കു കൂടി.

കാവിലൂടെ കടന്നുവരുന്ന അരുവികൾ വയലിലേക്ക് ഒഴുകുന്നു. അരുവി കാണാനെത്തിയ കുട്ടികൾ അതിലെ കുഞ്ഞുമത്സ്യങ്ങളെ നോക്കി പിറുപിറുത്തു.

“അതാ മാനത്ത് കണ്ണി” ചിലർ വിളിച്ചുകൂവി.

ചെറുമത്സ്യങ്ങളുടെ പേരറിയാവുന്നവർ അവയെ മറ്റുള്ളവർക്ക് പരിചയപ്പെടുത്തിക്കൊടുത്തു. കുട്ടികൾ ചോദിക്കുന്ന ചോദ്യങ്ങൾക്ക് ടീച്ചർമാർ മറുപടി നല്കുന്നുണ്ടായിരുന്നു.

കുട്ടികൾക്ക് അറിയാത്തവയുടെ പേരുകൾ കൂടെവന്ന അദ്ധ്യാപകർ വിളിച്ചുപറയാൻ തുടങ്ങി. അദ്ധ്യാപകർ അവരുടെ കുട്ടിക്കാലത്തെ

പഴയ അനുഭവങ്ങൾ കുട്ടികളോട് പറഞ്ഞു. പറന്നുനടക്കുന്ന പക്ഷികളെ കണ്ട് കുട്ടികൾ തുള്ളിച്ചാടി. അധികനേരം അവർക്ക് അവിടെ നില്ക്കാനായില്ല. സംഘാടകസമിതിയിലെ ആൾക്കാർ കാവിലും അരുവിക്കരികിലും വന്ന് കുട്ടികളോട് സ്കൂളിലെത്താൻ പറഞ്ഞു. മനസ്സില്ലാ മനസ്സോടെ കുട്ടികൾ കാവിന്റെ പടികേറി മുകളിലേക്ക് പോകാൻ തുടങ്ങി.

കല്യാണമണ്ഡപത്തിലെ രണ്ടടുക്കളയിലും തിരക്ക്. ക്യാമ്പിലെ കുട്ടികൾക്കുള്ള ഭക്ഷണം ഒരുക്കുന്ന പരിപാടികൾ ഫുഡ്കമ്മിറ്റിയുടെ നേതൃത്വത്തിൽ ഉഷാറോടെ നടക്കുന്നു.

കുട്ടികളെ സർഗ്ഗാത്മകപടവുകളിലേക്ക് ഉയർത്തുവാൻ അദ്ധ്യാപക സംഘവും വന്നെത്തിയിട്ടുണ്ട്. സംഗീതം, നാടകം എന്നീ രണ്ട് മേഖലകളിലാണ് ക്യാമ്പ് നടക്കുന്നത്.

സംഗീതകുലപതി ജി ദേവരാജൻ മാഷിന്റെ ജന്മനാട്ടിലാണ് കിലുക്കാംപെട്ടി അരങ്ങേറുന്നത്. അതുകൊണ്ടുതന്നെ ചലച്ചിത്രഗാനങ്ങൾക്ക് മാഷ് നല്കിയിട്ടുള്ള ഈണങ്ങളെ അധികരിച്ചുള്ള വിശകലനങ്ങളും പഠനവുമാണ് സംഗീതഗ്രൂപ്പിൽ നടക്കുന്നത്. സ്വാഗതസംഘത്തിന്റെ നേതൃത്വത്തിൽ അദ്ധ്യാപകരും കലാപ്രവർത്തകരും ആസ്വാദകരും ക്യാമ്പിന്റെ ആസൂത്രണപ്രവർത്തനങ്ങളിൽ മുഴുകിയിരിക്കുകയാണ്.

ദേവരാജൻ മാഷിന്റെ കർമ്മപഥത്തിലെ വേറിട്ട നിമിഷങ്ങൾ സ്വന്തം ക്യാമറയിൽ ഒപ്പിയെടുത്ത ജിജോ ഒരു ക്ലാസ്മുറിയിലുണ്ട്. സംസ്ഥാന, ദേശീയ പുരസ്കാരങ്ങൾ നേടിയ ഫോട്ടോഗ്രാഫറാണ് അദ്ദേഹം. മാഷിന്റെ ഓർമ്മചിത്രങ്ങളുടെ പ്രദർശനം അവിടെ നടക്കുന്നുണ്ട്. ജിജോയും കൂട്ടരും ചിത്രങ്ങൾ ആകർഷകമായ രീതിയിൽ ഒരുക്കുന്നുണ്ട്. ക്ലാസ് മുറിക്ക് പുറത്ത് വരാന്തയിലും ഫോട്ടോകൾ ക്രമീകരിക്കുന്നുണ്ട്. ചെറിയൊരു കുട്ടിക്കൂട്ടം അവിടുണ്ട്.

നാടകസംഘം ദിലീപ് മാഷിന്റെയും വേണുമാഷിന്റെയും നേതൃത്വത്തിൽ അവർക്ക് നല്കിയിട്ടുള്ള മുറിയിൽ അവസാനഘട്ട ആസൂത്രണത്തിലാണ്. നാടകത്തിനും സംഗീതത്തിനും അനുയോജ്യമായ വരകളും വർണ്ണങ്ങളും ചേർത്ത് സ്കൂൾ ക്യാമ്പസ് അലങ്കരിക്കുന്ന പ്രവർത്തനങ്ങളിൽ ഗോപാലകൃഷ്ണൻ മാഷിനൊപ്പം സംഘാടകസമിതി അംഗങ്ങളും ഏർപ്പെട്ടിരിക്കുന്നു.

ക്യാമ്പിന്റെ അക്കാദമിക ചുമതല കൊല്ലം ഡയറ്റിലെ കലാവിഭാഗം മേധാവിക്കാണ്. അദ്ദേഹത്തിന്റെ നേതൃത്വത്തിലാണ് അക്കാദമിക കമ്മിറ്റി പ്രവർത്തിക്കുന്നത്. ചലച്ചിത്ര പിന്നണിഗായകൻ രാംദാസ് മാഷും സംഗീതാദ്ധ്യാപകരും കൂടെയുണ്ട്. കൊല്ലം ഡയറ്റിന്റെ നേതൃത്വത്തിൽ കുട്ടികളെ കലാപഠനത്തിന്റെ വിവിധ തലങ്ങളിലേക്ക് കൊണ്ടുപോകാൻ ആരംഭിച്ച ലിറ്റിൽ ആർട്ടിസ്റ്റ് പദ്ധതിയുടെ ഒന്നാം ഉത്സവമാണ് കിലുക്കാംപെട്ടി. രണ്ടാം ഉത്സവം ചിത്രകലയെ അധികരിച്ചാണ് സംഘടിപ്പിച്ചിരിക്കുന്നത്. അത് അരങ്ങേറുന്നത് പാരിപ്പള്ളി ഗവൺമെന്റ് എൽ പി

എസിൽ വച്ചാണ്. ഗവേഷണാത്മക പ്രവർത്തനങ്ങളായിട്ടാണ് രണ്ട് ഉത്സവങ്ങളും സംഘടിപ്പിക്കുന്നത്. ചാത്തന്നൂർ സബ്ജില്ലയിലെ വിവിധ സ്കൂളുകളിൽ നിന്നും തെരഞ്ഞെടുക്കപ്പെട്ട കുട്ടികളാണ് കിലുക്കാംപെട്ടിയിൽ പങ്കെടുക്കുന്നത്. കുട്ടികൾ രാത്രിയിൽ തങ്ങുന്നത് പ്രദേശവാസികളുടെ വീടുകളിലാണ്.

കൃത്യം പത്തു മണിക്കുതന്നെ ഉദ്ഘാടനസമ്മേളനം ആരംഭിച്ചു. ചാത്തന്നൂർ എം എൽ എ ശ്രീ. ജി എസ് ജയലാൽ കിലുക്കാംപെട്ടി ഉദ്ഘാടനം ചെയ്തു. പരവൂർ നഗരസഭാചെയർമാൻ അദ്ധ്യക്ഷത വഹിച്ചു. ആമുഖപ്രഭാഷണം നടത്തിയത് ഡയറ്റ് പ്രിൻസിപ്പലായിരുന്നു. സ്വാഗതസംഘം കൺവീനർ ഹരികൃഷ്ണൻ സ്വാഗതവും ഡയറ്റ് കലാവിഭാഗം മേധാവി കൃതജ്ഞതയും രേഖപ്പെടുത്തി. വിദ്യാഭ്യാസ സ്റ്റാന്റിങ് കമ്മിറ്റി ചെയർമാനും വാർഡ് കൗൺസിലറും ആശംസ നേർന്നു. കുട്ടികളും രക്ഷിതാക്കളും അദ്ധ്യാപകരും പ്രദേശവാസികളും ഉൾപ്പെടെ വലിയ സദസ്സ് ചടങ്ങിന് സാക്ഷ്യംവഹിച്ചു.

രണ്ടു ഗ്രൂപ്പുകളായിട്ടാണ് കുട്ടികൾ രജിസ്റ്റർ ചെയ്തിട്ടുള്ളത്. നാടകഗ്രൂപ്പുകാർ നാടകക്കളരിയിലേക്ക്. സംഗീതഗ്രൂപ്പുകാർ സംഗീതക്കളരിയിലേക്ക്.

എല്ലാ കുട്ടികൾക്കും എളുപ്പത്തിൽ ചെയ്യാവുന്ന താളബന്ധിതമായ ലഘു കളികൾ കുട്ടികൾക്ക് നല്കിക്കൊണ്ടാണ് നാടകക്കളരി ആരംഭിച്ചത്. കൈയും മെയ്യും അനക്കാതെ മുഖഭാവങ്ങളിൽ മാറ്റംവരുത്തി അവതരിപ്പിക്കാവുന്ന ലഘുകളികൾ കുട്ടികൾക്ക് നന്നേ ഇഷ്ടപ്പെട്ടു. അവതരണങ്ങളിൽനിന്ന് നാടകചരിത്രത്തിലേക്ക്. ഭാവനയെ ഉദ്ദീപിപ്പിക്കുന്ന ചർച്ചകൾ. ഗ്രൂപ്പുകളിൽ ചെറുകഥകളെ നാടകീകരിക്കൽ, സ്കിറ്റ് തയ്യാറാക്കി അവതരിപ്പിക്കൽ തുടങ്ങി ഒട്ടനവധി പ്രവർത്തനങ്ങളിലൂടെ ക്ലാസ് മുറിക്കകത്തും പുറത്തുംവച്ച് കുട്ടികൾ അഭിനയകല പഠിച്ചു. പ്രകൃതിയും സംഗീതവും, നിത്യജീവിതത്തിൽ സംഗീതത്തിന്റെ സ്വാധീനം, ലഘു സംഗീതോപകരണ നിർമ്മാണം, കർണ്ണാടകസംഗീതാലാപനം, വാദ്യോപകരണപരിചയം, കവിതയിലെ സംഗീതം, ദേവരാജസംഗീതം, കരോക്കെ പരിശീലനം, നാടൻപാട്ട്, വഞ്ചിപ്പാട്ട് തുടങ്ങി ഒട്ടേറെ അക്കാദമിക വിഭവങ്ങൾ കുട്ടികൾക്കായി സംഗീതകളരിയിൽ ഒരുക്കിയിരുന്നു.

സംഗീതകളരി നാടൻപാട്ടിലൂടെയും കൃഷിപ്പാട്ടിലൂടെയും പടിപടിയായി മുന്നേറി സംഗീതചരിത്രത്തിലേക്ക് കടന്നു. അവിടെനിന്ന് സിനിമാസംഗീതലോകത്തിലേക്കും ദേവരാജസംഗീതത്തിലേക്കും കുട്ടികളെ കൂട്ടിക്കൊണ്ടുപോയി. ഈണങ്ങളിലെ വൈവിദ്ധ്യങ്ങൾ, അതിൽ ദേവരാജൻമാഷ് സ്വീകരിച്ച തന്ത്രങ്ങൾ എന്നിവയെ വളരെ ഗവേഷണാത്മക രീതിയിൽ അദ്ധ്യാപകരും കുട്ടികളും സംഗീതാസ്വാദകരും ചേർന്ന് വിശകലനം ചെയ്ത് അതിലെ സൗന്ദര്യാത്മകഘടകങ്ങളെയും ആസ്വാദനഘടകങ്ങളെയും ആഴത്തിൽ ഇഴ ചേർത്തു.

കടലിനോട് ഉരിയാടാൻ കുട്ടികൾക്ക് മോഹം. അവർക്ക് കടപ്പുറത്ത്

പോകണം. രാവിലെ ഈ ആഗ്രഹം കണക്കിലെടുത്ത് കുട്ടികളെ ഒന്നാം ദിവസം വൈകുന്നേരം പൊഴിക്കര കടപ്പുറത്ത് കൊണ്ടുപോയി. യാത്രയ്ക്കു വേണ്ട വാഹനസൗകര്യം ഒരുക്കിയിരുന്നു. കടൽക്കരയിലെത്തുമ്പോൾ പാലിക്കേണ്ട സുരക്ഷകളെ കുറിച്ച് കൃത്യമായ നിർദ്ദേശങ്ങൾ കുട്ടികൾക്ക് നല്കിയിരുന്നു.

പാഞ്ഞുവരുന്ന തിരമാലകൾ. തിരയിൽ ചവിട്ടാൻ കുട്ടികൾ. സുരക്ഷ ഉറപ്പാക്കി അദ്ധ്യാപകരും രക്ഷിതാക്കളും.

“ഹൊ വെള്ളത്തിന് നല്ല തണുപ്പ്.” കുട്ടികൾ വിളിച്ചുപറഞ്ഞു.

ചിലർ മണലിൽ എഴുതുവാൻ ശ്രമിച്ചു. തിരമാലകൾവന്ന് അത് മായ്ക്കുന്നത് കണ്ട് കുട്ടികൾ ആർത്തു രസിച്ചു. “സീതയെ രാവണൻ കട്ടോണ്ടുപോയി” എന്നാണ് കൂടുതൽ പേരും എഴുതുവാൻ ശ്രമിച്ചത്.

കുട്ടികൾക്കൊപ്പം തിരമാലകളും കൂത്താടാൻ തുടങ്ങി. അവരോടൊപ്പം മുതിർന്നവരും പങ്കുചേർന്നു. കുറച്ചുകഴിഞ്ഞപ്പോൾ ചിലർ നനഞ്ഞ മണൽ വാരി രൂപങ്ങൾ ഉണ്ടാക്കുന്നതിന് ശ്രമിച്ചു. തിരമാലകൾ അതും തൂത്തുകളഞ്ഞു.

രാംദാസ് മാഷും വേണുമാഷും കുട്ടികളെ കൂട്ടി തിരമാലകൾ എത്താത്തിടത്ത് വട്ടം കൂടിയിരുന്നു.

പിന്നെ പാട്ടും കളികളും. കുട്ടികളുടെ കുസൃതികൾ കണ്ട് അസ്തമയ സൂര്യൻ പടിഞ്ഞാറേ ചക്രവാളത്തിൽ കുങ്കുമം വിതറി നിന്നു. കുട്ടികളെ വീട്ടുപോകാനൊരു മടി.

രണ്ടാംദിവസം ക്യാമ്പിലെ വിവിധ കലാവിഭവങ്ങൾ അനുഭവിച്ചറിഞ്ഞ കുട്ടികൾ വൈകുന്നേരം സ്കൂളിനകലെ ഒരു പൊതുസ്ഥലത്ത് ഒത്തുകൂടി. അന്ന് ശില്പശാലയിൽ രൂപപ്പെടുത്തിയ വാദ്യോപകരണങ്ങൾ ഉപയോഗിച്ച് ദേവരാജഗീതങ്ങൾ അവർ അവതരിപ്പിച്ചു. നാടകം അവതരിപ്പിച്ചു. കുട്ടികളുടെ പരിപാടി ആസ്വദിക്കുവാൻ വലിയൊരു ജനക്കൂട്ടം അവിടെ എത്തിയിരുന്നു. ചാത്തന്നൂർ സമഗ്രവിദ്യാഭ്യാസം കോർഡിനേറ്റർ സന്തോഷ്കുമാർ മാഷ് നേതൃത്വം നല്കി. ഡയറ്റ് അദ്ധ്യാപകനാണദ്ദേഹം.

മൂന്നാംദിവസം വൈകുന്നേരം കിലുക്കാംപെട്ടി ഉത്സവം അവസാനിച്ചു. പ്രിയപ്പെട്ട കവി കുരീപ്പുഴ ശ്രീകുമാർ കുട്ടികളുമായി അനുഭവങ്ങൾ പങ്കുവച്ച ശേഷം കളരി ഒഴിഞ്ഞു. അനുഭവച്ചെപ്പുകളുമായി കിലുക്കാപെട്ടികൾ യാത്രപറഞ്ഞിറങ്ങുമ്പോൾ കാവിലെ വാവലുകൾ മൗനം പൂണ്ടു.

സഹവാസക്യാമ്പിൽ കിലുക്കാംപെട്ടികൾ കലാവിഭവങ്ങൾ രുചിച്ചറിയുന്ന വേളയിൽ അദ്ധ്യാപകരും വിദ്യാഭ്യാസ പ്രവർത്തകരും വിദ്യാഭ്യാസ ഗുണനിലവാരവുമായി ബന്ധപ്പെട്ട ചർച്ചയിൽ പങ്കെടുക്കുകയായിരുന്നു. ഇനി നമുക്ക് അവിടെ നടന്ന ചർച്ചകളിലേക്ക് കടക്കാം.

ഗുണനിലവാരമുള്ള വിദ്യാഭ്യാസം

സ്കൂളുകളുടെ ഉത്തരവാദിത്വം ബൗദ്ധികവികസനത്തിൽ മാത്രം പരിമിതപ്പെടുത്തുവാൻ കഴിയില്ല. കുട്ടിയുടെ സർഗ്ഗാത്മകതയുടെയും സൗന്ദര്യബോധത്തിന്റെയും വികാസത്തിന് അർഹമായ പരിഗണന നല്കാത്ത വിദ്യാഭ്യാസം പൂർണ്ണത കൈവരിക്കില്ല. മനുഷ്യമനസ്സിനെ മൂടുന്ന കാർമേഘങ്ങളുടെ പാടനീക്കി തെളിമ നല്കി സുരക്ഷിതവും, സന്തോഷകരവുമായ ഉന്നതിയിലേക്ക് നയിക്കുക എന്നത് ശരിയായ വിദ്യാഭ്യാസം വഴി കൈവരിക്കേണ്ട നേട്ടമാണ്.

ലോകത്തെ ഗ്രസിക്കുന്ന അസ്സഹിഷ്ണുതയെയും, കലാപങ്ങളെയും നീക്കംചെയ്ത് ചൂഷണരഹിതമായ, സന്തോഷവും സമാധാനവും വിളയുന്ന ഒരു സമൂഹം സൃഷ്ടിക്കുന്നതിന് വിദ്യാഭ്യാസമാണ് ഏകമാർഗ്ഗം. വ്യക്തിവികാസത്തെയും സാമൂഹ്യവികാസത്തെയും തടയുന്ന പ്രവണതകളെയും സ്വാധീനങ്ങളെയും ഇല്ലാതാക്കുന്നതാണ് നല്ല വിദ്യാഭ്യാസം.

സമൂഹത്തിലെ വിലപ്പെട്ട അംഗങ്ങളായി വർത്തിക്കുന്നതിന് അനുകൂലമായ അറിവുകളും നൈപുണികളും മനോഭാവങ്ങളും സാമൂഹ്യബോധവും പ്രാപഞ്ചികവീക്ഷണവും പാരിസ്ഥിതികാവബോധവും ഉളവാക്കുന്നതിന് വിദ്യാഭ്യാസത്തിലൂടെ കഴിയും. അങ്ങനെയെങ്കിൽ കുട്ടിയുടെ സമഗ്രവികാസമാണ് വിദ്യാഭ്യാസം ലക്ഷ്യമിടേണ്ടത്. മേല്പറഞ്ഞ ചിന്തകൾ പങ്കുവച്ചും പ്രാവർത്തികമാക്കിയും മുന്നോട്ടുപോകുന്ന ഒരുകൂട്ടം അദ്ധ്യാപകർ ഒത്തുചേർന്നു. കലാദ്ധ്യാപകരും വിവിധ വിഷയങ്ങൾ കൈകാര്യം ചെയ്യുന്ന അദ്ധ്യാപകരും, കലാസ്വാദകരും വിദ്യാഭ്യാസ സാംസ്കാരിക പ്രവർത്തകരും ഒക്കെയുണ്ടായിരുന്നു. അവർ കലാവിദ്യാഭ്യാസ ചർച്ചകൾക്കെത്തിയവരായിരുന്നു.

ചർച്ചയ്ക്ക് ഒരുക്കിയ ഇടം തേടിപ്പോകുന്നതിനിടയിൽ ശങ്കരൻ മാഷ് ഒരാശയം മുന്നോട്ടുവച്ചു.

"നമ്മൾ വിദ്യാഭ്യാസത്തെക്കുറിച്ച് ചർച്ച ചെയ്യുമ്പോൾ അതെല്ലാം വിരൽ ചൂണ്ടുന്നത് ഭൂമിയിലെ എല്ലാ ജീവജാലങ്ങളുടെയും നന്മയിലേക്കാണ്. മറ്റൊരുരൂപത്തിൽ പറഞ്ഞാൽ പ്രകൃതിയിലേക്കാണ്. അതുകൊണ്ട് നമുക്ക് ഒരു മരം നട്ട് തുടങ്ങിയാലോ?"

"ശരിയാണ്. നമുക്കങ്ങനെ ചെയ്യാം."

എതിരഭിപ്രായം ആർക്കുമില്ലായിരുന്നു. വൃക്ഷത്തൈവിതരണകേന്ദ്രം അടുത്തുതന്നെ ഉണ്ടായിരുന്നു. നിമിഷങ്ങൾക്കകം വൃക്ഷത്തൈ സംഘാടകർ എത്തിച്ചു. മണ്ണിളക്കുന്നതിന് മൺവെട്ടിയും.

അദ്ധ്യാപകരും സംഘാടകരും ചേർന്ന് വൃക്ഷത്തൈകൾ അങ്കണത്തിൽ നട്ടു.

ഒന്നാംഘട്ട ചർച്ച വിദ്യാഭ്യാസഗുണനിലവാരം സംബന്ധിച്ചായിരുന്നു.

എല്ലാവർക്കും വിദ്യാഭ്യാസം എന്ന വിഷയം സംബന്ധിച്ച് യൂനിസെഫ് 2006 ൽ പുറത്തിറങ്ങിയ ഗ്ലോബൽ മോണിറ്ററിങ് റിപ്പോർട്ട് ചർച്ചയ്ക്കു വന്നു.

"കുട്ടികൾക്ക് സ്കൂൾപ്രവേശനത്തിനുള്ള സാഹചര്യങ്ങൾ വർദ്ധിക്കുന്നുണ്ടെങ്കിലും വിദ്യാഭ്യാസഗുണനിലവാരം ഉയരാത്ത അവസ്ഥ എല്ലാ രാജ്യങ്ങളിലും നിലനില്ക്കുന്നു."

"എല്ലാവർക്കും വിദ്യാഭ്യാസം എന്നപോലെതന്നെ പ്രധാനപ്പെട്ടതാണ് ഉന്നതനിലവാരമുള്ള വിദ്യാഭ്യാസം എല്ലാവർക്കും ലഭിക്കുക എന്നതും."

അദ്ധ്യാപകർ അവരുടെ ചിന്തകൾ പങ്കുവയ്ക്കുവാൻ തുടങ്ങി.

"ഗുണനിലവാരത്തെ മൂന്ന് തത്ത്വങ്ങളെ അടിസ്ഥാനമാക്കി നിർവ്വചിക്കേണ്ടതുണ്ട്."

"എന്തൊക്കെയാണ് ആ മൂന്ന് തത്ത്വങ്ങൾ?"

പറയാം.

"ഒന്നാമതായി പഠിതാവിന് അനുയോജ്യമായ വിദ്യാഭ്യാസം എന്ന തത്ത്വത്തിൽ അധിഷ്ഠിതമാകണം. അതിലൂടെ സാർവ്വികമൂല്യങ്ങൾ പരിപോഷിപ്പിക്കപ്പെടണം."

"എന്താണീ സാർവ്വികമൂല്യങ്ങൾ?"

"മാനവീയത, ജനാധിപത്യം, മതനിരപേക്ഷത, ഭൂമി എല്ലാ ജീവജാലങ്ങൾക്കും അവകാശപ്പെട്ടതാണെന്ന തിരിച്ചറിവ്"

"അതുമാത്രമല്ല ലിംഗസമത്വം, പ്രകൃതിസംരക്ഷണം, ശാസ്ത്രീയരീതി അവലംബിക്കൽ തുടങ്ങിയവയെല്ലാം സാർവ്വികമൂല്യങ്ങളാണ്."

സാർവ്വികമൂല്യങ്ങളെ സംബന്ധിച്ചുള്ള ചർച്ച നീണ്ടുപോകാതിരിക്കുവാൻ ചർച്ച നിയന്ത്രിച്ച മാഷ് ശ്രദ്ധിച്ചു.

"രണ്ടാമതായി സ്കൂൾപ്രവേശനത്തിനും പഠനനേട്ടങ്ങൾ കൈവരിക്കുന്നതിനും തുല്യ അവസരങ്ങൾ ലഭിക്കുന്നതാകണം ഗുണനിലവാരമുള്ള വിദ്യാഭ്യാസം. സാമൂഹ്യമായ നിഷ്കാസനത്തിന് പകരം സാമൂഹിക ഉൾച്ചേർക്കലിന് ഇത് സഹായിക്കണം."

"മൂന്നാമതായി കുട്ടികളുടെ വ്യക്തിഗത അവകാശങ്ങളുടെ പൂർത്തീകരണത്തിനും പ്രതിഫലനത്തിനും സഹായിക്കുന്നതാകണം ഗുണനിലവാരമുള്ള വിദ്യാഭ്യാസം."

അദ്ധ്യക്ഷൻ അതുവരെ നടന്ന ചർച്ച ഒന്ന് ക്രോഡീകരിക്കുന്നതിന് ശ്രമിച്ചു.

"കുട്ടിക്ക് തന്റെ സമൂഹത്തിൽ ജീവിക്കുന്നതിനാവശ്യമായതും പ്രാദേശികപ്രസക്തിയുള്ള കഴിവുകൾ പ്രദാനം ചെയ്യുന്നതുമാകണം ഗുണനിലവാരമുള്ള വിദ്യാഭ്യാസം. കുട്ടിയുടെ അവകാശങ്ങളിൽ അധിഷ്ഠിതമായ എല്ലാവരെയും ഉൾപ്പെടുത്തിയുള്ള വിദ്യാഭ്യാസമാണത്. അത് കുട്ടിയുടെയും രക്ഷിതാക്കളുടെയും സമൂഹത്തിന്റേയും താല്പര്യങ്ങൾക്കും പ്രതീക്ഷകൾക്കും അനുസരിച്ചുള്ളതാണ്."

ചർച്ച പതിയെ ഡാക്കർ ചട്ടക്കൂടിലേക്കും അവിടെനിന്നും സംസ്കാരത്തിലേക്കും കലയിലേക്കും കടന്നു.

"ഗുണനിലവാരമുള്ള വിദ്യാഭ്യാസത്തിന് പല ഘടകങ്ങൾ ആവശ്യമാണെന്ന് ഡാക്കർ ചട്ടക്കൂട് ചൂണ്ടിക്കാണിക്കുന്നു. സാംസ്കാരിക വൈവിദ്ധ്യത്തെ ജൈവവൈവിദ്ധ്യം സംരക്ഷിക്കുന്നതുപോലെ സംരക്ഷിക്കപ്പെടേണ്ടതാണ്. ഗുണനിലവാരമുള്ള വിദ്യാഭ്യാസത്തിലൂടെ സാംസ്കാരിക സമ്പത്തിനെ ശക്തിപ്പെടുത്തുകയും പരിപോഷിപ്പിക്കുകയും ചെയ്യേണ്ടതുണ്ട്" അദ്ധ്യാപകർ കാഴ്ചപ്പാടുകൾ അവതരിപ്പിക്കുവാൻ തുടങ്ങി.

"ഓരോ സംസ്കാരത്തിനും അതിന്റേതായ തനതു പ്രകടിത കലാരൂപങ്ങളും സാംസ്കാരികാനുഷ്ഠാനങ്ങളുമുണ്ടാകും. സാംസ്കാരികാവിഷ്കാരങ്ങളാണ് കലകൾ. അതിലൂടെ സാംസ്കാരിക അറിവുകൾ വിനിമയം ചെയ്യപ്പെടുന്നു."

"വൈവിദ്ധ്യങ്ങളായ സംസ്കാരങ്ങളുടെ സൃഷ്ടിപരവും കലാപരവുമായ കാഴ്ചകൾ മാനവസർഗ്ഗാത്മകതയുടെ പാരമ്പര്യവും സമകാലീനവുമായ ഉല്പന്നങ്ങളെ പ്രതിനിധാനം ചെയ്യുന്നു." മാനവസംസ്കാരങ്ങളുടെ ഉദ്ഗ്രഥനത്തെയും, സൗന്ദര്യത്തെയും, പൈതൃകത്തെയും, മാഹാത്മ്യത്തെയും അത് വിളിച്ചോതുന്നു."

സംസ്കാരത്തിന്റെയും കലയുടെയും ചർച്ച ചൂടുപിടിച്ചു.

"ചർച്ചയിൽനിന്നും ഞാൻ മനസ്സിലാക്കുന്നത് സാംസ്കാരികാനുഷ്ഠാനങ്ങളെക്കുറിച്ചും കലാരൂപങ്ങളെക്കുറിച്ചുമുള്ള അറിവ് വ്യക്തിപരവും സംഘപരവുമായ സ്വത്വത്തെയും മൂല്യങ്ങളെയും ശക്തിപ്പെടുത്തുമെന്നാണ്. സംസ്കാരവൈവിദ്ധ്യത്തിന്റെ പ്രകടിതരൂപങ്ങളെ പരിപോഷിപ്പിക്കുക എന്നത് ഗുണനിലവാരമുള്ള വിദ്യാഭ്യാസത്തിന്റെ ഘടകമാകണം. ഇത് സാംസ്കാരികവൈവിദ്ധ്യങ്ങളെ അംഗീകരിക്കുന്നതിനും പരിപോഷിപ്പിക്കുന്നതിനും സംരക്ഷിക്കുന്നതിനും പുതിയ തലമുറയെ പ്രാപ്തരാക്കും." ഒരദ്ധ്യാപകൻ ചൂണ്ടിക്കാട്ടി.

"ഇതിനോട് കൂട്ടിച്ചേർക്കുവാൻ ചില കാര്യങ്ങളുണ്ട്. ചർച്ച വിരൽ ചൂണ്ടുന്നത് കലാവിദ്യാഭ്യാസത്തിന്റെ അനിവാര്യതയെക്കുറിച്ചാണ്. സംസ്കാരിക അവബോധം പരിപോഷിപ്പിക്കുവാനും സാംസ്കാരിക ഘടകങ്ങളെ നവീകരിക്കുന്നതിനും കലാവിദ്യാഭ്യാസത്തിലൂടെ കഴിയും. കലാസാംസ്കാരിക സമ്പത്തിനെക്കുറിച്ചുള്ള അറിവും ആസ്വാദനമുറകളും അടുത്ത തലമുറയിലേക്ക് കൈമാറ്റം ചെയ്യുന്നതിനും ഇതിലൂടെ കഴിയണം."

"ഒരു രാജ്യത്തിന്റെ സാമൂഹ്യസാമ്പത്തിക മുന്നേറ്റത്തിന് കലാപഠനം അത്യന്താപേക്ഷിതമാണ്. ഇക്കാര്യത്തെക്കുറിച്ചാണ് പറയുവാനുള്ളത്. ഒരു രാജ്യം അതിന്റെ സാംസ്കാരികസമ്പത്തിനെ പരിപോഷിപ്പിക്കുന്നതിന് ഗുണനിലവാരമുള്ള വിദ്യാഭ്യാസത്തോടൊപ്പം സുസ്ഥിരവും സൃഷ്ടിപരവുമായ സാംസ്കാരിക സംരംഭങ്ങളെ പ്രോത്സാഹിപ്പിക്കേണ്ടതുണ്ട്. ഇത് അവരുടെ സാമൂഹ്യസാംസ്കാരിക മുന്നേറ്റത്തിന് അനിവാര്യഘടകമാണ്. ഇത്തരം കലാസാംസ്കാരികസംരംഭങ്ങളും സ്ഥാപനങ്ങളും ഒരുക്കുന്ന വൈവിദ്ധ്യമായ സാംസ്കാരികപ്രകടനങ്ങൾ കാണുന്നതിനും പങ്കെടുക്കുന്നതിനും സംവേദിക്കുന്നതിനും കുട്ടികൾക്കും കലാകാരന്മാർക്കും അവസരം നല്കണം. വിമർശനാത്മകമായി പ്രതികരിക്കുന്നതിനും അവസരം നല്കണം. കലാ സാംസ്കാരിക വികസനപ്രവർത്തനങ്ങളിൽ നേരിട്ട് പങ്കെടുക്കുന്നതിലൂടെ കുട്ടികളുടെ പങ്കാളിത്താവകാശം സംരക്ഷിക്കപ്പെടും. ഗുണമേന്മയുള്ള വിദ്യാഭ്യാസത്തിന് കലാവിദ്യാഭ്യാസം ഉൾച്ചേർക്കുമ്പോൾ അതിനുവേണ്ടുന്ന വിഭവങ്ങൾ ലഭ്യമാക്കുന്നതിനും ഇത്തരം സാംസ്കാരിക സംരംഭങ്ങൾക്കും സ്ഥാപനങ്ങൾക്കും കഴിയണം."

"വിലപ്പെട്ട നിർദ്ദേശങ്ങളാണ് ചർച്ചയിലൂടെ ഉരുത്തിരിഞ്ഞുവരുന്നത്." അദ്ധ്യക്ഷൻ ചൂണ്ടിക്കാട്ടി.

"ജീവീയഘടകങ്ങളിൽ പലതും അന്യംനിന്നുപോകുന്ന കാര്യം നാം കാണുന്നുണ്ട്. അതുപോലെ പല സംസ്കാരങ്ങളിലെയും സ്പഷ്ടവും അസ്പഷ്ടവുമായ പല ഘടകങ്ങളും നഷ്ടപ്പെട്ടുകൊണ്ടിരിക്കുന്നു. അതിനു പ്രധാനകാരണം പലരാജ്യങ്ങളിലും അവരുടെ വിദ്യാഭ്യാസ സമ്പ്രദായത്തിൽ അവയൊന്നും പരിഗണിക്കപ്പെടുന്നില്ല എന്നതാണ്. അതല്ലെങ്കിൽ അത് ഭാവിതലമുറയ്ക്ക് കൈമാറുന്നില്ല എന്നതാണ് കാരണം. അതുകൊണ്ട് വിദ്യാഭ്യാസസമ്പ്രദായത്തിൽ സാംസ്കാരിക അറിവുകളെയും അതിന്റെ പ്രകടിതരൂപങ്ങളെയും ഉൾക്കൊള്ളിക്കുകയും വിനിമയം ചെയ്യുകയും വേണം. ഔപചാരികവും അനൗപചാരികവുമായ കലാപഠനത്തിലൂടെ ഇത് സാദ്ധ്യമാണ്."

വ്യത്യസ്തങ്ങളായ തലങ്ങളെ സ്പർശിച്ചുകൊണ്ടാണ് ചർച്ച പുരോഗമിച്ചത്. യുനസ്കോയുടെ സാംസ്കാരികവൈവിദ്ധ്യവുമായി ബന്ധപ്പെട്ട ആഗോളപ്രഖ്യാപനങ്ങളിൽ വിവിധ രാജ്യങ്ങൾ ഒപ്പുവച്ചിട്ടുണ്ട്. ഇങ്ങനെ

ഒപ്പുവച്ച രാജ്യങ്ങൾ സാംസ്കാരിക വൈവിദ്ധ്യം നിലനിർത്തുന്നതിന് ഏറ്റെടുക്കുന്ന പ്രവർത്തനങ്ങൾ വേദികളിൽ വ്യക്തമായി അവതരിപ്പിക്കാറുമുണ്ട്.

യുനെസ്കോയുടെ സാംസ്കാരികവൈവിദ്ധ്യവുമായി ബന്ധപ്പെട്ട ചില കാര്യങ്ങൾ ചൂണ്ടിക്കാണിക്കുവാൻ ചർച്ചയിൽ പങ്കെടുക്കുന്നവർ ശ്രമിച്ചു.

"ഭാഷാവൈവിദ്ധ്യത്തെ പ്രോത്സാഹിപ്പിക്കുക എന്നത് യുനസ്കോയുടെ ആഗോളപ്രഖ്യാപനങ്ങളിലൊന്നാണ്. വിദ്യാഭ്യാസത്തിലെ എല്ലാതലങ്ങളിലും മാതൃഭാഷ അംഗീകരിക്കണമെന്നും വിവിധ ഭാഷകൾ അഭ്യസിക്കുന്നതിനുള്ള അവസരം നല്കണമെന്നും നിർദ്ദേശിക്കുന്നു."

"ഇങ്ങനെ സാംസ്കാരിക വൈവിദ്ധ്യത്തെക്കുറിച്ച് ധനാത്മകമായ മൂല്യങ്ങൾ വളർത്തുന്നതിന് സ്കൂൾ പാഠ്യപദ്ധതിയിൽ അതിനുവേണ്ട നടപടികൾ സ്വീകരിക്കണമല്ലോ?"

"അതുമാത്രം പോര അദ്ധ്യാപകവിദ്യാഭ്യാസത്തിലും മറ്റു സാമൂഹ്യവ്യവഹാരങ്ങളിലും അതിനുവേണ്ട നടപടികൾ ഉണ്ടാകണം."

"ഇനിയുമുണ്ട് ചില കാര്യങ്ങൾ. സാംസ്കാരികമായ മുന്നേറ്റത്തിന് അനുയോജ്യമായ പഠനബോധനരീതികൾ അതിന്റെ പൂർണ്ണരീതിയിൽ പ്രയോജനപ്പെടുത്തുന്നതിന് ഇടം നല്കുന്നതാകണം പാഠ്യപദ്ധതി. വിവിധ മേഖലകളുമായി ബന്ധപ്പെട്ടുനില്ക്കുന്ന അറിവുകളും ആചാരാനുഷ്ഠാനങ്ങളും മാത്രമല്ല അറിവുനേടുന്ന രീതികളും വിനിമയരീതികളും ഒരു രാജ്യത്തിന്റെ സംസ്കാരത്തിന്റെ ഭാഗമാണ്."

"അങ്ങനെ നോക്കുമ്പോൾ പാഠ്യപദ്ധതിയിലൂടെ കുട്ടികൾ നേടണമെന്നാഗ്രഹിക്കുന്ന ശേഷികളും അതിനു പ്രാവർത്തികമാക്കുന്ന പഠനബോധനതന്ത്രങ്ങളും നമ്മുടെ സംസ്കാരത്തെ പ്രതിഫലിക്കുന്ന ഘടകങ്ങളാണോ?"

"തീർച്ചയായും." അദ്ധ്യക്ഷൻ ഇടപെട്ട് പറഞ്ഞു.

ആശയവിനിമയം, കല, സാഹിത്യം എന്നിവയെ ബന്ധപ്പെടുത്തി അദ്ധ്യക്ഷൻ ചില ആശയങ്ങൾ മുന്നോട്ടുവച്ചു.

"സമൂഹം (Community), പൊതുജനം (Common People), ആശയവിനിമയം (Communication) എന്നീ പദങ്ങൾ തമ്മിൽ ചില പൊക്കിൾക്കൊടി ബന്ധമുണ്ട്. സമൂഹത്തിന് ചില പൊതുനന്മകളുണ്ട്. സമൂഹം അത് ഉൾക്കൊള്ളുന്നത് ആശയവിനിമയത്തിലൂടെയാണ്. സമൂഹത്തിന് ചില പൊതുലക്ഷ്യങ്ങൾ, വിശ്വാസങ്ങൾ, അറിവ്, അഭിലാഷങ്ങൾ ഒക്കെയുണ്ട്. ബൗദ്ധികവും, വൈകാരികവും, നൈപുണിപരവുമായ സംവേദനങ്ങളിലൂടെ രൂപപ്പെടുന്ന ആശയവിനിമയ രീതികളിലൂടെയാണ് ഇവയെല്ലാം ഒരാളിൽ നിന്ന് മറ്റൊരാളിലേക്ക് കടക്കുന്നത്."

വിദ്യാഭ്യാസമാണ് ആശയവിനിമയത്തിന് സന്ദർഭമൊരുക്കുന്നത്. വിദ്യാഭ്യാസത്തിലൂടെയാണ് സംസ്കാരം സംപ്രേക്ഷണം ചെയ്യപ്പെടുകയും നവീകരിക്കപ്പെടുകയും ചെയ്യുന്നത്. കലയും സാഹിത്യവും ഉൾപ്പെട്ട എല്ലാ മേഖലകളിലെയും അറിവുകളും പ്രയോഗരീതികളും സംസ്കാരത്തിന്റെ ഭാഗമാണ്. കലയും സാഹിത്യവും ആശയവിനിമയത്തിനുള്ള ഉപാധികളുമാണ്."

ഉച്ചഭക്ഷണത്തിനുള്ള വിളി വന്നിട്ടും ചർച്ച തുടർന്നു. തുടർവിളികൾ വന്നപ്പോൾ ശങ്കരൻമാഷ് ചർച്ച ക്രോഡീകരിച്ചു. ചർച്ചയുടെ തിളക്കം പങ്കാളികളുടെ മുഖത്തു കണ്ടു.

കലയും കലാകാരനും: ചിന്തകരുടെ സ്വപ്നങ്ങൾ

സൗന്ദര്യപ്രകാശനത്തിലൂടെ നേടുന്ന ആനന്ദമാണ് കലയുടെ ലക്ഷ്യമെന്ന് സിദ്ധാന്തിച്ച ധാരാളം ചിന്തകരുണ്ട്. ഇത്തരം ചിന്തകൾ വച്ചുപുലർത്തുന്നവർ സൗന്ദര്യം സംബന്ധിച്ച് രണ്ടു മൗലിക ധാരണ കൾ ഉൾക്കൊള്ളുന്നവരാണ്. പരിപൂർണ്ണതയുടെയോ കേവലാശയത്തി ന്റെയോ ആത്മാവിന്റെയോ ദൈവത്തിന്റെയോ ആവിഷ്കൃതഭാവമാണ് സൗന്ദര്യം എന്നതാണ് ഒരു ധാരണ. ഈ ധാരണ വച്ചുപുലർത്തുന്നവ രാണ് ഫിഷേ, ഹെഗൽ തുടങ്ങിയ ചിന്തകന്മാർ. വ്യക്തിപരമായ നേട്ട ത്തിനപ്പുറം കൈവരുന്ന ഒരുതരം ആനന്ദമാണ് സൗന്ദര്യം എന്നതാണ് രണ്ടാമത്തെ വീക്ഷണം. ഈ വീക്ഷണം വച്ചുപുലർത്തുന്നവർ പ്രധാന മായും ആംഗലേയ സൗന്ദര്യശാസ്ത്രചിന്തകരാണ്.

കാന്റ് (1724–1804) കലയും സൗന്ദര്യവും തമ്മിലുള്ള ബന്ധം സംബ ന്ധിച്ച് അന്നുവരെയുള്ള സിദ്ധാന്തങ്ങളിൽ നിന്നും വ്യത്യസ്തമായി ഒരു നൂതന സൗന്ദര്യശാസ്ത്രസിദ്ധാന്തത്തിന് രൂപം നല്കി. അദ്ദേഹത്തിന്റെ കാഴ്ചപ്പാടിൽ യുക്തിനിരപേക്ഷമായ, അഭിലാഷ വിയുക്തമായ ആനന്ദം പ്രദാനം ചെയ്യുന്നതെന്താണോ അതാണ് സൗന്ദര്യം. മറ്റൊരു തരത്തിൽ പറഞ്ഞാൽ ഒരു വ്യക്തിക്ക് ലഭ്യമാകുന്ന ഒരുതരം നിസ്വാർത്ഥ മായ ആനന്ദമാണ് സൗന്ദര്യം. ഇങ്ങനെ നിസ്വാർത്ഥമായ ആനന്ദത്തിനു പാധിയാകുന്ന സൗന്ദര്യമാണ് കലയുടെ ലക്ഷ്യമെന്ന് അദ്ദേഹം ചൂണ്ടി ക്കാട്ടുന്നു.

ഒരു വസ്തുവിന്റെ സൗന്ദര്യമോ വൈരൂപ്യമോ നില്ക്കുന്നത് നിരീക്ഷകന്റെ കാഴ്ചപ്പാടിലാണെന്നാണ് ഫിഷേ (1762–1814)പറയുന്ന ത്. അങ്ങനെ നോക്കുമ്പോൾ സൗന്ദര്യം സ്ഥിതിചെയ്യുന്നത് എവിടെ യാണ്? ലോകത്തിലല്ല വ്യക്തിയുടെ സുന്ദരമായ ആത്മാവിലാണ്. ആ

സുന്ദരമായ ആത്മാവിന്റെ സാക്ഷാൽക്കാരമാണ് കലയെന്ന് ഫിഷേ പറയുന്നു.

ഹെഗലിന്റെ (1770–1831) സിദ്ധാന്തപ്രകാരം പ്രകൃതിയിലും കലയിലും ഈശ്വരൻ കുടികൊള്ളുന്നത് സൗന്ദര്യത്തിന്റെ രൂപത്തിലാണ്. മതത്തോടും തത്ത്വചിന്തയോടും ചേർന്നുനിന്ന് ആത്മാവിന്റെ പരമമായ ലക്ഷ്യത്തെ സംബന്ധിച്ച് നമ്മെ ബോധവാന്മാരാക്കുന്ന ഒരുപാധിയാണ് കലയെന്ന് അദ്ദേഹം അഭിപ്രായപ്പെടുന്നു.

കേവലമായ ആശയം സ്വയം ആവിഷ്കൃതമാകുന്ന ഭാവമാണോ സൗന്ദര്യം? ആണെന്നാണ് ഹെഗലിന്റെ അനുയായിയായ റൂഗിന്റെ (1802–1880) അഭിപ്രായം. ഇങ്ങനെ ആത്മസംവേദനത്തിന്റെ ഫലമായുണ്ടാകുന്ന ആവിഷ്കാരം പൂർണ്ണമാണെങ്കിൽ അതാണ് സൗന്ദര്യം. ആവിഷ്കാരത്തിലെ അപൂർണ്ണതയെ പൂർണ്ണമാക്കുന്നതിനുള്ള തീവ്രമായ ചിന്തയുടെ ഫലമായി സർഗ്ഗാത്മക കലകൾ രൂപംകൊള്ളുന്നുവെന്ന് അദ്ദേഹം സിദ്ധാന്തിക്കുന്നു.

പരിണാമസിദ്ധാന്തം ആവിഷ്കരിച്ച ചാൾസ് ഡാർവിന്റെ (1809–1882) കാഴ്ചപ്പാടിൽ സൗന്ദര്യാനുഭൂതി മനുഷ്യനു മാത്രമുള്ളതല്ല. പക്ഷി മൃഗാദികൾക്കും സൗന്ദര്യാനുഭൂതി ലഭിക്കുന്നുണ്ട്. പക്ഷികളും മൃഗങ്ങളുമൊക്കെത്തന്നെ ഇണയുടെ സൗന്ദര്യം ആസ്വദിക്കാറുണ്ടെന്ന് അദ്ദേഹം ചൂണ്ടിക്കാട്ടുന്നു.

ഹെർബർട്ട് സ്പെൻസർ (1820–1903) കലയുടെ സ്രോതസ്സ് ജീവിത വ്യാപാരങ്ങളാണെന്ന് അഭിപ്രായപ്പെടുന്നു. മറ്റൊരുതരത്തിൽ പറഞ്ഞാൽ ക്രീഡകളാണ് കലയുടെ ഉറവിടം.

വില്യം പാറ്റൺ കെർ (1855–1923) ന്റെ അഭിപ്രായത്തിൽ ഏകത്തെയും അനേകത്തെയും നിയമത്തെയും അതിന്റെ ആവിഷ്കാരത്തെയും വസ്തുവിനെയും ആത്മാവിനെയും അവയിലുള്ള വൈരുദ്ധ്യത്തെയും ഇല്ലാതാക്കുന്നതാണ് കല.

സൗന്ദര്യശാസ്ത്രസിദ്ധാന്തങ്ങൾ വിശകലനം ചെയ്യുമ്പോൾ രണ്ടുതരം നിർവ്വചനങ്ങൾ നിലനിന്നിരുന്നതായി കാണാം. സൗന്ദര്യം എന്നത് ഈശ്വരൻ എന്ന കേവലപൂർണ്ണതയിൽ വിലയം പ്രാപിക്കുന്ന തരത്തിലുള്ളതാണ് ഒന്നാമത്തേത്. ഒന്നിലും അധിഷ്ഠിതമല്ലാത്ത നിഗൂഢവും സാങ്കല്പികവുമായ നിർവ്വചനമാണിത്.. രണ്ടാമത്തേത് സുഗ്രാഹ്യവും ആത്മനിഷ്ഠവും സൗന്ദര്യത്തെ ആനന്ദദായകമായി പരിഗണിക്കുന്നതും. ഈ ധാരണ ശരിയാണെന്ന് തോന്നാം. അങ്ങനെയെങ്കിൽ ആഹാരം, മദ്യപാനം, മൃദുസ്പർശം തുടങ്ങിയവയിൽ നിന്നും ലഭിക്കുന്ന ആനന്ദവും അതിൽ ഉൾപ്പെടുത്തേണ്ടിവരും. വിവിധ തത്ത്വശാസ്ത്രസിദ്ധാന്തങ്ങൾ പരിശോധിച്ചാൽ ഒരു കാര്യം മനസ്സിലാക്കാം. ഈ സൗന്ദര്യശാസ്ത്രത്തിന്റെ തുടക്കത്തിൽ സൗന്ദര്യത്തെക്കുറിച്ച് നിലനിന്നിരുന്ന നിർവ്വചനങ്ങൾ തത്ത്വജ്ഞാനപരമായിരുന്നു.

സൗന്ദര്യാധിഷ്ഠിതമായ കലാനിർവ്വചനം കൊണ്ട് തൃപ്തിപ്പെടുവാൻ പല കലാചിന്തകന്മാരും തയ്യാറല്ല. സൗന്ദര്യപ്രകാശനത്തിലൂടെ നേടുന്ന ആനന്ദമാണ് കലയുടെ ലക്ഷ്യമെന്ന് സിദ്ധാന്തിച്ചവരോട് എന്നും കലഹത്തിലായിരുന്നു ടോൾസ്റ്റോയി. അദ്ദേഹം ഉയർത്തുന്ന ഒരു ചോദ്യമുണ്ട്. കലയുടെ അന്തർഭാവമെന്ന് പറയുന്ന ഈ സൗന്ദര്യം എന്താണ്? അതിനെ നിങ്ങൾ എങ്ങനെ നിർവ്വചിക്കും? സൗന്ദര്യശാസ്ത്രത്തിന്റെ പിതാവെന്നറിയപ്പെടുന്ന ബോംഗാർട്ടൻ (1714–1762) സൗന്ദര്യശാസ്ത്രസിദ്ധാന്തം ആവിഷ്കരിച്ചിട്ട് കാലങ്ങൾ കഴിഞ്ഞെങ്കിലും ആയിരക്കണക്കിന് ചിന്തകന്മാർ നിരന്തരമായി ചർച്ച ചെയ്തിട്ടും സൗന്ദര്യമെന്ന പദത്തിന്റെ അർത്ഥം ഇന്നും ഉത്തരം കാണാതെ കിടക്കുന്നതായി ലിയോ ടോൾസ്റ്റോയി പറയുന്നു.

ബോംഗാർട്ടിന്റെ സിദ്ധാന്തപ്രകാരം യുക്ത്യധിഷ്ഠിതമായ അറിവിന്റെ ആധാരം സത്യവും ഇന്ദ്രിയാനുഭൂതിയുടെ ആധാരം സൗന്ദര്യവുമാണ്. ഇന്ദ്രിയാനുഭവങ്ങളിലൂടെ അനുഭൂതമാകുന്ന പൂർണ്ണതയാണ് സൗന്ദര്യം.

“സർവ്വജനങ്ങളിലും ഒന്നുപോലെ മിന്നിത്തിളങ്ങുന്ന ഐക്യത്തിന്റെയും സാഹോദര്യത്തിന്റെയും നക്ഷത്രങ്ങളെ സൃഷ്ടിക്കുക എന്നതായിരിക്കണം കലയുടെ ആത്യന്തിക ലക്ഷ്യ”മെന്ന് ടോൾസ്റ്റോയി സിദ്ധാന്തിക്കുന്നു. യഥാർത്ഥ കല അദ്ധ്വാനശീലരായ തൊഴിലാളികളുടെയും കർഷകരുടെയും പട്ടിണിപ്പാവങ്ങളുടെയും അഭിരുചിയാകണം പ്രതിഫലിക്കപ്പെടേണ്ടതെന്നും അല്ലാതെ ഉപരിവർഗ്ഗത്തിന്റെ താളത്തിനൊത്തു തുങ്ങുകയല്ല യഥാർത്ഥ കല ചെയ്യേണ്ടതെന്നും അദ്ദേഹം ഉറക്കെപ്പറയുന്നു. ടോൾസ്റ്റോയിക്കു പിന്നിൽ ധാരാളം ചിന്തകർ അണിനിരന്നു.

മേല്പറഞ്ഞ കലാചിന്തകൾ വിശകലനം ചെയ്യുമ്പോൾ വെളിവാകുന്നത് നിഗൂഢമായ ഒരു സൗന്ദര്യസങ്കല്പത്തിന്റെയോ ഈശ്വരസങ്കല്പത്തിന്റെയോ സാക്ഷാൽക്കാരമല്ല കല എന്നാണ്. അനുഭൂതിവിശേഷങ്ങളെക്കുറിച്ചും ടോൾസ്റ്റോയി നിലപാടുകൾ വ്യക്തമാക്കുന്നുണ്ട്. ഒരു കലാകാരൻ താൻ അനുഭവിക്കുന്ന അനുഭൂതിവിശേഷങ്ങളെ അതേ അനുഭൂതി ഉളവാകത്തക്കവിധം സംക്രമിപ്പിക്കുന്നു. കലയുടെ ഈ അനുഭൂതിസംക്രമണത്തിന് വിധേയരാകാനുള്ള കഴിവ് മനുഷ്യനുണ്ട്. മനുഷ്യന് ഈ കഴിവ് ഇല്ലാതിരുന്നെങ്കിലോ? സാമൂഹ്യമായ ഒത്തിണക്കമുണ്ടാകുമായിരുന്നില്ല എന്നാണ് ടോൾസ്റ്റോയി ചൂണ്ടിക്കാട്ടുന്നത്. ഒരു കലാകാരൻ താൻ അനുഭവിച്ച അനുഭൂതിവിശേഷങ്ങളെ ബാഹ്യപ്രതീകങ്ങളിലൂടെ ബോധപൂർവ്വം മറ്റുള്ളവർക്ക് പകർന്നുകൊടുക്കുകയും മറ്റുള്ളവർ അതേ അനുഭൂതികൾ ഉൾക്കൊള്ളുകയും അതിന് വിധേയരായി ത്തീരുകയും ചെയ്യുന്ന മാനസികവ്യാപാരമാണ് കലയെന്ന് ടോൾസ്റ്റോയി

സിദ്ധാന്തിക്കുന്നു. അങ്ങനെ നോക്കുമ്പോൾ വ്യക്തിയുടെയും സമൂഹത്തിന്റെയും വികാസത്തിനും നിലനില്പിനും അനുപേക്ഷണീയമായ ഒരു ഉപാധിയായി കല മാറുന്നു.

അനുഭൂതികളുടെ വിനിമയത്തിൽ ആശയതലം ഉൾച്ചേർന്നിരിക്കും. മറ്റൊരുതരത്തിൽ പറഞ്ഞാൽ ആശയവിനിമയം അനുഭൂതികളിലധിഷ്ഠിതമാണ്. കലയിൽ അവതാരകനും അനുവാചകനും തുല്യപ്രാധാന്യമാണുള്ളത്. വ്യത്യസ്തവ്യവഹാരങ്ങളിലൂടെയാണ് ആശയവിനിമയം നടക്കുന്നത്. ആശയവിനിമയം വിദ്യാദായകമാകണമെങ്കിൽ അവതാരകനും അനുവാചകനും വിശാലവും വ്യത്യസ്തങ്ങളുമായ അനുഭൂതികൾ ലഭ്യമാകണം. നിത്യകർമ്മത്തിലധിഷ്ഠിതമായ ആശയവിനിമയത്തിലേക്ക് ചുരുങ്ങിയാൽ അതിന് വിദ്യാദായസ്വഭാവം നഷ്ടപ്പെടും. വിദ്യാഭ്യാസം ആശയവിനിമയപ്രക്രിയയിലൂന്നിയ വികാസമാണ്. അതിലൂടെ ലഭിക്കുന്ന അനുഭൂതികൾ അതിൽ പങ്കെടുക്കുന്നവരുടെ ചിന്താപ്രക്രിയകളെ നവീകരിക്കുന്നു. അങ്ങനെയെങ്കിൽ വിദ്യാഭ്യാസം സർഗ്ഗാത്മകമാകുമ്പോൾ എന്തായിരിക്കും സംഭവിക്കുക?

കല ആശയവിനിമയോപാധിയാണ്. വിദ്യാഭ്യാസത്തിന്റെ അടിസ്ഥാനം കലയാകണമെന്ന് പ്ലേറ്റോ ചൂണ്ടിക്കാണിക്കുന്നു.

“മനസ്സിന് ചലനാത്മകതയും ശരീരത്തിന് കല്ലറയും സൃഷ്ടിക്കുന്ന വിദ്യാഭ്യാസമാണ് സൗന്ദര്യാത്മകവിദ്യാഭ്യാസ”മെന്ന് പ്ലേറ്റോ പറയുന്നു.

ജീവിതത്തെ ഇണക്കിച്ചേർക്കുന്ന അനുഭവരൂപമാണ് കല. ഒരാൾ ജീവിച്ചിരിക്കുന്നുവെന്ന് തിരിച്ചറിയാൻ സഹായിക്കുന്നത് കലയാണ്. വിചാരശക്തി ഉറക്കമുണരുന്ന കുട്ടിക്കാലത്ത് കലയ്ക്ക് കുട്ടിയിൽ നിറഞ്ഞു പ്രവർത്തിക്കുവാനാകും. വിചാരശക്തി ഉണർന്നെഴുന്നേല്ക്കുമ്പോൾ കല കുട്ടിക്ക് ഒരു പാത ഒരുക്കിയിരിക്കും. കലയിലൂടെ കുട്ടിക്ക് കൈമാറിക്കിട്ടിയ സാരവത്തായ കഴിവുകൾ യൗവനത്തിലെത്തുമ്പോൾ അറിയപ്പെടുന്ന കലാകാരൻ അല്ലെങ്കിൽ കലാകാരിയായി വളർത്തും. അവരെ സമൂഹം വരവേല്ക്കും.

സർഗ്ഗാത്മകതയിലധിഷ്ഠിതമായ മാനസികപ്രകോപനങ്ങളുടെയും വികാരങ്ങളുടെയും പ്രതിഫലനമാണ് കല. വികാരത്തിന്റെയും വിചാരത്തിന്റെയും ഉന്നതിയിൽ അത് ഒരാളെ എത്തിക്കും. കല മനുഷ്യന്റെ സർഗ്ഗാത്മകത്വരയാണ്. വ്യത്യസ്ത രൂപങ്ങളിൽ അത് പ്രകാശിതമാക്കാൻ കലാകാരൻ ശ്രമിക്കും. അതിലൂടെ സ്വയം പ്രകാശനത്തിനും സ്വയം സഫലീകരണത്തിനുമുള്ള വഴികൾ തേടും. അത് കലാകാരന് ആത്മസംതൃപ്തിക്ക് അവസരം നല്കും.

കലാകാരൻ തന്റെ സൃഷ്ടികളിലൂടെ തനിക്കു മാത്രമല്ല സന്തോഷം കൊണ്ടുവരുന്നത്. അദ്ദേഹത്തിന്റെ സൃഷ്ടികൾ കാണുന്നവർക്കും കേൾക്കുന്നവർക്കും മാനസിക സന്തോഷം ഉണ്ടാകുന്നു. മനുഷ്യജീവി

തത്തിന്റെ പൂർണ്ണത കൈവരിക്കുവാൻ കലാസൃഷ്ടികൾ വ്യക്തിയെയും സമൂഹത്തെയും പ്രാപ്തനാക്കും. അസംതൃപ്തിയിൽ നിന്നും മോചിപ്പിച്ച് ആത്മസാക്ഷാൽക്കാരത്തിന്റെ പാത തെളിയിക്കുവാൻ കലയ്ക്ക് കഴിയും.

സൃഷ്ടിപരതയുടെ പ്രക്രിയകളാണ് കലയിൽ കുടികൊള്ളുന്നത്. കുട്ടികളിലും കുടികൊള്ളുന്നത് സൃഷ്ടിപരതയുടെ പ്രക്രിയകൾ തന്നെ. അതുകൊണ്ടാണ് പാബ്ലോ പിക്കാസോ പറഞ്ഞത് “ഓരോ കുട്ടിയും ഒരു കലാകാരനാണെ”ന്ന്. അദ്ദേഹം ഒരു കാര്യംകൂടി കൂട്ടിച്ചേർത്തു.

“നിങ്ങൾ വളരുമ്പോൾ ഒരു കലാകാരനായി നിലകൊള്ളുന്നതിലാണ് പ്രശ്നം.”

“സൃഷ്ടിപരത സാംക്രമികമാണെന്നും കുട്ടികളിൽ അത് പടർന്നുപിടിക്കുന്നതിന് സാഹചര്യം ഒരുക്കണെ”മെന്നും ഐൻസ്റ്റീൻ പറയുന്നു.

ഉല്പാദനപരമായ പഠനത്തിന്റെ അടിസ്ഥാനം കലയാണ്. വിദ്യാഭ്യാസത്തിൽ കലാരൂപങ്ങൾ കടന്നുവരുമ്പോൾ കുട്ടിക്ക് തന്റെ സർഗ്ഗാത്മക കഴിവുകളെ തിരിച്ചറിയുന്നതിനും ഭാവിയിൽ ലളിതവും ഉദ്ഗ്രഥിതവുമായ വ്യക്തിപ്രഭാവത്തിലേക്ക് നടന്നുകയറുന്നതിനും അതുവഴി ആത്മസാക്ഷാൽക്കാരം കൈവരിക്കുന്നതിനുമുള്ള സാഹചര്യം സൃഷ്ടിക്കപ്പെടുകയും ചെയ്യുന്നു. “ഉല്ലേഖനം ചെയ്യലല്ല തൊട്ടുണർത്തലാണ് കലയുടെ യഥാർത്ഥ തത്ത്വ”മെന്ന് ജെറി കൊസിൻകി പറഞ്ഞതും അതുകൊണ്ടാണ്. സമഗ്രവികസനം എന്ന വിദ്യാഭ്യാസത്തിന്റെ വിശാലമായ ലക്ഷ്യം തിരിച്ചറിയാൻ നമ്മെ പ്രേരിപ്പിക്കുന്ന ഘടകം കല തന്നെയാണ്.

പ്രശ്നങ്ങളെ നിരന്തരം അന്വേഷിക്കുന്നവനും അതിന് പരിഹാരം കാണുന്നവനുമാണ് കലാകാരൻ. സർഗ്ഗാത്മകത അതിനുള്ള ധൈര്യം കലാകാരന് നല്കുമെന്ന് ഹെൻറി മറ്റിസെ പറയുന്നു. സർഗ്ഗാത്മകതയുടെ ഉറവിടം ഭാവനയാണ്. ഭാവനയാണ് എല്ലാമെന്ന് ഐൻസ്റ്റീൻ പറയുന്നു. ബുദ്ധിയുടെ യഥാർത്ഥ അടയാളം അറിവല്ല ഭാവന തന്നെയാണെന്ന് ഐൻസ്റ്റീൻ നിലപാടെടുക്കുന്നത് കേൾക്കൂ.

“അറിവിനെക്കാൾ പ്രാധാന്യം ഭാവനയ്ക്കാണ്. അറിവിന് പരിമിതിയുണ്ട്. ഭാവന പ്രപഞ്ചത്തെ മുകരുന്നു.”

ഭാവനയും യാഥാർത്ഥ്യവും തമ്മിലുള്ള പൊരുത്തത്തെക്കുറിച്ച് പലരും ചർച്ച ചെയ്യാറുണ്ട്. ഭാവനയും യാഥാർത്ഥ്യവും തമ്മിൽ വലിയ അന്തരമുണ്ടെന്ന് പലരും വാദിക്കുമ്പോൾ പിക്കാസോ അവ തമ്മിൽ പൊരുത്തമുണ്ടെന്ന് സ്ഥാപിക്കുന്നു. “നിങ്ങൾക്ക് ഭാവന ചെയ്യാൻ കഴിയുന്നതെല്ലാം യാഥാർത്ഥ്യങ്ങളാണെ'ന്ന് പിക്കാസോ പറയുന്നു.

ശാസ്ത്രജ്ഞന്മാരും കലാകാരന്മാരുമെല്ലാം ഭാവനാധനന്മാരാണ്. ശാസ്ത്രകാരന്മാർ തെളിവുകളുടെ അടിസ്ഥാനത്തിൽ ഭാവനയിൽ

ഏർപ്പെടുന്നു. ഭാവനയിൽ കണ്ട കാര്യങ്ങൾ യാഥാർത്ഥ്യങ്ങളാണെന്ന് പിന്നീട് തെളിയുന്നു. ആറ്റത്തിന്റെ ഘടനയെക്കുറിച്ചുള്ള ചരിത്രം പരിശോധിച്ചാൽ സൂക്ഷ്മപ്രപഞ്ചത്തെക്കുറിച്ചുള്ള ഭാവനയുടെ ലോകം ശരിക്ക് മനസ്സിലാക്കുവാൻ കഴിയും. അനുഭവങ്ങളുടെയും അനുഭൂതികളുടെയും പ്രത്യാശയുടെയും തലങ്ങളിൽ നിന്നാണ് കലാകാരൻ ഭാവന നെയ്യാറുള്ളത്.

അജ്ഞേയമായ ഒന്നിനെക്കുറിച്ച് ഭാവന ചെയ്യുക എന്നത് ഏറ്റവും സുന്ദരമായ അനുഭവമാണ്. അത്തരമൊരനുഭവം ''യഥാർത്ഥ ശാസ്ത്രവും യഥാർത്ഥ കലയും പിറവി കൊള്ളുന്നിടത്ത് നിലകൊള്ളുന്ന അടിസ്ഥാന മനോവികാരമാണെ"ന്ന് ഐൻസ്റ്റീൻചൂണ്ടിക്കാണിക്കുന്നു. പ്രകാശമില്ലെങ്കിൽ പ്രകൃതിയിലുള്ളതെല്ലാം ഇരുണ്ടതാണ്. അതുകൊണ്ടാണ് ലിയോനാർഡോ ഡാവിഞ്ചി പറഞ്ഞത് "ഒരു ചിത്രകാരൻ ക്യാൻവാസിൽ കറുപ്പ് പൂശിത്തുടങ്ങണ"മെന്ന്. "എന്തെന്നാൽ പ്രകാശം വെളിച്ചത്തു കൊണ്ടുവരുന്നതുവരെ പ്രപഞ്ചത്തിലെ എല്ലാ വസ്തുക്കളും ഇരുണ്ടതായി നിലകൊള്ളും."

ഇരുണ്ടതായ അല്ലെങ്കിൽ അജ്ഞേയമായ ഒന്നിന്റെ മേൽ പതിക്കുന്ന പ്രകാശമാണ് അറിവ്. അറിവ് സത്യത്തെ തെളിച്ചുകാണിക്കുന്നു. ആ സത്യം കലയായും ശാസ്ത്രമായും നിലകൊള്ളുന്നു. ശാസ്ത്രം സത്യത്തെക്കുറിച്ചുള്ള യാഥാർത്ഥ്യങ്ങൾ നേരിട്ട് നമ്മെ ബോദ്ധ്യപ്പെടുത്തുന്നുവെന്ന് ശാസ്ത്രകാരന്മാർ പറയുന്നു. "യഥാർത്ഥസത്യം തിരിച്ചറിയുന്നതിലേക്ക് നമ്മെ നയിക്കുന്ന അസത്യമാണ് കല"യെന്ന് പിക്കാസോയും നമ്മോടു പറയുന്നു. ശാസ്ത്രകാരന്മാരുടെയും കലാകാരന്മാരുടെയും ലക്ഷ്യം ഒന്നുതന്നെ. മാനവനെ വിശ്വമാനവനാക്കുക.

ശാസ്ത്രലോകത്തും കലാരംഗത്തും തെറ്റുകൾ വരാം. 'തെറ്റുകൾ നിങ്ങൾ പരിശ്രമിക്കുന്നതിന്റെ തെളിവുകളാ'ണെന്ന് തോറെ നമ്മെ ഓർമ്മപ്പെടുത്തുന്നു. "നിങ്ങൾ നോക്കുന്നതിലല്ല കാര്യം പിന്നെയോ നിങ്ങൾ കാണുന്നതിലാണ് കാര്യ"മെന്നും തോറ പറയുന്നു. "നിങ്ങൾ കാണുന്നതല്ല കലയെന്നും മറ്റുള്ളവരെ കാണാൻ സജ്ജമാക്കുന്നതെന്താണോ അതാണ് കല"യെന്ന് എഡ്ഗസ് ഡിഗാസും പറയുന്നു. "നമ്മുടെ നിത്യജീവിതത്തിൽ നമ്മുടെ മനസ്സിലേക്ക് കയറിക്കൂടുന്ന അഴുക്കുകളെ കഴുകിക്കളയുന്നതെന്തോ അതാണ് കല"യെന്ന് പിക്കാസോ പറയുമ്പോൾ ഒരു കലാകാരന്റെ കർത്തവ്യമെന്തായിരിക്കണമെന്ന് അദ്ദേഹം നമ്മെ ഓർമ്മപ്പെടുത്തുകയാണ്.

വസ്തുക്കളുടെ ബാഹ്യഭാവങ്ങളും ആന്തരികഭാവങ്ങളും ശാസ്ത്രം വെളിപ്പെടുത്തുന്നുണ്ട്. ഒരു വസ്തുവിന്റെ ആന്തരികവും ബാഹ്യവുമായ കാഴ്ചകളുടെ അർത്ഥതലങ്ങൾ വ്യാഖ്യാനിച്ചുകൊണ്ട് ശാസ്ത്രകാരന്മാരും കലാകാരന്മാരും നമ്മുടെ ബോധമനസ്സിനെ നവീകരിക്കുന്നു.

ബാഹ്യവും ആന്തരികവുമായ സവിശേഷതകളെക്കുറിച്ച് അരിസ്റ്റോട്ടിലിന്റെ കാഴ്ചപ്പാട് നമുക്ക് നോക്കാം.

"കല ബാഹ്യഭാവങ്ങളല്ല ലക്ഷ്യം വയ്ക്കേണ്ടത് മറിച്ച് ആന്തരികമായ പൊരുളിനെയാണ് പ്രതിനിധാനം ചെയ്യേണ്ടതെ"ന്ന് അരിസ്റ്റോട്ടിൽ പറയുന്നു. കുർട്ട് വോണെഗട്ട് ചില കാര്യങ്ങൾ കൂടി കൂട്ടിച്ചേർക്കുന്നുണ്ട്. "കല നല്ലതോ പരിമിതികളോടുകൂടിയതോ ആകട്ടെ, കല നിങ്ങൾ പതിവായി അഭ്യസിക്കുന്നത് നിങ്ങളുടെ ആന്തരിക ചോദനയെ നിരന്തരം തൊട്ടുണർത്തി വളർത്തും. അതുകൊണ്ട് കലാഭ്യാസം തുടരുക" എന്നാണദ്ദേഹം രേഖപ്പെടുത്തുന്നത്.

"ശാസ്ത്രവും കലയും ഹൃദയവും ശ്വാസകോശവുംപോലെ ബന്ധപ്പെട്ടിരിക്കുന്നു''വെന്ന് ടോൾസ്റ്റോയി ചൂണ്ടിക്കാണിക്കുന്നു. ഇവയിൽ ഏതെങ്കിലുമൊന്ന് ജീർണിച്ചാൽ എന്തായിരിക്കും സംഭവിക്കുക? യഥാർത്ഥത്തിൽ ശാസ്ത്രം ചെയ്യുന്നത് എന്താണ്? ശാസ്ത്രം സത്യങ്ങളും അറിവുകളും അന്വേഷണത്തിലൂടെ കണ്ടെത്തുന്നു. കല ചെയ്യുന്നതോ? ഈ സത്യങ്ങളെ അറിവിന്റെ മണ്ഡലങ്ങളിൽ നിന്നും അനുഭൂതിയുടെ മണ്ഡലത്തിലേക്ക് സംക്രമിപ്പിക്കുന്നു. അതുകൊണ്ട് ശാസ്ത്രം തെരഞ്ഞെടുക്കുന്ന വഴികൾ പിഴച്ചാൽ കലയുടെ വഴികളും പിഴയ്ക്കുമെന്ന് ടോൾസ്റ്റോയി പറയുന്നു. അനുഭൂതികൾ ശാസ്ത്രം പ്രദാനം ചെയ്യുന്ന അടിത്തറയിലാണ് വളരുന്നത്.

പ്രശ്നങ്ങളെ നിരന്തരം അന്വേഷിക്കുകയും അതിന് പരിഹാരം കാണുകയും ചെയ്യുന്നവരാണ് കലാകാരന്മാർ. "മനുഷ്യന്റെ ഇരുൾ മൂടിയ ഹൃദയത്തിലേക്ക് ഞാൻ വെളിച്ചം എത്തിക്കുന്നു. അതാകണം ഒരു കലാകാരന്റെ കർത്തവ്യ"മെന്ന് സാച്ചുമാൻ അഭിപ്രായപ്പെടുന്നു. "എനിക്കെന്റെ കലയിലൂടെ മനുഷ്യരുടെ ഹൃദയങ്ങളിൽ തൊടണം. ആഴത്തിൽ മൃദുവായി എനിക്ക് അത് അനുഭവവേദ്യമാകുന്നുവെന്ന് അവരെന്നോട് പറയണം." വാൻഗോഗിന്റെ ചിന്തകൾ അങ്ങനെയായിരുന്നു. ഇത് കാണിക്കുന്നത് എന്താണ്? കലാകാരന്റെ ചിന്തകളെയും പ്രവർത്തനങ്ങളെയും കല സ്വാധീനിക്കുമ്പോൾത്തന്നെ അത് പ്രേക്ഷകരെയും സ്വാധീനിക്കുന്നു.

കലയ്ക്ക് പ്രേക്ഷകൻ നല്കുന്ന അംഗീകാരം അയാളുടെ ആസ്വാദന ശേഷിയെ ആശ്രയിച്ചിരിക്കുന്നു. കലയിലൂടെ കലാകാരൻ പ്രകടിപ്പിക്കുന്ന ആശയം പ്രേക്ഷകരെ വിപരീതരീതികളിൽ സ്വാധീനിക്കുന്നു. നിരന്തരമായോ ഭാഗികമായോ വ്യക്തി നേരിടുന്ന പ്രശ്നങ്ങളോ അനുഭവങ്ങളോ കലയുടെ ആശയത്തിലുണ്ടാകുമ്പോൾ വളരെ വൈകാരികമായി പ്രേക്ഷകൻ അതേറ്റെടുക്കാം. ആശയവും അവതരണരീതിയും പ്രേക്ഷകന്റെ വിചാരമാതൃകയെത്തന്നെ മാറ്റിമറിക്കാം. അതുകൊണ്ടാണ് കലയ്ക്ക് മാനസികാരോഗ്യം പ്രദാനം ചെയ്യുന്നതിനുള്ള മാസ്മരിക

ശക്തിയുണ്ടെന്ന് മനഃശാസ്ത്രജ്ഞന്മാർ ചൂണ്ടിക്കാണിക്കുന്നത്. മനോവിശ്ലേഷണത്തിലാണ് മാനസികാരോഗ്യം കുടികൊള്ളുന്നത്. വിരേചനത്തിലൂടെ ചിന്തകളെ ഉദാത്തവല്ക്കരിക്കുന്ന പ്രക്രിയകൾ കലയിൽ അന്തർല്ലീനമാണ്. കല അതിജീവനത്തിനുള്ള മാർഗ്ഗമായി പരിണമിക്കുന്നത് അതിൽ അന്തർല്ലീനമായ വിരേചനപ്രക്രിയകളും ഉദാത്തവല്ക്കരണ സവിശേഷതകളുമാണ്. കലാകാരൻ സൃഷ്ടിച്ച ലോകത്തിലെ ഭാഗമായും ഒരു സഹസൃഷ്ടാവായും പ്രേക്ഷകർ മാറാം. അയാളിലെ കലാകാരനെ സ്വയം കണ്ടെത്തുന്നതിലേക്കും അത് കടക്കാം.

വിശ്വപ്രസിദ്ധ കലാകാരന്മാരുടെ ചിന്തകൾ വിരൽചൂണ്ടുന്നത് കലാവിദ്യാഭ്യാസത്തിന്റെ അനിവാര്യതയാണ്. അത് കുഞ്ഞുന്നാളിൽത്തന്നെ തുടങ്ങണം. കുട്ടികളുടെ സമഗ്രവികസനത്തിന് അത് അത്യന്താപേക്ഷിതമാണ്.

"കല കുട്ടിയെ ചിന്തിപ്പിക്കുവാൻ പ്രോത്സാഹിപ്പിക്കുന്നു"വെന്ന് മേരി ആൻ കോൾ അഭിപ്രായപ്പെടുന്നു. "വളരുമ്പോൾ ഇതവരുടെ നൈപുണികളെയും ആത്മവിശ്വാസത്തെയും വികസിപ്പിക്കു"മെന്ന് അവർ ചൂണ്ടിക്കാണിക്കുന്നു.

ഒരു വ്യക്തിക്ക് കടലാസിലൂടെയോ, എഴുത്തിലൂടെയോ, അടയാളങ്ങളിലൂടെയോ, മുദ്രകളിലൂടെയോ ഒക്കെ തന്റെ ആശയങ്ങൾ പ്രകടിപ്പിക്കാം. ഇങ്ങനെ പ്രകടിപ്പിക്കുന്നതെന്തും കലയാകാം. ആശയപ്രകടനരീതി അയാളുടെ സർഗ്ഗാത്മകചിന്തകൾ അല്ലെങ്കിൽ സൃഷ്ടിപരതയ്ക്ക് അനുസരിച്ചായിരിക്കും. കുട്ടികൾ ജന്മനാതന്നെ സർഗ്ഗശേഷിയുള്ളവരാണ്. അവരുടെ സൃഷ്ടിപരത അതിന്റെ അന്തർല്ലീനശക്തിയുടെ പൂർണ്ണ അളവിൽ വിടരാൻ അനുവദിക്കുക എന്നത് നമ്മുടെ കടമയാണ്. ഇതിനുള്ള സ്വാതന്ത്ര്യവും സാമഗ്രികളും ഇടവുമൊക്കെ നമ്മൾ അവർക്ക് നല്കണം. കുട്ടികളുടെ സർഗ്ഗശേഷിയുടെ വളർച്ച സംബന്ധിച്ച് നമ്മൾ ഏറ്റെടുക്കേണ്ട പ്രവർത്തനങ്ങളെക്കുറിച്ച് ലോറിസ് മലാകുസി വിവരിക്കുന്നുണ്ട്. "കുട്ടികളെ അവരുടെ പ്രതിഭയുടെ ഉന്നതശൃംഗങ്ങളിൽ എത്തിച്ചേരുന്നതിന് നമ്മൾ സഹായിക്കുക. അതിനപ്പുറം ഒരാളിനും എത്തിപ്പറ്റുവാൻ കഴിയാത്ത ഇടം വരെ."

അദ്ധ്യാപനം ഒരു കലയാണ്. ഒരു ടീച്ചറുടെ പരമോന്നതമായ കല എന്നത് സർഗ്ഗാത്മകപ്രകടനങ്ങളിലും അറിവിന്റെ നിർമ്മാണപ്രക്രിയകളിലും കുട്ടികളിൽ ഉല്ലാസം ഉണർത്തുക എന്നതാണ്. "ആഹാരം പോലെ ജീവനപരവും സൂര്യപ്രകാശംപോലെ സ്വാഭാവികവുമായ കലയാണ് അദ്ധ്യാപനം." മേരി ആൻ പറയുന്നു.

"ഓരോന്നിനും അതിന്റേതായ സൗന്ദര്യമുണ്ട്. പക്ഷേ, എല്ലാവർക്കും അത് കാണാവുന്നതല്ല" എന്ന് ആൻഡിവാർഹോൾ ചൂണ്ടിക്കാട്ടുന്നു. ഓരോന്നിലും കുടികൊള്ളുന്ന സൗന്ദര്യത്തെ ദർശിക്കാൻ കുട്ടികളെ

പ്രാപ്തരാക്കുക എന്നത് അദ്ധ്യാപനകലയുടെ പരിഗണനയിൽ വരേണ്ടതുണ്ട്.

കുട്ടികളുടെ സൃഷ്ടിപരതയുടെ തുടക്കം വീട്ടിൽ നിന്നാണ്. അതുകൊണ്ട് കുട്ടിയുടെ അത്തരം ഭാവങ്ങൾക്ക് പരിപോഷണം വീട്ടിൽ നിന്നും ലഭിക്കേണ്ടതുണ്ട്. ഈ സർഗ്ഗാത്മക ചിന്തകളാണ് ജീവിതാവസാനംവരെ നീണ്ടുനില്ക്കുന്നത്. "നമ്മുടെ കുട്ടികളുടെ ഭാവിയിലേക്കുള്ള ചാവിയാണ് സൃഷ്ടിപരത. സർഗ്ഗാത്മകചിന്തകളും ആത്മവിശ്വാസവുമുള്ളവരാക്കി നിശ്ചയദാർഢ്യത്തോടെ നിശ്ചിതലക്ഷ്യം കൈവരിക്കുന്നതിനുവേണ്ടി പ്രവർത്തിക്കുന്ന സംഘപ്രവർത്തകരായ പ്രശ്നപരിഹാരികളായി കുട്ടികളെ മാറ്റിയെടുക്കുന്നതിന് കലകൾക്കാകു"മെന്ന് യു എസ് വിദ്യാഭ്യാസ സെക്രട്ടറിയായിരുന്ന ആനെ ഡൻകൻ റിപ്പോർട്ടു ചെയ്യുന്നു. "എല്ലാ കുട്ടികളിലും സർഗ്ഗാത്മകചിന്തകളുണ്ട്. അതുകൊണ്ട് കലാവിദ്യാഭ്യാസം വിദ്യാഭ്യാസത്തിന്റെ ഭാഗമായി മാറണ"മെന്ന് കെറി വാഷിങ്ടൺ വാദിക്കുന്നു. "എന്തുകൊണ്ടെന്നാൽ അത് എല്ലാവർക്കുംവേണ്ടി പ്രവർത്തിക്കുന്നു."

വിഷയാധിഷ്ഠിതവും സമയബന്ധിതവുമായ പാഠ്യപദ്ധതി ബൗദ്ധികവ്യവസ്ഥകൾക്കനുസരിച്ചാണ് വിനിമയം ചെയ്യുന്നത്. ഇത് പലപ്പോഴും കുട്ടിയുടെ മാനസികവും സാമൂഹികവുമായ ഘടകങ്ങളെയോ കുട്ടിയുടെ ആവശ്യങ്ങളെയോ പരിഗണിക്കുന്നില്ല. കുട്ടിയുടെ ഭൗതികവും വൈകാരികവും സാമൂഹികവും ധാർമ്മികവുമായ മേഖലകൾക്ക് പരിമിതമായ പരിപോഷണം മാത്രമേ അതുവഴി ലഭിക്കുന്നുള്ളൂ. ഈ ഒരു സാഹചര്യത്തിലാണ് കലയെ വിനിമയതന്ത്രമായി പരിഗണിക്കുന്നതു കൊണ്ടുള്ള മെച്ചങ്ങൾ കണ്ടെത്തുവാനാകുന്നത്. സർഗ്ഗാത്മകത മാത്രമല്ല വിവിധ കലാപ്രവർത്തനങ്ങൾക്കാവശ്യമായ സാമഗ്രികൾ, കടലാസ്, പെൻസിൽ, നിറങ്ങൾ തുടങ്ങിയവയെല്ലാം തരപ്പെടുത്തുന്നതിനുള്ള കഴിവും കുട്ടികളിൽ കാണാവുന്നതാണ്. ചുറ്റുപാടുകളെക്കുറിച്ചുള്ള കുട്ടിയുടെ അവബോധം, കുട്ടിയും ചുറ്റുപാടും തമ്മിലുള്ള സമ്പർക്കം, നിർദ്ദേശങ്ങൾ അനുസരിക്കുന്ന രീതികൾ, ഉത്തരവാദിത്വങ്ങൾ ഏറ്റെടുക്കുന്നതിനുള്ള സന്നദ്ധത, സംഘാടനരീതി, കുട്ടികൾ തമ്മിലുള്ള പരസ്പരബന്ധം തുടങ്ങിയവയും കലാപ്രവർത്തനങ്ങളിൽ ഏർപ്പെടുന്ന കുട്ടികളിൽ നമുക്ക് നിരീക്ഷിക്കുവാൻ കഴിയും.

എല്ലാ സംസ്കാരങ്ങളിലുമുള്ള ജനങ്ങൾ എക്കാലത്തും അവരുടെ നിലനില്പുമായി ബന്ധപ്പെട്ട ധാരാളം ചോദ്യങ്ങൾ ചോദിക്കാറുണ്ട്. അതിനുള്ള ഉത്തരവും അവർ തേടാറുണ്ട്. ഇങ്ങനെ അന്വേഷിച്ചറിയുന്ന അറിവുകളും ഉൾക്കാഴ്ചകളും പങ്കുവയ്ക്കുന്നതിനുള്ള മാർഗ്ഗങ്ങളും ഓരോ സംസ്കാരവും വികസിപ്പിച്ചെടുക്കാറുണ്ട്. ആശയവിനിമയത്തിനുള്ള അടിസ്ഥാനഘടകങ്ങളാണ് വാക്കുകളും ചലനങ്ങളും സ്പർശനവും ശബ്ദങ്ങളും ബിംബങ്ങളും താളക്രമങ്ങളും ചിത്രങ്ങളുമൊക്കെ.

സാംസ്കാരികമായ ഉൾക്കാഴ്ചകൾ വിനിമയം ചെയ്യുന്നതിനും പ്രേക്ഷകമനസ്സുകളിൽ പ്രതികരണങ്ങൾക്കുള്ള വാതിലുകൾ തുറക്കുന്നതിനും പ്രയോജനപ്പെടുത്തുന്ന പ്രകടിതരൂപങ്ങളാണ് കലകൾ. ചരിത്രം പരിശോധിച്ചാൽ കലയുടെ പലതരത്തിലുള്ള പ്രകടിതരൂപങ്ങൾ കാണുവാനാകും.

ഡാൻസ്, സംഗീതം, നാടകം, കവിത എന്നിങ്ങനെ പല രൂപങ്ങളിൽ ലോകത്തെമ്പാടും ഉപയോഗിക്കുന്നെങ്കിലും അവയുടെ ആന്തരികാർത്ഥം പല സംസ്കാരങ്ങളിൽ പലതായിരിക്കും. കലാരൂപങ്ങളെ പല ഇനങ്ങളായോ വർഗ്ഗങ്ങളായോ തരംതിരിച്ചുകാണുന്നുണ്ട്. നാടകം, സംഗീതം, ഡാൻസ്, ചിത്രരചന തുടങ്ങിയ പ്രകടനകലകൾ, സാഹിത്യരൂപങ്ങൾ, കരകൗശലം, ചിത്രപ്പണി, ഡിജിറ്റൽ ടെക്നോളജി അധിഷ്ഠിത കലകൾ, കഥാകഥനം, പൈതൃകകേന്ദ്രങ്ങൾ, ദൃശ്യകലകൾ, ചലച്ചിത്രം, മാധ്യമകല, ഫോട്ടോഗ്രാഫി എന്നിങ്ങനെ പലരൂപങ്ങളിൽ അവ വർഗ്ഗീകരിച്ചു കാണുന്നു.

കല പടിപടിയായി പഠിതാവിന്റെ മുന്നിലെത്തണം കലാനുഷ്ടാനങ്ങളിലൂടെ, അനുഭവങ്ങളിലൂടെ കലയുടെ ഓരോ സൂക്ഷ്മഘട്ടങ്ങളും അതിലെ പ്രക്രിയകളും അനുഭവവേദ്യമാകണം. കലയുടെയും ഉല്പന്നത്തിന്റെയും മൂല്യങ്ങൾ നിലനിർത്തിക്കൊണ്ടാകണം കല പഠിതാവിന്റെ മുന്നിലെത്തേണ്ടത്.

പല കലാരൂപങ്ങളെയും ഒരു വിജ്ഞാനശാഖയിൽ പരിമിതപ്പെടുത്താനാകില്ല. അതുകൊണ്ട് കലയുടെ പരസ്പര ശിക്ഷണപരമായ ഘടകങ്ങൾ, അവ തമ്മിലുള്ള സാദൃശ്യം എന്നിവയ്ക്ക് ഊന്നൽ നല്കേണ്ടി വരും.

ഇന്ത്യൻ തത്ത്വശാസ്ത്രം

കലയുമായി ബന്ധപ്പെട്ട ഇന്ത്യൻ തത്വസംഹിതകളുടെ ഉള്ളറകളെ തേടിയുള്ള ചർച്ചയ്ക്ക് തുടക്കമിട്ടത് ശങ്കരൻ മാഷായിരുന്നു.

പുരാതന ഭാരതീയ തത്വസംഹിതയായ പുരുഷാർത്ഥങ്ങളിൽ നിന്നായിരുന്നു തുടക്കം.

"പുരാതന തത്ത്വശാസ്ത്രങ്ങളിലെ നാല് പുരുഷാർത്ഥങ്ങളിലൊന്നായ 'കാമ'ത്തിൽ നിന്നാണ് കലാപ്രവർത്തനങ്ങൾ ഉത്ഭവിക്കുന്നതെന്ന് പുരാതനചിന്തകർ പറയുന്നു. ഈ പുരുഷാർത്ഥങ്ങളിൽ പരമമായത് 'മോക്ഷം' അല്ലെങ്കിൽ അജ്ഞതയിൽനിന്നും അന്ധകാരത്തിൽനിന്നും ബൗദ്ധികവും ആത്മീയവുമായ മോചനമാണ്."

"എന്നുവച്ചാൽ കലയുടെ ഏറ്റവും പ്രധാനപ്പെട്ട ധർമ്മം അജ്ഞേയമായവ ജ്ഞാതമാക്കുകയും ഇരുട്ടിനെ വെളിച്ചമാക്കുകയും ചെയ്യുക എന്നല്ലേ?" കൂട്ടത്തിൽ ആരോ ചോദിച്ചു.

"ശരിയാണ്. കലകൾ പ്രവർത്തനങ്ങളിൽ അധിഷ്ഠിതമാണ്. ഇന്ദ്രിയാനുഭൂതികൾക്കും ആത്മീയാനുഭൂതികൾക്കും മീതെ വ്യക്തിയും പ്രപഞ്ചവും തമ്മിലുള്ള ഒരുമ അനുഭവവേദ്യമാക്കുക എന്നതാണ് കലയുടെ പ്രധാന ധർമ്മമായി പ്രാചീന തത്ത്വസംഹിതകൾ ചൂണ്ടിക്കാണിക്കുന്നത്." വ്യക്തിയും പ്രപഞ്ചവും തമ്മിലുള്ള ഏകത്വം അനുഭവവേദ്യമാകുമ്പോൾ മനസ്സും ആത്മാവും അജ്ഞതയിൽ നിന്നും അന്ധകാരത്തിൽ നിന്നും മോചനം നേടും." മാഷ് പറഞ്ഞു.

"ഒരു കലാകാരന്റെ സ്വന്തം ഭാവനകൾ ചിത്രരചന, സംഗീതം, നൃത്തം, ശില്പകല തുടങ്ങിയവയിലൂടെ പ്രകടമാകുന്നു, അത് സാമൂഹ്യപ്രസക്തമാകുന്നത് എപ്പോഴാണ്?"

"എനിക്ക് തോന്നുന്നത് കല മനുഷ്യന്റെ വിവിധ അവസ്ഥകളെ

നേരിട്ടോ അല്ലാതെയോ വിഷയീകരിക്കുമ്പോഴാണ് അത് സാമൂഹ്യപ്രസക്തമാകുന്നത് എന്നാണ്." മാഷ് ചൂണ്ടിക്കാട്ടി.

മൂലദ്രവ്യമായ ഒരു പ്രഭാവശക്തി എല്ലാ കലാകാരന്മാരിലുമുണ്ട്. ജന്മനാ രൂപപ്പെടുന്ന പ്രതിഭാവൈശിഷ്ട്യം. ആദ്യമത് ഒറു ചെറിയ അളവിലായിരിക്കാം ഉണ്ടാവുക. അത് പിന്നീട് ഒരു നീരോട്ടമായോ തീപ്പൊരിയായോ മാറാം. അത് പിന്നെ ഇളം കാറ്റായോ കാട്ടുത്‌യായോ മാറും. അറിവും കഴിവും സാമൂഹ്യബോധവും പ്രാപഞ്ചികബോധവും കലാചര്യകളും വികസിക്കുന്ന മുറയ്ക്കാണ് കലാകാരന്റെ മനസ്സിൽ കുടികൊള്ളുന്ന ആ പ്രഭാവശക്തി വിവിധ രൂപങ്ങൾ പ്രാപിക്കുന്നത്. കലകൾ ഒരു സാമൂഹ്യക്രമത്തെ അതിന്റെ ഏറ്റവും അർഹിക്കുന്ന തലത്തിൽ പ്രതിഫലിപ്പിക്കുന്നു. അങ്ങനെ നോക്കുമ്പോൾ ഒരു സാമൂഹ്യക്രമത്തെ രൂപപ്പെടുത്തുന്ന സംസ്കാരത്തിന്റെ ആന്തരിക പ്രവണതകളുടെ ബാഹ്യപ്രകടനങ്ങളാണ് കലകളെന്ന് കാണുവാൻ കഴിയും. മറ്റൊരുതരത്തിൽ പറഞ്ഞാൽ സാംസ്കാരികമൂല്യങ്ങളുടെ രത്നങ്ങളാണ് കലകൾ.

പ്രാചീന കാലഘട്ടത്തിലും ഭാരതത്തിൽ കലാവിജ്ഞാനീയത്തിന് വലിയ പ്രാധാന്യം കല്പിച്ചിരുന്നു. സംഗീതത്തിന് പ്രാചീന ഇന്ത്യയിലും ഗ്രീസിലും പ്രഥമസ്ഥാനം നല്കിയിരുന്നു.

"പ്രാചീന ഭാരതീയ കലാവിജ്ഞാനീയത്തിന് മൂന്ന് ദർശനങ്ങൾ ഉണ്ടായിരുന്നു. കാവ്യമീമാംസ അല്ലെങ്കിൽ അലങ്കാരശാസ്ത്രത്തിലധിഷ്ഠിതമായിരുന്നു അതിലൊന്ന്. മറ്റൊന്ന്, പൊതുവാക്കപ്പെട്ട പ്രചണ്ഡമനോവികാരങ്ങളെ പരിഗണിച്ചുകൊണ്ടായിരുന്നു. മൂന്നാമത്തേത്, അലൗകികമായ അല്ലെങ്കിൽ ആത്മീയമായ അർത്ഥതലങ്ങൾ തേടുന്ന ദർശനമായിരുന്നു. ഇവ അലങ്കാരവേദി, റിതിവേദി, ദ്വാനിവേദി എന്നിങ്ങനെ അറിയപ്പെടുന്നു." ചർച്ചയിൽ പങ്കെടുത്തുകൊണ്ട് അദ്ധ്യപകർ വിശദമാക്കി.

അനന്തവും അജ്ഞാതവും അപാരവുമായതിനെ കലയിലൂടെ പുനസൃഷ്ടിക്കാനാകും എന്നതായിരുന്നു ഭാരതീയ കലാവിജ്ഞാനീയത്തിന്റെ അടിത്തറ. ഇത്തരം പുനർസൃഷ്ടികൾ നടക്കുന്നത് ശില, ഭാഷ, ധ്വനി, വര, ചലനം തുടങ്ങിയവയിലൂടെയോ മറ്റേതെങ്കിലും മാധ്യമങ്ങളിലൂടെയോ ഉള്ള പ്രതിരൂപങ്ങളായിട്ടായിരിക്കുമെന്ന് പ്രാചീന ചിന്തകർ ചൂണ്ടിക്കാട്ടുന്നു.

ചർച്ച കലാവിദ്യാഭ്യാസത്തിലേക്ക് തിരിഞ്ഞു.

"കലാവിദ്യാഭ്യാസത്തിന് സ്കൂൾ പാഠ്യപദ്ധതിയിൽ പ്രാധാന്യം നല്കണമെന്ന് സ്വാതന്ത്ര്യം നേടുന്നതിനുമുമ്പും സ്വാതന്ത്ര്യം നേടിയതിനുശേഷവും പല പ്രമുഖരും അഭിപ്രായപ്പെട്ടിരുന്നു. അമേരിക്കയിൽ ജോൺ ഡ്യുയിയെപ്പോലെ ഭാരതത്തിൽ രവീന്ദ്രനാഥടാഗോറും കലാവിദ്യാഭ്യാസത്തിനുവേണ്ടി വാദിച്ചു."

"കവിയും ചിത്രകാരനുമായ രവീന്ദ്രനാഥടാഗോർ കലയെക്കുറിച്ച് പറയുന്നതെന്താണ്? വ്യക്തിയും പ്രപഞ്ചവും തമ്മിലുള്ള വിടവ് നികത്തുന്ന പാലമാണ് കല"യെന്നാണ്.

"കലാകാരൻ തന്റെ ആന്തരികലോകത്തിലേക്ക് ഭൗതികലോകത്തെ സന്നിവേശിപ്പിച്ച് അതിനെ കലയുടെ തന്ത്രങ്ങളുപയോഗിച്ച് എല്ലാവർക്കും വേണ്ടി ആവിഷ്കരിച്ച് സാർവ്വത്രികമാക്കു"മെന്ന് ടാഗോർ നമ്മോടു പറയുന്നു. കലയുടെ സ്വഭാവത്തെക്കുറിച്ച് പറയുമ്പോൾ അദ്ദേഹം 'ആനന്ദ' എന്ന പദമുപയോഗിക്കുന്നുണ്ട്. അത് ഉല്ലാസം അല്ലെങ്കിൽ സന്തോഷം എന്ന അവസ്ഥയിൽ നിന്നും തികച്ചും വ്യത്യസ്തമാണ്.

"സ്വാതന്ത്ര്യം നേടിയ ആദ്യകാലങ്ങളിൽ നമ്മുടെ പ്രൈമറി വിദ്യാഭ്യാസ മേഖലയിലെ കലാദ്ധ്യാപകർക്ക് കലാപരിശീലനം ലഭിച്ചിട്ടില്ലായിരുന്നു. സൗകര്യങ്ങൾ ഒന്നുംതന്നെ ഇല്ലാതെയാണ് അവർ കുട്ടികളെ പരിശീലിപ്പിച്ചത്. എഴുപത് എൺപത് കാലഘട്ടങ്ങളിലാണ് ഇന്ത്യയിൽ വ്യാപകമായി കലാസ്കൂളുകൾ നിലവിൽ വന്നത്."

ശാന്തിനികേതനും വിശ്വഭാരതിയും കലാവിദ്യാഭ്യാസത്തിന് വലിയ സംഭാവനകൾ നല്കിയിട്ടുണ്ട്. ടാഗോർ പ്രകൃതിസ്നേഹിയും പ്രകൃതിയുടെ വലിയ ആരാധകനുമായിരുന്നു. അദ്ദേഹത്തിന്റെ തത്വചിന്തകൾക്കനുസരിച്ചാണ് ശാന്തിനികേതൻ രൂപകല്പന ചെയ്തിട്ടുള്ളത്. കലയെയും കലാപഠനത്തെയും മേമ്പൊടിയായി പരിഗണിക്കുന്നതിനോട് അദ്ദേഹത്തിന് വലിയ എതിർപ്പുണ്ടായിരുന്നു. വിദ്യാഭ്യാസപ്രക്രിയയിൽ കർശനമായും ഉൾപ്പെടുത്തേണ്ട ഭാഗമായി കലാവിദ്യാഭ്യാസത്തെ അദ്ദേഹം കണ്ടു. ഓരോ കലാരൂപത്തെയും നമ്മുടെ സംസ്കാരത്തെ സമ്പന്നമാക്കുംവിധം ശാസ്ത്രീയമായും വിശദമായും പഠിക്കുന്നതിന് അദ്ദേഹം നിർദ്ദേശിച്ചു. ഇതനുസരിച്ച് വേണ്ടത്ര സജ്ജീകരണങ്ങളോടു കൂടിയ വകുപ്പുകളാണ് ശാന്തിനികേതന്റെ ഭാഗമായിട്ടുള്ളത്.

"വിരസമായ വിദ്യാഭ്യാസപ്രക്രിയകൾ കുട്ടിയുടെ വൈകാരികവും കലാപരവുമായ വികാസത്തിനുവേണ്ട ചാലുകൾ തുറക്കുന്നില്ല" എന്ന് രവീന്ദ്രനാഥ ടാഗോർ ചൂണ്ടിക്കാട്ടുന്നു. "കലകളും കവിതയും കഥയുമൊക്കെ അദ്ധ്യാപനത്തിന്റെയും പ്രകടനങ്ങളുടെയും മാധ്യമമായി മാറുമ്പോഴാണ് വിദ്യാഭ്യാസം സമ്പൂർണ്ണമാകുന്നതെന്ന് ടാഗോർ ഉറപ്പിച്ചുപറയുന്നു." മാഷ് കൂട്ടിച്ചേർത്തു.

"ഗാന്ധിജിയുടെ വിദ്യാഭ്യാസതത്വചിന്തകൾ പ്രമുഖമാക്കുന്നതെന്താണ്?" കലാവിദ്യാഭ്യാസം സംബന്ധിച്ച് ഗാന്ധിജി പറഞ്ഞ കാര്യങ്ങളിലേക്ക് ചർച്ച കടന്നു.

"കലാകായിക പ്രവൃത്തിപരിചയപ്രവർത്തനങ്ങൾ, കരകൗശലം തുടങ്ങിയവ പാഠ്യപദ്ധതിയുടെ അനിവാര്യഘടകമായി മാറേണ്ടതിന്റെ ആവശ്യകത അദ്ദേഹം തന്റെ അടിസ്ഥാന വിദ്യാഭ്യാസ തത്വസംഹിതയിൽ വ്യക്തമാക്കുന്നുണ്ട്." മാഷ് ഗാന്ധിജിയുടെ വിദ്യാഭ്യാസ ചിന്തകൾ പങ്കുവയ്ക്കുവാൻ തുടങ്ങി.

"യഥാർത്ഥ കല അതിന്റെ രൂപത്തെ മാത്രമല്ല അതിന്റെ പിന്നിൽ സജീവമായി നിലനില്ക്കുന്ന സത്തയെയും വ്യാഖ്യാനിക്കുന്നു" എന്ന്

ഗാന്ധിജി പറയുന്നു. ഗാന്ധിജി കലയെയും കലാകാരനെയും പരിഗണിച്ചിരുന്നത് ജീവിതത്തെക്കുറിച്ചുള്ള തന്റെ തത്വചിന്തകളുടെ അടിസ്ഥാനത്തിലായിരുന്നു.

"കല മനുഷ്യരുടെ മനസ്സിലേക്കുള്ള യഥാർത്ഥ കണ്ണാടിയാണെ"ന്ന് ജവഹർലാൽ നെഹ്റു പറയുന്നു.

"കല മനസ്സിനെ പ്രതിഫലിപ്പിക്കുന്നു. അതിലൂടെ വ്യക്തിയുടെ ആഴത്തിലും പരപ്പിലുമുള്ള മനോവ്യാപാരങ്ങൾ തിരിച്ചറിയാനാകും. അങ്ങനെയെങ്കിൽ കല കുട്ടികളുടെ മനോവ്യാപാരങ്ങളെ, ചിന്തകളെ, ഭാവനയെ വെളിപ്പെടുത്തുന്ന ഉപാധിയായി കണ്ടുകൊണ്ട് പാഠ്യപദ്ധതിയിൽ നിർബ്ബന്ധമായും ഉൾപ്പെടുത്തേണ്ടതുണ്ട് എന്ന നിലപാടിലെത്തണം."

ശ്രീഅരബിന്ദോയും കലാവിദ്യാഭ്യാസത്തിന്റെ പ്രാധാന്യത്തെക്കുറിച്ച് സൂചിപ്പിക്കുന്നുണ്ട്. ഇന്ദ്രിയങ്ങൾ, മനസ്സ്, ശരീരം, മൂല്യങ്ങൾ എന്നിവയുടെ പരിശീലനം വഴി വ്യക്തിത്വത്തെ ഉന്നതപദവിയിലേക്ക് ഉയർത്തുന്നതാകണം വിദ്യാഭ്യാസമെന്ന് അദ്ദേഹം നമ്മെ ഓർമ്മപ്പെടുത്തുന്നു. കലയ്ക്കും കലാപഠനത്തിനും പ്രാധാന്യം നല്കിക്കൊണ്ടുള്ള വിദ്യാഭ്യാസത്തിലൂടെ ഇത് കൈവരിക്കുവാനാകുമെന്ന് അരബിന്ദോ സൂചിപ്പിക്കുന്നു.

ജന്മസിദ്ധമായ കഴിവുകളെ അനുയോജ്യമായ വിധം ഇണക്കിച്ചേർക്കുന്നതാണ് വിദ്യാഭ്യാസം എന്ന ചിന്തയിലേക്ക് എത്തിച്ചേരുവാനും അതിനനുസരിച്ച് പാഠ്യപദ്ധതി രൂപകല്പന ചെയ്യുവാനും പ്രേരിപ്പിക്കുന്ന ഘടകങ്ങളാണ് ഭാരതീയ വിദ്യാഭ്യാസചിന്തകർ നമ്മുടെ മുന്നിൽ അവതരിപ്പിച്ചിട്ടുള്ളത്. കല വികാരങ്ങളെ ഉദാത്തവല്ക്കരിക്കുന്നുവെന്നും നിയന്ത്രിതവും പരിമിതവുമായ അവസ്ഥയിൽപോലും സന്തോഷം കണ്ടെത്തുവാൻ പഠിപ്പിക്കുന്നുവെന്നും വിദ്യാഭ്യാസഗവേഷകർ പറയുന്നു. കവിത വികാരത്തെ തൊട്ടുണർത്തി ഉല്ലാസം പ്രദാനം ചെയ്യുമ്പോൾ സംഗീതം വികാരങ്ങളെ അഗാധമാക്കുകയും പൊരുത്തപ്പെടുത്തുകയും ചെയ്യുന്നു. ഇക്കാര്യങ്ങൾ കണക്കിലെടുത്തുകൊണ്ടാണ് കലയെ പഠനബോധനതന്ത്രത്തിന്റെയും പാഠ്യപദ്ധതിയുടെയും ഭാഗമാക്കി കുട്ടിയുടെ സമഗ്രവികസനത്തിന് അവസരമൊരുക്കണമെന്ന് വിദ്യാഭ്യാസവിദഗ്ദ്ധർ അഭിപ്രായപ്പെടുന്നത്.

കോത്താരി കമ്മീഷ(1964)നുമായി താരതമ്യം ചെയ്യുമ്പോൾ ദേശീയ വിദ്യാഭ്യാസനയം (1986) മൂല്യവിദ്യാഭ്യാസത്തെ പ്രമുഖമാക്കിക്കാട്ടുന്നു. സംസ്കാരവും മൂല്യവിദ്യാഭ്യാസവും സ്കൂളുകളിൽ ചിട്ടയോടുകൂടി നടപ്പിലാക്കുവാൻ ദേശീയ വിദ്യാഭ്യാസനയം (1986) ഊന്നൽ നല്കിയിരുന്നു. കലാവിദ്യാഭ്യാസം കലകളുടെ രൂപകല്പന സംബന്ധിച്ച ധാരണ കുട്ടികളിൽ വളർത്തുന്നു. ഇതിലൂടെ ചിന്താക്രമം സാംബന്ധിച്ച അവബോധം അനുഭവവേദ്യമാക്കാൻ കഴിയുമെന്ന് ഈ വിദ്യാഭ്യാസനയം വിരൽചൂണ്ടുന്നു.

ഇനി കലാപഠനത്തിന്റെ മനഃശാസ്ത്ര വിശകലനത്തിലേക്ക് കടക്കാം.

കലാപഠനം: മനഃശാസ്ത്രവിശകലനം

നിർവ്വചനങ്ങൾക്കുള്ളിൽ ഒതുങ്ങാത്ത ഒരാശയമാണ് സൃഷ്ടിപരത അല്ലെങ്കിൽ സർഗ്ഗവൈഭവം.

ബഹുമുഖ ബുദ്ധി (Multiple Intelligence) എന്ന ആശയം മുന്നോട്ടുവച്ച ഗാർഡ്നർ സൃഷ്ടിപരതയെ ഇങ്ങനെ വിശദമാക്കുന്നു.

"പ്രശ്നപരിഹാരത്തിനും പുതിയ മട്ടിലുള്ള ഉല്പന്നങ്ങൾ നിർമ്മിക്കുന്നതിനും പുതിയ ചോദ്യങ്ങൾ ഉന്നയിക്കുന്നതിനുമുള്ള കഴിവാണ് സർഗ്ഗവൈഭവം."

"ഒരു വ്യക്തിയുടെ എല്ലാ ബുദ്ധിവൈഭവങ്ങളും ഒരുമിച്ചു പ്രവർത്തിക്കുന്ന ഒരു മാനസികാവസ്ഥയാണ് സൃഷ്ടപരത"യെന്ന് ലുക്കാസ് നിർവ്വചിക്കുന്നു.

കുറേക്കൂടി കൃത്യതയുള്ള നിർവ്വചനം വേണമെന്ന് നമ്മൾ ആഗ്രഹിക്കുന്നുണ്ട്. നിർവ്വചനങ്ങളിലെ പദങ്ങൾക്ക് വ്യത്യാസം വരുമ്പോഴും നിർവ്വചനങ്ങളിലെ സാദൃശ്യം പ്രകടമാണ്.

നമ്മൾ സർഗ്ഗാത്മകമാകുമ്പോൾ നമുക്ക് നമ്മളിൽത്തന്നെ എന്തെങ്കിലും അനുഭവവേദ്യമാകുന്നുണ്ടോ? ഒരു സവിശേഷ ചിത്തോദ്വേഗം?

വ്യക്തിയുടെ മനോമുകുരത്തിലുദിച്ച ഒരാശയം. അതിന് രൂപാന്തരണം സംഭവിച്ച് ഒരു സൃഷ്ടിക്കായി അതു പറക്കുന്ന വഴിയേ സഞ്ചരിച്ച് സ്വയം പ്രകാശിതമാകാൻ വ്യക്തിയെ പ്രേരിപ്പിക്കുന്ന ശക്തി ബുദ്ധിവൈഭവത്തിനുണ്ട്.

എല്ലാ കുട്ടികളും സർഗ്ഗധനരാണ്. പുതിയ കണ്ണുകളോടെ അവർ ലോകത്തെ കാണുന്നു. മൗലിക രീതിയിൽ അതിനോട് അവർ പ്രതികരിക്കുന്നു. കുട്ടികളുമായി ഇടപഴകുമ്പോൾ അവർ നടത്തുന്ന സർഗ്ഗസൃഷ്ടികൾ കണ്ടിരിക്കുക എന്നത് ഏവർക്കും ആനന്ദം നല്കുന്ന കാര്യ

മാണ്. കുട്ടികൾ ജിജ്ഞാസുക്കളാണ്. ഇതാണ് അവരുടെ പ്രകൃതത്തിന്റെ ഏറ്റവും വലിയ സവിശേഷത.

ഔപചാരിക വിദ്യാഭ്യാസത്തിലേക്ക് കടക്കുംമുമ്പേതന്നെ പഠനത്തിനുവേണ്ട നൈപുണികൾ ചുറ്റുപാടുകളുമായി പ്രതികരിച്ച് അവൻ സ്വായത്തമാക്കുന്നു. ചോദ്യങ്ങൾ ചോദിക്കുക, അന്വേഷിക്കുക, പരീക്ഷണങ്ങൾ നടത്തുക, കളികളിലേർപ്പെടുക, അതിന്റെ രൂപത്തിലും ഘട്ടങ്ങളിലും മാറ്റം വരുത്തുക, കരവിരുത് പ്രകടിപ്പിക്കുക, വസ്തുക്കളുടെ സവിശേഷതകൾ തിരിച്ചറിഞ്ഞ് അതിന്റെ രൂപത്തിലും ഭാവത്തിലും മാറ്റംവരുത്തുക തുടങ്ങി വിവിധങ്ങളായ പ്രവർത്തനങ്ങളിൽ കുട്ടികൾ ഏർപ്പെടുന്നു. ജിജ്ഞാസയാണ് പ്രേരകശക്തി. ജിജ്ഞാസയിലൂടെ ഉടലെടുക്കുകയും ചിത്തോദ്വേഗത്തോടെ നടക്കുകയും ചെയ്യുന്ന സ്വാഭാവിക പ്രക്രിയയാണ് സൃഷ്ടിപരമായ അല്ലെങ്കിൽ സർഗ്ഗാത്മകമായ പഠനം. ഇത്തരത്തിലുള്ള പഠനമാണ് കുട്ടികൾക്കിഷ്ടം.

ഭാവനയാണ് സൃഷ്ടിപരതയ്ക്ക് ജീവൻ നല്കുന്നത്. അതുകൊണ്ടാണല്ലോ ഐൻസ്റ്റീൻ അറിവിനേക്കാൾ പ്രധാനപ്പെട്ടത് ഭാവനയാണെന്നു പറഞ്ഞത്. അദ്ധ്യാപകൻ പകർന്നുനല്കുന്ന വിവരങ്ങൾ ഓർത്തെടുക്കുക എന്ന തരത്തിലുള്ള പഠനമല്ല കുട്ടികൾ ആഗ്രഹിക്കുന്നത്. ക്രിയാത്മകപഠനത്തിൽ ഏർപ്പെടുന്ന കുട്ടി പഠനവേഗതയോടെ മെച്ചപ്പെട്ട നിലയിൽ ആസ്വദിച്ച് പഠിക്കും.

കലാസൗന്ദര്യഗ്രാഹിയായ വിദ്യാഭ്യാസത്തിൽ ഭാവനയ്ക്കും സർഗ്ഗാത്മകതയ്ക്കുമാണ് പ്രാധാന്യം. അഭിരുചികൾ തിരിച്ചറിഞ്ഞ് കുട്ടിയുടെ സമഗ്രവികസനം അത് ലക്ഷ്യമിടുന്നു. ജീവിതത്തിലെ എല്ലാ മേഖലകളിലും ദിനംപ്രതി മാറ്റം വന്നുകൊണ്ടിരിക്കുന്നു. ഇതിനോടു പൊരുത്തപ്പെട്ടു പോകുവാനുള്ള ശേഷികൾ കുട്ടികൾ ആർജ്ജിക്കേണ്ടതുണ്ട്. ഈ ശേഷികൾ ആർജ്ജിക്കുവാൻ സഹായിക്കുംവിധമുള്ള വിദ്യാഭ്യാസസമ്പ്രദായം ആവിഷ്കരിക്കേണ്ടതുണ്ടെന്ന് വിദ്യാഭ്യാസവിചക്ഷണന്മാർ ചൂണ്ടിക്കാണിക്കുന്നു. പ്രശ്നങ്ങളെ നേരിടാനും പ്രശ്നപരിഹരണത്തിനുള്ള മാർഗ്ഗങ്ങൾ അന്വേഷിക്കുവാനും, മാനവികത നിലനിർത്തി, സഹജീവികളോട് ആദരവ് പ്രകടിപ്പിച്ച് മുന്നോട്ടുപോകാനും കഴിയുന്ന തലമുറയെ വാർത്തെടുക്കുവാൻ കുട്ടികളുടെ സർഗ്ഗാത്മകതയ്ക്ക് പ്രാധാന്യം നല്കിക്കൊണ്ടുള്ള വിദ്യാഭ്യാസ രീതിക്കു മാത്രമേ കഴിയുകയുള്ളുവെന്ന് ഗവേഷകരും അഭിപ്രായപ്പെടുന്നു. അറിവു നിർമ്മിതി രക്തവും രസപ്രദവുമായ അനുഭവമാകണം. അതിനു കഴിയണമെങ്കിൽ ഭാവന നെയ്യുവാനും മനസ്സിൽ ആശയഭൂപടം രൂപീകരിക്കുവാനും താളക്രമവും അതിലെ ലയവും ഭിന്നതയും കണ്ടെത്തുവാനും ഉതകുന്ന തരത്തിലുള്ള സർഗ്ഗാത്മകത ചിന്താപ്രക്രിയകളിൽ ഏർപ്പെടുന്നതിനുള്ള അവസരങ്ങൾ കുട്ടികൾക്കൊരുക്കണമെന്ന് ഗവേഷണഫലങ്ങൾ ചൂണ്ടിക്കാണിക്കുന്നു.

കുട്ടിയുടെ സൃഷ്ടിപരത ക്ലാസ് റൂം വിട്ട് പുറത്തുപോകുന്നു. കുട്ടിയുടെ സർഗ്ഗാത്മകചിന്തകളെ അവയുടെ ഉയർന്ന ഭാവത്തിൽ കൊണ്ടു

വരുവാൻ ടീച്ചർ എന്തൊക്കെ സന്ദർഭങ്ങളാകും ഒരുക്കുന്നത്? ചിന്താപ്രക്രിയയിൽ കുട്ടിയുടെ സജീവസാന്നിദ്ധ്യം എങ്ങനെയാകും ഉറപ്പാക്കുന്നത്? പ്രവർത്തനത്തിലും അതിനോടു ചേർന്നുള്ള ചിന്താപ്രക്രിയകളിലും കുട്ടിയുടെ സജീവസാന്നിദ്ധ്യം ഉറപ്പാക്കുന്ന പഠനബോധന രീതിയാണല്ലോ ശിശുകേന്ദ്രീകൃതബോധനരീതി. കുട്ടിയുടെ സർഗ്ഗാത്മകവികാസം പ്രാവർത്തികമാക്കുന്ന അദ്ധ്യാപികമാർ ഒരു സർഗ്ഗാത്മക പാഠ്യപദ്ധതിക്ക് രൂപം നല്കണം. ഇതിലൂടെ ഒരു സർഗ്ഗാത്മക ക്ലാസ് റൂം സംസ്കാരം സൃഷ്ടിക്കണം. കുട്ടികളുടെ ചിന്തകളെ ഉദ്ദീപിപ്പിച്ച് അറിവ് നിർമ്മിതി ഉറപ്പുവരുത്തുന്ന സർഗ്ഗാത്മക പ്രവർത്തനങ്ങൾ രൂപകല്പന ചെയ്യണം. അങ്ങനെ പാഠ്യപദ്ധതി ആവശ്യപ്പെടുന്ന പഠനനേട്ടങ്ങൾ ഉറപ്പുവരുത്തണം. വിദ്യാഭ്യാസ മനഃശാസ്ത്രമേഖലയിലും നാഡീമനഃശാസ്ത്രമേഖലകളിലും പ്രവർത്തിക്കുന്ന ഗവേഷകർ ഇക്കാര്യങ്ങൾ റിപ്പോർട്ട് ചെയ്യുന്നു.

കലാപ്രവർത്തനങ്ങൾ ബൗദ്ധികമേഖലയ്ക്കൊപ്പം വൈകാരികമേഖലയ്ക്കും പ്രാമുഖ്യം നല്കുന്നു. വൈകാരികമേഖലയ്ക്ക് പ്രാമുഖ്യം വന്നത് മാനവികതാവാദികളായ അബ്രഹാം മാസ്ലോവിന്റെയും കാൾ റോജേഴ്സിന്റെയും പഠനങ്ങളെത്തുടർന്നാണ്. മനുഷ്യന്റെ അനന്തമായ സിദ്ധിവിശേഷങ്ങളിൽ അപാരമായ മതിപ്പുള്ളവരായിരുന്നു മാനവികതാവാദികൾ. ആത്മസാക്ഷാൽക്കാരമാണ് ഏതൊരു വ്യക്തിയുടെയും ലക്ഷ്യമെന്നും അതിനുവേണ്ടി ശ്രമിക്കാനുള്ള ഇച്ഛാശക്തി ഏവർക്കും ജന്മനാതന്നെ ഉണ്ടെന്നും മാനവികതാവാദികൾ വിശ്വസിക്കുന്നു. ഓരോ ഘട്ടത്തിലും ഉയർന്നുവരുന്ന മാനസികവും ശാരീരികവുമായ ആവശ്യങ്ങളുടെ പൂർത്തീകരണത്തിലൂടെ ആത്മസാക്ഷാൽക്കാരം നേടാനാകുമെന്ന് മസ്ലോവ് നിരീക്ഷിക്കുന്നു.

മനുഷ്യമനസ്സ് അധമചിന്തകളുടെ ഉറവിടമാണോ? തിന്മകൾ നിറഞ്ഞതാണോ? ആണെന്നാണ് ഫ്രോയിഡ് പറയുന്നത്. എന്നാൽ മനുഷ്യമനസ്സ് നന്മകൾ നിറഞ്ഞ ഒന്നാണെന്നാണ് റോജേഴ്സിന്റെ വാദം. ആത്മസാക്ഷാൽക്കാരം നേടുവാനുള്ള അദമ്യമായ അഭിനിവേശമാണ് മനുഷ്യമനസ്സിന്റെ ശക്തിസ്രോതസ്സ് എന്ന് അദ്ദേഹം വിശ്വസിക്കുന്നു. ജീവൻ നിലനിർത്താനല്ല തന്റെ അസ്ഥിത്വം സ്ഥാപിച്ചെടുക്കുവാനാണ് ഏവരും ആഗ്രഹിക്കുന്നത്. തന്റെ കഴിവിന്റെ പരമാവധിയിലേക്ക് ഉയരാനുള്ള ഓരോ മനുഷ്യമനസ്സിന്റെയും ജന്മസിദ്ധമായ ഇച്ഛാശക്തിയാണ് ആത്മസാക്ഷാൽക്കാര പ്രവണത.

തന്റെ കഴിവുകളെയും പരിമിതികളെയും കുറിച്ചുള്ള അറിവാണ് അഹം എന്ന് റോജേഴ്സ് പറയുന്നു. "ഞാൻ എന്താകുവാനാഗ്രഹിക്കുന്നു" എന്നതാണ് അഹംമാതൃക. അഹവും അഹം മാതൃകയും തമ്മിലുള്ള പൊരുത്തക്കേടാണ് എല്ലാ മാനസികപ്രശ്നങ്ങൾക്കും കാരണമെന്ന് റോജേഴ്സ് പറയുന്നു. അതുകൊണ്ട് കഴിവുകളെയും പരിമിതികളെയും കുറിച്ച് തിരിച്ചറിഞ്ഞ് കഴിവുകളെ ശാക്തീകരിക്കുവാനും പരി

മിതികളെ മുറിച്ചുകടക്കാനുമുള്ള പ്രാപ്തി കുട്ടികൾക്കുണ്ടാക്കിയെടുക്കുക എന്നതാണ് സർഗ്ഗാത്മകവിദ്യാഭ്യാസം ലക്ഷ്യമിടുന്നത്.

സ്നേഹം, പരിഗണന, അനുകമ്പ, അംഗീകാരം തുടങ്ങിയ ആവശ്യങ്ങൾ എല്ലാവർക്കുമുണ്ട്. ഈ ആഗ്രഹങ്ങൾ പൂർത്തീകരിക്കപ്പെടണമെങ്കിൽ സമൂഹം ആഗ്രഹിക്കുന്ന തരത്തിൽ നമ്മൾ പെരുമാറണം. കലാസാംസ്കാരിക പ്രവർത്തനങ്ങൾ വ്യക്തികളുടെ പെരുമാറ്റങ്ങളെ സമൂഹം ആഗ്രഹിക്കുന്ന തരത്തിൽ ഉദാത്തവല്ക്കരിക്കുന്നു.

കുട്ടികളുടെ സന്മാർഗ്ഗചിന്തകൾ സംബന്ധിച്ച ലോറൻസ് കോൾബർഗിന്റെ സിദ്ധാന്തങ്ങളും വിദ്യാഭ്യാസത്തിൽ ചലനങ്ങൾ സൃഷ്ടിച്ചു. കുട്ടികളുടെ ചിന്തകളെ പുരോഗമനപരവും സാമൂഹ്യനീതിസങ്കല്പങ്ങൾക്കനുസരണവുമാക്കാൻ വിദ്യാഭ്യാസത്തിനാകണമെന്ന് അദ്ദേഹം പറയുന്നു. സമത്വം, ന്യായം, നീതി തുടങ്ങിയ തത്ത്വങ്ങളുടെ അടിസ്ഥാനത്തിൽ നൈതികബോധം ഉണ്ടാകണം. അതു നിലനില്ക്കുകയും വേണം. തന്റെ ചുറ്റുപാടും നടക്കുന്ന സംഭവങ്ങളെ സൂക്ഷ്മമായി വിശകലനം ചെയ്തു നീതിബോധത്തിന്റെ അടിസ്ഥാനത്തിൽ വിലയിരുത്തുവാനും അതിനനുസരിച്ചുള്ള നിലപാടുകൾ സ്വീകരിക്കുവാനും വ്യക്തി പ്രാപ്തനാകുന്ന സാർവ്വജനീന സദാചാരബോധത്തിലേക്ക് കൗമാരപ്രായത്തോടെ വ്യക്തി കടക്കുന്നു. കലകൾക്ക് കുട്ടികളിൽ നൈതികബോധമുണർത്തുന്നതിൽ നിർണ്ണായകപങ്ക് വഹിക്കാനാകുമെന്ന് അദ്ദേഹം കരുതുന്നു. കലയുടെ സാദ്ധ്യതകളെക്കുറിച്ച് ചിന്തിക്കുമ്പോൾ ഇക്കാര്യങ്ങൾ പരിഗണിക്കേണ്ടതുണ്ട്.

ആൽബർട്ട് ബന്ദുരയുടെ സാമൂഹ്യപഠനസിദ്ധാന്തമനുസരിച്ച് സൂക്ഷ്മതലത്തിലുള്ള സാമൂഹ്യവികാസത്തിന്റെ അടിസ്ഥാനം നിരീക്ഷണവും അനുകരണവുമാണ്. സമ്മാനിതനാവുകയോ പ്രശംസിക്കപ്പെടുകയോ ചെയ്യുന്ന മാതൃകകളാണ് അനുകരിക്കപ്പെടുന്നത്. ദൃശ്യമാധ്യമങ്ങൾ നമ്മുടെ കുട്ടികളുടെ പെരുമാറ്റരീതികളെയും വേഷവിധാനങ്ങളെയും മാത്രമല്ല സാമൂഹ്യനിലപാടുകളെപ്പോലും മാറ്റിമറിക്കുമെന്ന് ബന്ദുര ചൂണ്ടിക്കാട്ടുന്നു. അതുകൊണ്ട് ദൃശ്യമാധ്യമങ്ങൾ ഉൾപ്പെടെ എല്ലാ കലാരൂപങ്ങളും കുട്ടികളുടെയും മുതിർന്നവരുടെയും സാമൂഹ്യവികാസപ്രക്രിയയെ ധനാത്മകമായി പരിപോഷിപ്പിക്കേണ്ടതാണ്. സംസ്കാരസമ്പന്നമായ സമൂഹത്തിന്റെ സൃഷ്ടിക്ക് ഇത് അത്യന്താപേക്ഷിതമാണെന്ന് ബന്ദുര നിരീക്ഷിക്കുന്നു.

ഒരു പഠനസന്ദർഭത്തെ മുഴുവനായി നിരീക്ഷിക്കുവാൻ അവസരം നല്കിയാൽ കുട്ടികൾ അതിലെ പരസ്പരബന്ധം കണ്ടെത്തുകയും കൂടുതൽ ഫലപ്രദമായ രീതിയിൽ അവയെ പുനഃസംഘടിപ്പിച്ച് പ്രശ്നപരിഹരണത്തിലേർപ്പെടുകയും ചെയ്യുന്നതിന് അത് അവസരമൊരുക്കുമെന്ന് ഗസ്റ്റാൾട്ട് മനഃശാസ്ത്രം പറയുന്നു. കലകൾക്ക് ഇത്തരത്തിൽ പഠനസന്ദർഭങ്ങൾ ഒരുക്കുവാനാകും. പാഠ്യവസ്തുക്കളെ വിനിമയം ചെയ്യുന്നതിന് വിവിധ കലാരൂപങ്ങളെ അവയുടെ സാദ്ധ്യത പരിഗണിച്ച് പഠനബോധനതന്ത്രങ്ങളായി പ്രയോജനപ്പെടുത്താവുന്നതാണ്.

എല്ലാവർക്കും ഒരു വൈജ്ഞാനിക ഘടനയുണ്ട്. ഇതിലേക്ക് പുതിയ വിജ്ഞാനശകലങ്ങൾ കൂട്ടിച്ചേർക്കണമെങ്കിൽ വന്നുചേരുന്ന പുതിയ അനുഭവങ്ങൾ അയാളുടെ ചിന്തയിൽ ഒരു അസന്തുലിതാവസ്ഥ സൃഷ്ടിക്കുവാൻ പര്യാപ്തമായവ ആകണമെന്ന് പിയാഷേ ചൂണ്ടിക്കാണിക്കുന്നു. ഇങ്ങനെ ഒരവസ്ഥയിൽ ഒരു വൈജ്ഞാനിക സന്തുലിതാവസ്ഥയ്ക്കു വേണ്ടി ആ വ്യക്തി പരിശ്രമിക്കും. പുതിയ അനുഭവങ്ങളെ ഉൾക്കൊള്ളുന്നതിനുവേണ്ടി വൈജ്ഞാനികഘടനയ്ക്ക് രൂപാന്തരീകരണമോ വികാസമോ ഉണ്ടാകണമെന്ന് പിയാഷേ പറയുന്നു. അങ്ങനെ വരുമ്പോൾ പുതിയ അനുഭവങ്ങളുമായി തട്ടിച്ചുനോക്കി പുതിയ ആശയങ്ങൾ സൃഷ്ടിക്കുവാനും അവ ഉപയോഗിച്ച് പുറംലോകത്തെ വ്യാഖ്യാനിക്കാനും കുട്ടി ശ്രമിക്കുമെന്ന് അദ്ദേഹം പറയുന്നു. എല്ലാ കലാരൂപങ്ങൾക്കും കുട്ടിയുടെ വൈജ്ഞാനിക ഘടനയിൽ മേല്പറഞ്ഞ തരത്തിൽ സ്വഭാവമാറ്റം വരുത്തുവാൻ കഴിയുമെന്ന് ഗവേഷകർ ചൂണ്ടിക്കാണിക്കുന്നു.

ബ്രൂണറുടെ പഠനസങ്കല്പങ്ങളനുസരിച്ച് കുട്ടി ചുറ്റുപാടുകളെ നിരന്തരം നിരീക്ഷിച്ചും സംവേദിച്ചുംകൊണ്ട് പുതിയ കാര്യങ്ങൾ കണ്ടെത്തിക്കൊണ്ടിരിക്കുന്നു. വിവരവിശകലനം നടത്തിയും പരികല്പനകൾ രൂപീകരിച്ചും താരതമ്യം ചെയ്തും അറിവുകൾ നിർമ്മിച്ചുകൊണ്ടിരിക്കുന്നു. ഇങ്ങനെ കുട്ടി എത്തിച്ചേരുന്ന ആശയ പ്രപഞ്ചത്തിൽ പൊരുത്തങ്ങളും വൈരുദ്ധ്യങ്ങളും ഉണ്ടാകും. ഇവയെ വിവിധ കലാരൂപങ്ങളിലൂടെ പ്രകടിപ്പിക്കുവാൻ കുട്ടികൾക്കാകും. കലാപ്രവർത്തനങ്ങളിലുള്ള നിരന്തരമായ പങ്കാളിത്തത്തിലൂടെ ജീവിതത്തെയും പ്രപഞ്ചത്തെയും കുറിച്ച് അർത്ഥതലങ്ങൾ നല്കുന്ന ഒരു ചിന്താപ്രക്രിയ കുട്ടിക്ക് സൃഷ്ടിക്കാനാകുമെന്ന് ബ്രൂണറുടെ പഠനസങ്കല്പങ്ങൾ വെളിപ്പെടുത്തുന്നു. അറിവും അനുഭവങ്ങളും മനുഷ്യമനസ്സിൽ പ്രതിനിധാനം ചെയ്യുന്നത് മൂന്ന് തരത്തിലാണെന്ന് ബ്രൂണർ അഭിപ്രായപ്പെടുന്നു. പ്രവർത്തനഘട്ടം, ബിംബാത്മകഘട്ടം, പ്രതിരൂപാത്മകഘട്ടം എന്നിവയാണവ. ഈ മൂന്ന് തലങ്ങളെയും കല ഉൾക്കൊള്ളുന്നു. ശാസ്ത്രവിഷയങ്ങളിൽപോലും കല പ്രയോജനപ്പെടുത്തിക്കൊണ്ടുള്ള പഠനാനുഭവങ്ങൾ നല്കുന്നത് അറിവ് നിർമ്മാണപ്രക്രിയ സ്വാഭാവികമാക്കാൻ അനുകൂലസാഹചര്യമൊരുക്കുമെന്ന് ബ്രൂണർ അവകാശപ്പെടുന്നു.

പഠനപ്രക്രിയയിൽ സാമൂഹ്യസാംസ്കാരിക ഘടകങ്ങൾക്ക് പ്രാധാന്യമുണ്ടെന്ന് വൈഗോഡ്സ്കി സിദ്ധാന്തിക്കുന്നു. വൈകാരിക പക്വത കൈവരുത്തുന്നതിനുതകുന്ന വിദ്യാഭ്യാസം കുട്ടിയുടെ ജീവിതത്തെയും പെരുമാറ്റങ്ങളെയും വ്യവസ്ഥപ്പെടുത്തുന്നതിലേക്ക് നയിക്കണം. വികാരങ്ങളെ അന്യോന്യം കൈമാറുന്ന ഉത്തേജകശക്തികൾ നേർക്കുനേർ ഇടപെടുന്ന രീതിയിൽ അതിന് രൂപംനല്കണം. കുട്ടികളുടെ വികാരങ്ങളെ നിയന്ത്രണവിധേയമാക്കുക എന്നത് വളരെ പ്രസക്തമായ കാര്യമാണ്. വികാരങ്ങളെ ഉദാത്തവല്ക്കരിച്ച് അതിനെ ജനാധിപത്യത്തിലും

മാനവികതയിലും അധിഷ്ഠിതമായ ഒരു സമൂഹസൃഷ്ടിക്കുള്ള ഉപാധിയാക്കി മാറ്റേണ്ടതുണ്ടെന്നാണ് വൈഗോഡ്സ്കി നിരീക്ഷിക്കുന്നത്.

നിർവീര്യമായ വസ്തുക്കളേക്കാൾ വൈകാരിക അംശങ്ങൾ ഉൾക്കൊള്ളുന്ന വസ്തുതകൾ കോർത്തിണക്കുമ്പോഴാണ് അറിവ് നിർമ്മാണപ്രക്രിയ സുഗമമാകുന്നതെന്ന് വൈഗോഡ്സ്കി അഭിപ്രായപ്പെടുന്നു. ഇത്തരത്തിൽ നടക്കുന്ന അറിവ് നിർമ്മാണപ്രക്രിയ വഴി ആർജ്ജിക്കുന്ന അറിവുകൾ ശക്തമായും സ്ഥായിയായും ജീവസുറ്റതായും നിലനില്ക്കുമെന്ന് അദ്ദേഹം പറയുന്നു. കലയുടെ ഏറ്റവും വലിയ സവിശേഷത അതിന്റെ വൈകാരിക സമ്പന്നതയാണ്. അതുകൊണ്ട് കലയെ ഫലപ്രദമായി പ്രയോജനപ്പെടുത്തിക്കൊണ്ടുള്ള വിദ്യാഭ്യാസത്തിന് സ്ഥായിയായ ഫലങ്ങൾ നല്കാനാകുമെന്ന് അദ്ദേഹം ചൂണ്ടിക്കാണിക്കുന്നു.

മനുഷ്യൻ ഒരു സാമൂഹ്യജീവിയാണ്. അതുകൊണ്ടുതന്നെ സാമൂഹ്യ ഇടപെടലുകളിലൂടെയാണ് കുട്ടികൾ അറിവുകൾ ആർജ്ജിക്കുന്നതെന്ന് വൈഗോഡ്സ്കി സിദ്ധാന്തിക്കുന്നു. കൂടുതൽ അനുഭവസമ്പത്തും മെച്ചപ്പെട്ട ധാരണകളുമുള്ളവരുമായുള്ള സഹവർത്തിതപഠനമാണ് ഫലപ്രദം. കലകളും കലാകാരന്മാരും സമൂഹത്തിന്റെ വിഭവങ്ങളാണ്. കലകൾക്ക് സംവാദാത്മകമായ സാമൂഹ്യസന്ദർഭങ്ങളൊരുക്കുവാനാകും. കുട്ടികളും കലാ-സാംസ്കാരിക വിഭവങ്ങളും തമ്മിൽ നടക്കുന്ന വ്യവഹാരങ്ങൾ കുട്ടിയുടെ പഠനത്തെയും വൈജ്ഞാനികവികാസത്തെയും ഉയർന്ന തലത്തിലെത്തിക്കും.

സാമൂഹ്യനൈപുണികൾ ആർജ്ജിക്കുക എന്നത് വ്യക്തിവികാസത്തിന് അത്യന്താപേക്ഷിതമാണ്. സാമൂഹ്യജീവിതത്തിൽ സമായോജനം സാദ്ധ്യമാക്കുന്നതിനുള്ള ശേഷി ഒരാളുടെ വ്യക്തിത്വവികാസത്തിന്റെ സുപ്രധാന അളവുകോലുകളിലൊന്നാണെന്നാണ്. ഈ സമായോജനം ഒരാളുടെ മാനസികനിലയെത്തന്നെ പ്രത്യക്ഷമായി സ്വാധീനിക്കുന്നുവെന്ന് ആധുനിക മനഃശാസ്ത്രജ്ഞന്മാർ വെളിപ്പെടുത്തുന്നു.

മനുഷ്യന്റെ സാമൂഹ്യജീവിതം നിരവധി പ്രതിസന്ധിഘട്ടങ്ങളിലൂടെ കടന്നുപോകുന്നു. ഓരോന്നും വിജയകരമായി അതാതു സമയങ്ങളിൽ തന്നെ തരണം ചെയ്യേണ്ടതുണ്ട്. എങ്കിൽ മാത്രമേ തൊട്ടടുത്ത പ്രതിസന്ധി ഘട്ടങ്ങളെയും ഫലപ്രദമായി തരണം ചെയ്തുകൊണ്ട് വ്യക്തിക്ക് വിജയം കൈവരിക്കാനാകൂവെന്ന് എറിക് എറിക്സൺ അഭിപ്രായപ്പെടുന്നു. വിവിധ കലാരൂപങ്ങൾക്ക് മനുഷ്യനും പ്രകൃതിയും നേരിടുന്ന പ്രതിസന്ധിഘട്ടങ്ങളെ സമൂഹത്തിന്റെ ശ്രദ്ധയിൽ കൊണ്ടുവരുന്നതിനും അത്തരം പ്രതിസന്ധിഘട്ടങ്ങളിൽ സമൂഹത്തിന്റെ ചിന്തകളെ പരുവപ്പെടുത്തി ശരിയായ നിലപാടുകളിൽ കൊണ്ടുചെന്നെത്തിക്കുന്നതിനുമുള്ള കരുത്തുണ്ട്. സാമൂഹ്യപ്രശ്നങ്ങളെ വിമർശനാത്മകമായി വിശകലനം ചെയ്യുന്നതിന് കലകൾക്ക് കഴിയും. സ്കൂൾപ്രായത്തിലും കൗമാരപ്രായത്തിലും കുട്ടികൾ നേരിടുന്ന നിരവധി പ്രതിസന്ധികളു

ണ്ട്. കലാപ്രവർത്തനങ്ങൾ കുട്ടികളുടെ കർമ്മോത്സുകതയും ആത്മവിശ്വാസവും വർദ്ധിപ്പിക്കുന്നതിന് അനുഭവങ്ങളൊരുക്കുന്നു. അപകർഷതാബോധവും ആത്മവിശ്വാസക്കുറവും പരാജയഭീതിയുമുള്ള തലമുറയല്ല നമുക്ക് വേണ്ടത്.

കൗമാരക്കാരിൽ ജീവശാസ്ത്രപരമായും സാമൂഹ്യമായും നിലനില്ക്കുന്ന നിരവധി ആശയക്കുഴപ്പങ്ങളുണ്ട്. ഈ ആശയക്കുഴപ്പങ്ങൾ പരിഹരിക്കുകയും സമൂഹത്തിൽ തന്റെ റോൾ കൃത്യമായും തിരിച്ചറിയുകയും ചെയ്യുമ്പോൾ മാത്രമേ ഉൾക്കരുത്തുള്ള പൗരന്മാരായി അവർ മാറുകയുള്ളൂ. കലാധിഷ്ഠിത വിദ്യാഭ്യാസത്തിന് മികച്ച സംഭാവനകൾ ഇക്കാര്യത്തിൽ നല്കുവാനാകും. മാനവചരിത്രം പരിശോധിച്ചാൽ പ്രതിസന്ധിഘട്ടങ്ങളെ അതിജീവിക്കുവാൻ സമൂഹത്തിന് കൈത്താങ്ങായി കലയും സംസ്കാരവും എക്കാലവും നിലനിന്നിരുന്നതായി നമുക്ക് കാണാൻ കഴിയും. സാമൂഹ്യപഠന ബോധരൂപങ്ങളായി കലയും സാഹിത്യവും എക്കാലവും അതിന്റെ ധർമ്മം നിറവേറ്റിയിട്ടുണ്ട്.

വിദ്യാഭ്യാസചിന്തകരുടെയും മനഃശാസ്ത്രജ്ഞന്മാരുടെയും ആശയങ്ങൾ വിരൽചൂണ്ടുന്നത് സർഗ്ഗാത്മകപാഠ്യപദ്ധതിയിലേക്കാണ്. നൂതനരീതിയിലുള്ള ബോധനമാണ് ഇന്നാവശ്യം. ആശ്ചര്യമുളവാക്കുന്ന പഠനാനുഭവങ്ങളാണ് കുട്ടികൾക്കുവേണ്ടത്. കുട്ടികൾ അനിർഗളമായ സർഗ്ഗാത്മക ഊർജ്ജമുള്ളവരാണ്. അതുകൊണ്ട് സർഗ്ഗാത്മകചിന്തകളുള്ള അദ്ധ്യാപകരെ ലഭിക്കുവാൻ കുട്ടികൾ ആഗ്രഹിക്കുന്നു എന്ന് ഫിഷർ അഭിപ്രായപ്പെടുന്നു. ആവർത്തനവിരസതയ്ക്ക് നിന്നുകൊടുക്കാതെ അപ്രതീക്ഷിതവും കൗതുകകരവും കുട്ടികളുടെ സർഗ്ഗചിന്തകളെ തൊട്ടുണർത്തുന്നതുമായ അനുഭവങ്ങൾ കുട്ടികൾക്ക് പ്രദാനം ചെയ്യുവാൻ സദാസന്നദ്ധരായ അദ്ധ്യാപകർ നമുക്കാവശ്യമാണ്.

പുതിയതും ഭാവനാത്മകവുമായ ആശയങ്ങളെ യാഥാർത്ഥ്യതലത്തിലെത്തിക്കുന്ന പ്രക്രിയയാണ് സർഗ്ഗാത്മകത. കർമ്മരംഗത്തെ സർഗ്ഗാത്മകത സംബന്ധിച്ച് ഗവേഷണം നടത്തിയ ലിൻഡ നെയ്മാന്റെ അഭിപ്രായത്തിൽ സർഗ്ഗാത്മകതയ്ക്ക് രണ്ടു പ്രക്രിയകളുണ്ട്. ചിന്തയും സൃഷ്ടിയും. ഒരാശയത്തിന്റെ നിർമ്മിതിക്കോ നിർവ്വഹണത്തിനോ നൂതനത്വം എന്നുപറയാം. ഒരു വ്യക്തിക്ക് ധാരാളം ആശയങ്ങളുണ്ടാകാം. അതിന്മേൽ പ്രവർത്തിക്കാനാകുന്നില്ലെങ്കിൽ അയാളെ ഭാവനാധനനെന്നു വിളിക്കാം. പക്ഷേ, സർഗ്ഗപ്രതിഭ എന്നു പറയാനാകില്ല. സർഗ്ഗപ്രതിഭ എന്നു പറയണമെങ്കിൽ വ്യക്തിക്ക് അയാൾ നെയ്യുന്ന ഭാവനയിന്മേൽ പ്രവർത്തിക്കാനാകണം. ആശയങ്ങളുടെ നൂതനത്വത്തിനും സർഗ്ഗാത്മകതയുടെ വികസനത്തിനും പങ്കാളിത്ത നേതൃത്വഗുണത്തിന്റെ വളർച്ചയ്ക്കും കലാധിഷ്ഠിതപഠനം അനിവാര്യമാണെന്ന് ലിൻഡ എടുത്തുപറയുന്നു.

കുട്ടിയുടെ മൗലിക പ്രവർത്തനങ്ങൾക്കും സ്വതന്ത്രപഠനത്തിനും സ്വയം സന്നദ്ധ പ്രോജക്ടുകൾക്കും പരീക്ഷണങ്ങൾക്കും എല്ലാ സന്ദർഭ

ങ്ങളും ഒരുക്കുന്നതാണ് സർഗ്ഗാത്മകപാഠ്യപദ്ധതി. ഒന്ന്ൽനിന്നും മറ്റൊന്നിലേക്ക് നീങ്ങുന്നതിന് സഹായകമായ പ്രക്രിയകളും സംഘടിതവും അനുക്രമവുമായ പ്രവർത്തനങ്ങളും സർഗ്ഗാത്മകചിന്തകളുടെ അടിസ്ഥാനത്തിൽ അനായാസേന കണ്ടെത്തുവാനും നടപ്പിലാക്കുവാനും അദ്ധ്യാപകർക്ക് അവസരം നല്കുന്ന പാഠ്യപദ്ധതിയാണിത്.

കളിച്ചും പാട്ടുകൾ പാടിയും പടങ്ങൾ വരച്ചും അഭിനയിച്ചും നൃത്തച്ചുവടുകൾ വച്ചും മുന്നേറുന്ന കുട്ടികൾക്ക് ഒന്നിൽനിന്നും മറ്റൊന്നുണ്ടാക്കുവാനുള്ള അന്തർല്ലീന കഴിവുകളുണ്ടല്ലോ. എന്നാൽ സ്കൂൾ ആരംഭഘട്ടത്തിലുള്ള സന്നദ്ധതയും സ്വാഭാവികതയും ഉയർന്ന ക്ലാസുകളിലെത്തുമ്പോൾ കുറഞ്ഞുവരുന്നതായി പഠനങ്ങൾ തെളിയിക്കുന്നു. പാഠ്യപദ്ധതിയിലെ ഉള്ളടക്കഭാരം കുട്ടികളുടെ സർഗ്ഗാത്മകചിന്തകളെ ദോഷകരമായി ബാധിക്കുന്നുണ്ടോ? കുട്ടികളുടെ സർഗ്ഗചിന്തകളെ അതിന്റെ ഏറ്റവും ഉയർന്ന തലത്തിൽ എത്തിക്കേണ്ടത് കുട്ടിയുടെ വളർച്ചയ്ക്ക് മാത്രമല്ല ഏതൊരു സമൂഹത്തിനും മുന്നോട്ടുള്ള പ്രയാണത്തിനും അത്യന്താപേക്ഷിതമാണ്.

മറിയൻ ഡയമന്റ് എന്ന നാഡീമനഃശാസ്ത്രജ്ഞന്റെ ഗവേഷണഫലങ്ങൾ ചർച്ചയ്ക്ക് വിധേയമാക്കേണ്ടതുണ്ട്. അനുഭവാധിഷ്ഠിതപഠനം മനുഷ്യമസ്തിഷ്കത്തിന്റെ ഘടനയെയും പ്രവർത്തനക്ഷമതയെയും സ്വാധീനിക്കുന്നുണ്ടെന്ന് അദ്ദേഹത്തിന്റെ പഠനങ്ങൾ തെളിയിക്കുന്നു.

വിവിധ പ്രക്രിയകളിലധിഷ്ഠിതമായ പ്രവർത്തനങ്ങളെയും സംവേദനങ്ങളെയും പ്രോത്സാഹിപ്പിക്കുന്ന പഠനാനുഭവങ്ങൾ ജൈവ ഓർമ്മയ്ക്കും സർഗ്ഗചിന്തകൾക്കും പ്രശ്നപരിഹരണചിന്തകൾക്കും സഹായകരമായ നാഡീബന്ധങ്ങൾ സാദ്ധ്യമാക്കുന്നു. ഇത്തരം നാഡീബന്ധങ്ങൾ മനുഷ്യവികാസത്തിന്റെ ഏതുഘട്ടത്തിലും ജീവിതാവസാനം വരെ സാദ്ധ്യവുമാണ്. നന്നായി ആസൂത്രണം ചെയ്ത കലാവിദ്യാഭ്യാസത്തിന് പുതിയ നാഡീബന്ധങ്ങൾ ഉളവാക്കുവാനും വിട്ടുപോയ നാഡീബന്ധങ്ങൾ പുനഃസ്ഥാപിക്കുവാനും കഴിയുമെന്ന് മറിയൻ ഡയമെന്റ് പറയുന്നു. മനുഷ്യമസ്തിഷ്കം പരിവർത്തനം ചെയ്യപ്പെടുക മാത്രമല്ല പരിവർത്തനകാരിയായി മാറുകയും ചെയ്യും. ഉദാഹരണത്തിന് സൂര്യോദയാനുഭവം ഒരാളിൽ കവിതയോ, ചിത്രമോ, സംഗീതമോ, ശാസ്ത്രമോ, ഗണിതമോ, നൃത്തമോ ഒക്കെയായി പരിണമിക്കപ്പെടാം. ചിത്രപ്രദർശനം കാണുന്ന ഒരാളിൽ സംഗീതം പൊട്ടിവിടരാം. തീവ്രജീവിതാനുഭവങ്ങൾ ചരിത്രനാടകങ്ങളായി മാറാം, ഷേക്സ്പിയറിൽ കണ്ടതുപോലെ.

കുട്ടികളുടെ വിദ്യാഭ്യാസത്തിൽ സംഗീതം, ദൃശ്യകല, നാടകം, ഡാൻസ് തുടങ്ങിയ കലാരൂപങ്ങൾക്കുള്ള പ്രാധാന്യത്തെക്കുറിച്ചുള്ള ചർച്ചകളിലേക്ക് കടക്കാം.

സംഗീതം

ജന്മനാതന്നെ താളബോധവും സംഗീതാഭിരുചിയുള്ളവരുമാണ് കുഞ്ഞുങ്ങൾ. താളക്രമം പെട്ടെന്നു തിരിച്ചറിയുവാനും അതനുസരിച്ച് പ്രതികരിക്കുവാനും കുട്ടികൾക്ക് കഴിയുന്നുണ്ട്. ജന്മനായുള്ള ഈ താള ബോധംകൊണ്ടാണ് വിരലുകൾകൊണ്ടും കൈകൊണ്ടും താളംപിടിക്കാനുള്ള കഴിവ് കുട്ടികൾക്ക് ലഭിച്ചത്. സംഘമായി താളംപിടിക്കുമ്പോഴാണ് സന്തോഷത്തിമിർപ്പിൽ കുഞ്ഞുങ്ങൾ നിറഞ്ഞാടുന്നത്.

താളബോധത്തിൽ തുടങ്ങി താളക്രമത്തിലെ ലയത്തിലേക്ക് കടക്കുന്ന കുട്ടി താളാത്മകവും യുക്തിപരവുമായ ക്രമരൂപങ്ങൾ കണ്ടെത്തുവാനും അവയുടെ സാമ്യവ്യത്യാസങ്ങൾ തിരിച്ചറിയുവാനും തുടങ്ങുന്നു. അതോടെ സംഗീതബോധം ഉണരുവാൻ തുടങ്ങുന്നു. സംഗീതം കുട്ടിയുടെ തലച്ചോറിൽ സ്വാധീനം ചെലുത്തുവാൻ തുടങ്ങുന്നു. സ്വരങ്ങൾ, സ്വര ഐക്യം, താളം എന്നിവ രൂപപ്പെടുത്തുന്നതിനുള്ള ശരിയായ മാതൃകകൾ ഉൾക്കൊള്ളുന്ന ഭാഷയാണ് സംഗീതം എന്ന തിരിച്ചറിവിലേക്ക് കുട്ടി പതിയെ എത്തിച്ചേരുന്നു. ചുറ്റുപാടുകളിൽ നിന്നും കുട്ടിക്ക് ലഭിക്കുന്ന സംഗീതാനുഭവങ്ങളാണ് വാക്കുകളെയും ആശയങ്ങളെയും ക്രമപ്പെടുത്തുന്നതിനും അതിലെ ജീവാക്ഷരങ്ങളുടെ ധ്വനികളുടെ സ്വരച്ചേർച്ചയും മാധുര്യവും അപഗ്രഥിക്കുന്നതിനും കുട്ടികളെ സഹായിക്കുന്നത്.

വിൽസൻ (1989) ൽ നടത്തിയ പഠനം സംഗീതാസ്വാദനവും കുട്ടികളുടെ വികാസവുമായി ബന്ധപ്പെട്ടതായിരുന്നു. ജൈവിക ഓർമ്മ, അതിൽ നിന്നും ആവശ്യമുള്ളവ ഓർത്തെടുക്കൽ, ശ്രദ്ധ കേന്ദ്രീകരിക്കൽ, പ്രവചിക്കൽ, പ്രതീക്ഷ പുലർത്തൽ തുടങ്ങി പ്രകടനത്തിനുവേണ്ട നൈപുണികൾ കുട്ടികൾ സംഗീതപഠനത്തോടെ ആർജ്ജിക്കുവാൻ തുട

ങ്ങുന്നു എന്നതാണ് അതിലെ പ്രധാന കണ്ടെത്തലുകളിലൊന്ന്. സംഗീതം അഭ്യസിക്കുന്ന കുട്ടികളിൽ ഇന്ദ്രിയ ഉദ്ഗ്രഥനം നടക്കുന്നു. സംഗീതാനുഭവങ്ങൾ കുട്ടികളുടെ ഭാഷാശേഷികളെ വികസിപ്പിക്കുന്നു.

വാൽഡോർഫ് വിദ്യാഭ്യാസരീതിയുടെ പ്രചാരകനായ ഒഡ്‌ലീസൻ (1995) അമേരിക്കയിലെ ബോസ്റ്റണിലെ പ്രധാനാദ്ധ്യാപകരെ അഭിസംബോധന ചെയ്തുകൊണ്ട് സംസാരിക്കവെ അദ്ദേഹം ജപ്പാനിലെ കുട്ടികൾ അവരുടെ പ്രായത്തിനുമപ്പുറമുള്ള ഗണിതശേഷികൾ നേടുന്നതിനുള്ള കാരണമെന്തെന്ന് ചോദിച്ചു. ഇതിനുത്തരമായി അദ്ദേഹം ജപ്പാനിലെ ഒരു ഗണിതാദ്ധ്യാപകന്റെ അനുഭവംതന്നെ ചൂണ്ടിക്കാണിച്ചു.

"ശിശുവിദ്യാഭ്യാസത്തിന് ഏറ്റവും നല്ല തുടക്കം പാട്ടിലൂടെയാണ്. ഇത് കുട്ടികളുടെ ഗ്രഹണശേഷിയെ ഔന്നത്യത്തിലെത്തിക്കുന്നു. ഭാഷയും ഗണിതവും പഠിക്കുന്നതിൽ വിസ്മയകരമായ വേഗത കുട്ടികൾ കൈവരിക്കുന്നു."

ബുദ്ധിവികസിക്കുവാൻ അനുഭൂതികളുടെ ഒരു ആന്തരികലോകമുണ്ടാകണം. "അനുഭൂതികളുടെ ആന്തരികലോകത്ത് വാക്കുകളാക്കിയും നിശ്ശബ്ദമാക്കിയും വയ്ക്കാൻ കഴിയാത്ത കാര്യങ്ങൾ സംഗീതമായൊഴുകുന്നു"വെന്ന് വിക്ടർ ഹ്യൂഗോ പറയുന്നു. പ്ലേറ്റോയ്ക്കുമുണ്ട് സംഗീതത്തെക്കുറിച്ച് പറയുവാൻ ഏറെ കാര്യങ്ങൾ.

"സംഗീതം പ്രപഞ്ചത്തിന് ആത്മാവ് നല്കുന്നു, മനസ്സിന് ചിറകുകൾ നല്കുന്നു, ഭാവനയ്ക്ക് ആകാശഗമനം നല്കുന്നു, എല്ലാറ്റിനും ജീവൻ നല്കുന്നു." പ്ലേറ്റോ സംഗീതത്തെ കാണുന്നത് അങ്ങനെയാണ്.

പരിണാമസിദ്ധാന്തം കൊണ്ടുവന്ന ചാൾസ് ഡാർവിൻ പറയുന്നത് കേൾക്കു.

"എനിക്ക് ഇനിയൊരു ജീവിതമുണ്ടെങ്കിൽ ഞാനൊരു വ്യവസ്ഥയുണ്ടാക്കും. ആഴ്ചയിലൊരിക്കലെങ്കിലും കുറച്ചു കവിത കേൾക്കാനും സംഗീതം ആസ്വദിക്കാനും."

"ഞാനൊരു ഊർജ്ജതന്ത്രജ്ഞനല്ലായിരുന്നുവെങ്കിൽ ഒരു സംഗീതജ്ഞനായേനെ" എന്ന് ആൽബർട്ട് ഐൻസ്റ്റീൻ പറയുന്നു. "ഞാൻ പലപ്പോഴും സംഗീതത്തിൽ ചിന്തിക്കാറുണ്ട്. സംഗീതത്തിൽ പകൽക്കിനാവ് കാണാറുണ്ട്. സംഗീതത്തിന്റെ അടിസ്ഥാനത്തിലാണ് ഞാൻ എന്റെ ജീവിതത്തെ കാണുന്നത്." അദ്ദേഹം പറയുന്നു.

"സ്നേഹത്തിന്റെ അന്നമാണ് സംഗീതമെങ്കിൽ അത് തുടരുക. എനിക്ക് അത് അളവിൽക്കൂടുതൽ തരിക, മടുക്കുംവരെ." എന്ന് വില്യം ഷേക്സ്പിയർ കുറിക്കുന്നു. "ഒരാളിൽ സംഗീതമില്ലെങ്കിൽ, മാധുര്യമുള്ള ശബ്ദങ്ങളുടെ ഐക്യം അയാളിൽ ചലനങ്ങൾ സൃഷ്ടിക്കുന്നില്ലെങ്കിൽ, അയാൾ ചതിയനാകുവാൻ യോഗ്യനാ"ണെന്ന് അദ്ദേഹം പറയുന്നു. "അയാളുടെ സ്നേഹം പാതാളംപോലെ കറുത്തിരിക്കും. അയാളുടെ വികാരങ്ങൾ രാത്രിയെപ്പോലെ നിർജ്ജീവമായിരിക്കും." അതുകൊണ്ട്

"സംഗീതം കേൾക്കുവാൻ ശ്രദ്ധിക്കൂ. ഭൂമിയിൽ സംഗീതമുണ്ട്" എന്ന് ഷേക്സ്പിയർ പറയുന്നു.

അനുഭൂതികളുടെ ആന്തരികലോകത്തു നിന്നുകൊണ്ട് ജോർജ്ജ് ഇലിയറ്റ് പറയുന്നു "എന്നിൽ സംഗീതം നിറയുമ്പോൾ ജീവിതം പ്രയാസമില്ലാതെ മുന്നോട്ടുപോകുന്നതായി തോന്നുന്നു. അങ്ങനെയൊരവസ്ഥയിൽ നിന്നുകൊണ്ട് ഷെല്ലി കൂട്ടിച്ചേർക്കുന്നു. "നമ്മുടെ ഏറ്റവും മാധുര്യമുള്ള ഗാനങ്ങൾ ഏറ്റവും ദുഃഖഭാവങ്ങളെക്കുറിച്ച് പറയുന്നവയാണ്."

"ആത്മാവിന്റെ ഭാഷയാണ് സംഗീതം. അത് ജീവിതത്തിന്റെ രഹസ്യം തുറക്കുന്നു. സംഘർഷങ്ങൾ ഇല്ലാതെയാക്കി സമാധാനം കൊണ്ടുവരുന്നു." ജിബ്രാന്റെ വാക്കുകൾ.

സംഗീതം വ്യക്തികളുടെ ആന്തരികലോകത്തെ എത്രമാത്രം സ്വാധീനിക്കുന്നുണ്ടെന്ന കാര്യത്തിൽ മഹാന്മാരുടെ നിരീക്ഷണങ്ങൾ തെളിച്ചമേകുന്നു.

വ്യക്തിയുടെ ആന്തരികലോകവും ബാഹ്യലോകവും തമ്മിലുള്ള ബന്ധം പ്രധാനമാണെന്ന് സംഗീതത്തെ സംബന്ധിച്ച കാഴ്ചപ്പാടുകൾ വ്യക്തമാക്കുന്നു. പരിസരവുമായി നിരന്തരം നടക്കുന്ന പ്രതിപ്രവർത്തനങ്ങളിൽനിന്നും ഉളവാകുന്ന അനുഭവങ്ങളെ തന്റേതായ രീതിയിൽ കോർത്തിണക്കി ഉൾക്കാഴ്ചകൾ രൂപീകരിക്കുവാനും പുതിയ ആശയങ്ങൾ രൂപീകരിക്കുവാനും പ്രത്യക്ഷബന്ധമില്ലാത്ത വസ്തുക്കൾ തമ്മിൽ പരസ്പരബന്ധം കണ്ടെത്തുവാനും ഇല്ലായ്മകൾ കണ്ടെത്തി കുറവുകൾ പരിഹരിക്കുവാനുംവേണ്ടിയുള്ള ശ്രമങ്ങൾ ആന്തരികലോകത്ത് നടക്കുന്നു.

ചിന്തയുടെ ലോകമാണ് ബുദ്ധി. ജ്ഞാനനിർമ്മിതി വാദിയായ അമേരിക്കൻ ശാസ്ത്രജ്ഞൻ ഹവാർഡ് ഗാർഡ്നറുടെ ബഹുമുഖബുദ്ധി സിദ്ധാന്തം ചിന്തകൾ സംബന്ധിച്ച നമ്മുടെ കാഴ്ചപ്പാടുകളെ വിപുലീകരിക്കുന്നു. ബുദ്ധി എന്നത് ഒരു ഏകകമല്ലെന്നും പലതരം ബുദ്ധികളുണ്ടെന്നും ഓരോന്നും സ്വതന്ത്രമാണെന്നും അദ്ദേഹം സിദ്ധാന്തിക്കുന്നു. വ്യത്യസ്തബുദ്ധികൾ പരസ്പരം പ്രതിവർത്തിക്കുന്നുണ്ട്. ഒരു പ്രശ്നസന്ദർഭത്തെ മറികടക്കുവാൻ അവ ഒരുമിച്ചു പ്രവർത്തിക്കുന്നുണ്ട്. ഒമ്പതു തരം ബുദ്ധിയെക്കുറിച്ച് അദ്ദേഹം വിശദമാക്കുന്നുണ്ട്. അതിലൊന്നാണ് സംഗീതപരമായ ബുദ്ധി. അനുകൂലമായ അവസരങ്ങൾ ലഭിക്കുകയാണെങ്കിൽ എല്ലാവരിലും എല്ലാ ബുദ്ധികൾക്കും പുരോഗതിയുണ്ടാകുമെന്ന് അദ്ദേഹം പറയുന്നു. അനുകൂലമായ സാഹചര്യം ലഭിക്കാതെ വന്നാൽ ജന്മസിദ്ധമായ ബുദ്ധിമുഖങ്ങൾക്കു പോലും ആവശ്യമായ വളർച്ച ലഭിക്കാതെ പോകുമെന്നും അദ്ദേഹം ചൂണ്ടിക്കാട്ടുന്നു.

സംഗീതം ആസ്വദിക്കുന്നതിനും ഈണത്തിലും താളത്തിലും സംഗീതാത്മകമായി ആവിഷ്കാരങ്ങൾ നടത്തുന്നതിനുമുള്ള ബുദ്ധിയാണ് സംഗീതപരമായ ബുദ്ധി. ശബ്ദം, താളം, ഈണം എന്നിവ തിരിച്ചറിയുക, ആലപിക്കുക, സംഗീതത്തിൽ ആനന്ദം കണ്ടെത്തുക, സംഗീതം

ചിട്ടപ്പെടുത്തുക, സംഗീതോപകരണങ്ങൾ വായിക്കുക, സംഗീതത്തെ ശാസ്ത്രീയമായി സമീപിക്കുക അതിൽ ഗവേഷണം നടത്തുക തുടങ്ങി നിരവധി ഘടകങ്ങൾ ചേർന്നതാണ് സംഗീതപരമായ ബുദ്ധി.

1997 ൽ ഗാർഡനർ ഇറക്കിയ ലേഖനത്തിൽ സംഗീതപരമായ ബുദ്ധി മറ്റു ബുദ്ധികളിൽനിന്നും വളരെ വ്യത്യസ്തത പുലർത്തുന്നതാണെന്ന് ചൂണ്ടിക്കാട്ടിയിട്ടുണ്ട്. സംഗീതപരമായ ബുദ്ധിയിലാണ് മറ്റു ബുദ്ധികളെ അപേക്ഷിച്ച് കൂടുതൽ സാംസ്കാരികവും വൈകാരികവും സാർവ്വത്രികവുമായ ചിന്താതലങ്ങൾ ഉൾക്കൊള്ളുന്നതെന്ന് അദ്ദേഹം വിശദമാക്കുന്നു. ഏറ്റവും പ്രധാനപ്പെട്ടത് സംഗീതപരമായ ബുദ്ധി, ചിന്തകളുടെ ക്രമീകരണത്തിനും അതിനനുസൃതമായ പ്രവർത്തനങ്ങൾക്കും അനുകൂലമായ തലം ഒരുക്കുന്നു എന്നതാണ്. ഒരേസമയം സ്ഥലപരവും ഭാഷാപരവും ഗണിതപരവും യുക്തിപരവുമായ ബുദ്ധികളുടെ വികാസത്തിന് അവസരം ഒരുക്കിക്കൊണ്ടാണ് സംഗീതപരമായ ബുദ്ധി പ്രവർത്തിക്കുന്നതെന്ന് ഗാർഡ്നർ ചൂണ്ടിക്കാണിക്കുന്നു. സംഗീതപരമായ ബുദ്ധിവികാസത്തിന് സംഗീതപഠനം സഹായിക്കുന്നു. ഏറ്റവും നിർണ്ണായകമായത് സംഗീതപഠനം മറ്റ് ബുദ്ധിതലങ്ങളുടെ വികാസത്തിൽ സ്വാധീനം ചെലുത്തുന്നുവെന്നുള്ളതാണ്. ഇക്കാര്യം വെളിപ്പെടുത്തുന്ന ധാരാളം ഗവേഷണപഠനങ്ങൾ നടന്നിട്ടുണ്ടെന്ന് ഗാർഡ്നർ തന്റെ ലേഖനത്തിൽ പ്രതിപാദിക്കുന്നുണ്ട്. ഭാഷയും ഗണിതവും പഠിക്കുന്നതിൽ ജപ്പാനിലെ കുട്ടികൾ മുന്നിട്ടു നില്ക്കുന്നതിന് കാരണം സംഗീതപഠനമാണെന്ന ഒഡ്ലിസന്റെ നിരീക്ഷണത്തെ സാധൂകരിക്കുന്നതാണ് ഗാർഡ്നറുടെ ലേഖനം.

വിദ്യാഭ്യാസത്തിൽ സംഗീതത്തിന്റെ പ്രാധാന്യത്തെക്കുറിച്ച് പ്ലേറ്റോയും വിലയിരുത്തിയിട്ടുണ്ട്. അദ്ദേഹത്തിന്റെ അഭിപ്രായത്തിൽ കുട്ടി ആദ്യം പഠിക്കേണ്ടത് സംഗീതമാണ്. ലോകത്ത് നിലനില്ക്കുന്ന ക്രമങ്ങളെയും ക്രമരൂപങ്ങളെയും അവയിലെ സ്വരച്ചേർച്ചകളെയും തിരിച്ചറിയുവാനും സംഗീതം കുട്ടികൾക്ക് അവസരം നല്കും. അവയിൽ നിലനില്ക്കുന്ന മൂല്യങ്ങൾ കുട്ടികളിൽ വളരുവാനും അതിടയാക്കും. സംഗീതം ഒരു ധാർമ്മിക നിയമമാണെന്നും ലോകക്രമത്തിന്റെ സത്തയാണെന്നും പ്ലേറ്റോ വിശദീകരിക്കുന്നു.

സംഗീതപഠനവും ഭാഷാശേഷികളുടെ വികാസവും സംബന്ധിച്ച് ഹാൾ (1952) നടത്തിയ പഠനം ചില വസ്തുതകളിലേക്ക് വെളിച്ചം വീശുന്നുണ്ട്. അദ്ദേഹം എട്ട്, ഒമ്പത് ഗ്രേഡുകളുടെ വായനഗ്രഹണശേഷി പഠനവിധേയമാക്കി. സംഗീതം അഭ്യസിക്കുന്ന കുട്ടികളുടെയും സംഗീതപശ്ചാത്തലമില്ലാത്ത കുട്ടികളുടെയും വായനയിലുള്ള അന്തരം അദ്ദേഹം താരതമ്യം ചെയ്തു. സംഗീതപശ്ചാത്തലമുള്ള കുട്ടികളുടെ ഗ്രഹണശേഷിക്ക് അത്തരമൊരു പശ്ചാത്തലമില്ലാത്ത കുട്ടികളെക്കാൾ വലിയ വളർച്ചയുണ്ടാകുന്നതായി കാണപ്പെട്ടു.

നോർത്ത് കാലിഫോർണിയ യൂണിവേഴ്സിറ്റിയിലെ റമേയും കാമ്പലും (1996) പ്രീ സ്കൂളുകളിൽ സംഗീതപഠനവുമായി ബന്ധപ്പെട്ട് തുടർഗവേഷണം നടത്തുകയുണ്ടായി. ഗെയിമുകളും സംഗീതവും ഉൾപ്പെടുത്തി പഠനാനുഭവങ്ങൾ നല്കിയ പ്രീ സ്കൂൾ കുട്ടികളുടെ ബൗദ്ധിക ശേഷികൾ മെച്ചപ്പെട്ട നിലയിൽ എത്തുന്നതായി അദ്ദേഹം നിരീക്ഷിച്ചു. പഠനവിധേയമാക്കിയ കുട്ടികൾ വിവിധ ക്ലാസുകളിൽ സംഗീതപഠനം തുടർന്നു. അവരുടെ ബൗദ്ധികവികാസം അവർക്ക് പതിനഞ്ച് വയസ്സെത്തുന്നതുവരെ അദ്ദേഹം നിരീക്ഷിച്ചു. ഈ കുട്ടികൾ ഗണിതത്തിൽ ഉയർന്ന സ്കോർ നേടുന്നതായി കണ്ടെത്തി. മാത്രമല്ല അവർ ആർത്തിയുള്ള വായനക്കാരായി മാറുന്നതും കണ്ടു.

ചൈന, തായ്‌വാൻ, ജപ്പാൻ, കൊറിയ തുടങ്ങിയ ഏഷ്യൻ രാജ്യങ്ങളിലെ കുട്ടികളിലും സംഗീതപഠനം സംബന്ധിച്ച് ധാരാളം പഠനങ്ങൾ നടന്നിട്ടുണ്ട്. *ദി ന്യൂയോർക്ക് ടൈംസ് ഇന്റർനാഷണിൽ* (1996) മേല്പറഞ്ഞ രാജ്യങ്ങളിലെ കുട്ടികൾ വളരെ ഉയർന്ന തലത്തിലുള്ള സംഗീതപരമായ ബുദ്ധി കൈവരിച്ചതായി റിപ്പോർട്ട് ചെയ്തിട്ടുണ്ട്. ഇതേ കാലയളവിൽ ബ്ലാക്ക് (1993) നടത്തിയ ന്യൂറോ മ്യൂസിക്കൽ ഗവേഷണത്തിന്റെ ഫലം പുറത്തുവന്നു. ശിശുക്കളിൽ സംഗീതത്തിനുവേണ്ടി മാറ്റിവയ്ക്കപ്പെട്ട 'ന്യൂറൽ മെക്കാനിസം' ഉണ്ടെന്ന് അദ്ദേഹത്തിന്റെ ഗവേഷണം തെളിയിച്ചു. ശൈശവത്തിൽ തുടങ്ങി തുടരുന്ന സംഗീതപഠനം കുട്ടികളുടെ മസ്തിഷ്കത്തിന്റെ പ്രവർത്തനക്ഷമത വർദ്ധിപ്പിക്കുന്നുവെന്ന് അദ്ദേഹം പറയുന്നു. ഗാർഡനറുടെ ബഹുമുഖ ബുദ്ധി സിദ്ധാന്തത്തിന്റെ വിശകലനത്തെ പിന്തുണയ്ക്കുന്നതാണ് ഈ കണ്ടെത്തലുകൾ.

സംഗീതപഠനം നഴ്സറിതലം മുതൽ ഉൾപ്പെടുത്തിയിട്ടുള്ള രാജ്യങ്ങളിലൊന്നാണ് ഹംഗറി. വോക്കലും സംഗീത ഉപകരണങ്ങളും അവിടെ സ്കൂൾവിദ്യാഭ്യാസ കാലഘട്ടത്തിൽ പരിശീലിപ്പിക്കുന്നുണ്ട്. എട്ട് വർഷം വരെ പരിശീലനം നിർബ്ബന്ധമാണ്. ഹോളണ്ടിലും ഫിൻലാന്റിലും സംഗീതപഠനം വിദ്യാഭ്യാസത്തിന്റെ എല്ലാ ഘട്ടങ്ങളിലും നിർബ്ബന്ധമാണ്. ഈ രാജ്യങ്ങളിലെല്ലാം തന്നെ കുട്ടികളുടെ 'ഹാപ്പിനസ് ഇൻഡക്സിന്റെ' മുഖ്യഘടകങ്ങളിലൊന്നാണ് സംഗീതപഠനം. സംഗീതപഠനം കുട്ടികളുടെ സമഗ്രവികാസത്തിൽ ചെലുത്തുന്ന സ്വാധീനത്തെക്കുറിച്ച് ഇവിടെയും പഠനങ്ങൾ നടന്നിട്ടുണ്ട്. ഭാഷാവികാസം, വായന, ഗണിതം, ശാസ്ത്രം, ശാരീരികചലനപരമായ ബുദ്ധി തുടങ്ങിയ മേഖലകളെ സംഗീതവിദ്യാഭ്യാസം വളരെയധികം സ്വാധീനിച്ചിട്ടുണ്ടെന്ന് പഠനങ്ങൾ വെളിപ്പെടുത്തുന്നു. അതുകൊണ്ടാണ് അമേരിക്കൻ നാഷണൽ ചൈൽഡ് വെൽഫയർ അസോസിയേഷൻ ഇപ്രകാരം പ്രസ്താവിച്ചത്:

"സംഗീതത്തിലൂടെ ഒരു കുട്ടി സൗന്ദര്യത്തിന്റെ ലോകത്തിലേക്ക് കടക്കുന്നു. അതിലൂടെ കുട്ടി തന്റെ അന്തർല്ലീന കഴിവുകൾ പ്രകടമാക്കുന്നു. സൃഷ്ടിയുടെ ആഹ്ലാദം അനുഭവിക്കുന്നു. അനുകമ്പയുടെ തലങ്ങൾ വിസ്തൃതമാക്കുന്നു. മാനവികത വികസിക്കുന്നു."

ഗണിതമാണ് സംഗീതവുമായി അടുത്തബന്ധം പുലർത്തുന്നതെന്ന് ഗവേഷകർ പറയുന്നു. എണ്ണുവാനും ക്ഷേത്രഗണിത രൂപങ്ങൾ തിരിച്ചറിയുവാനും അനുപാതം മനസ്സിലാക്കുവാനും, സമയം, കാലം, സ്ഥാനം എന്നിവ സംബന്ധിച്ച രൂപഘടന മനസ്സിലാക്കുവാനും സംഗീതം കുട്ടിയെ സഹായിക്കുമെന്ന് അവർ ഉറപ്പിച്ചുപറയുന്നു.

സ്ഥലസംബന്ധിയായ ബന്ധങ്ങളെക്കുറിച്ചുള്ള വിചിന്തനവും അനുമാനങ്ങളും മറ്റു വിഷയങ്ങളെ അപേക്ഷിച്ച് ഗണിതത്തിലും ശാസ്ത്രത്തിലും എഞ്ചിനീയറിങ്ങിലും അത്യന്താപേക്ഷിതമാണ്. ഈ വിഷയങ്ങളുമായി ബന്ധപ്പെട്ട പല പ്രശ്നങ്ങളും ആശയങ്ങളും വാചികരൂപത്തിൽ പ്രകടിപ്പിക്കുവാൻ കഴിഞ്ഞെന്നു വരില്ല. അമൂർത്തചിന്തകളെയും ഭാവനയിലെ ദൃശ്യപരമായ ചിന്തനങ്ങളെയും ആശ്രയിച്ചുമാത്രമേ അത്തരം കാര്യങ്ങളെ ഗ്രഹിച്ചെടുക്കുവാൻ കഴിയുകയുള്ളൂ. ഈ രണ്ടു നൈപുണികളും സ്ഥലസംബന്ധിയായ ബന്ധങ്ങളുടെ വിചിന്തനത്തിന്റെ ഉല്പന്നങ്ങളാണ്. സംഗീതപഠനം കുട്ടികളുടെ ദൃശ്യസ്ഥലപര ബുദ്ധിയെയും വികസിപ്പിക്കുന്നുവെന്നാണ് ഇക്കാര്യങ്ങൾ സൂചിപ്പിക്കുന്നത്.

പിയാനോപഠനവുമായി ബന്ധപ്പെട്ട് ഗോഡോൻഷാ (1993) നടത്തിയ പഠനം എടുത്തുപറയേണ്ടതാണ്. പിയാനോ അഭ്യസിക്കുന്ന കുട്ടികളിലാണ് അദ്ദേഹം പഠനം നടത്തിയത്. വസ്തുക്കളെ സമയത്തെയും സ്ഥാനത്തെയും ബന്ധപ്പെടുത്തി ദൃശ്യചിത്രങ്ങൾ ഭാവനയിൽ കാണുവാനും അത് പരിണമിപ്പിക്കുവാനുമുള്ള കഴിവ് അതിന്റെ വികസിതതലത്തിൽ പിയാനോ പഠിക്കുന്ന കുട്ടികളിൽ അദ്ദേഹം നിരീക്ഷിച്ചു. ഭിന്നങ്ങൾ, ജ്യോമട്രിക്കൽ പാറ്റേൺ തുടങ്ങിയ ഗണിതപ്രശ്നങ്ങൾ മനസ്സിലാക്കുന്നതിനുള്ള ഈ കുട്ടികളുടെ കഴിവ് പിയാനോ പഠിക്കാത്ത കുട്ടികളെക്കാൾ ഉയർന്നതാണെന്ന് അദ്ദേഹം കണ്ടെത്തി. ഇത്തരം പഠനങ്ങൾ സംഗീത ഉപകരണങ്ങൾ അഭ്യസിക്കുന്ന കുട്ടികളിലും അല്ലാത്ത കുട്ടികളിലും നടന്നിട്ടുണ്ട്. ചെറുപ്രായത്തിൽത്തന്നെ സംഗീത അഭ്യസനം നടത്തുന്നത് അക്കാദമികമായി ഉയർന്ന നേട്ടങ്ങൾ കൈവരിക്കുന്നതിന് ഇടയാക്കും. പ്രായപരിഗണന കൂടാതെതന്നെ സംഗീതം വ്യക്തിയുടെ തലച്ചോറിന്റെ പ്രവർത്തനങ്ങളെ പരിപോഷിപ്പിക്കുന്നുണ്ടെന്ന് കണ്ടെത്തിയിട്ടുണ്ട്.

സംഗീതപഠനം ഒരു വ്യക്തിയുടെ ബൗദ്ധികശേഷിയെ എപ്രകാരമാണ് ത്വരിതപ്പെടുത്തുന്നത് എന്ന ചോദ്യം പ്രസക്തമാണ്. ഒരു ഗായകൻ ഒരു ഗാനം ആലപിക്കുമ്പോഴും അതേസമയം ശ്രോതാവ് ആസ്വദിക്കുമ്പോഴും ചിന്താമണ്ഡലത്തിൽ പലവ്യവഹാരങ്ങളും നടക്കുന്നു. ഭാഷ, ഗണിതം, യുക്തി, വ്യതിരിക്തത, ദൃശ്യപരത, ഈണങ്ങൾ വൈവിദ്ധ്യമാക്കാനായി ഉപയോഗിക്കുന്ന ശബ്ദതരംഗങ്ങളിലെ വൈവിദ്ധ്യം, ഇംപ്രവൈസേഷൻ, ശബ്ദക്രമീകരണം, താളങ്ങളുടെ വൈവിദ്ധ്യം, സ്വരപാറ്റേണുകളുടെ ശൃംഗലീകരണം, സ്വരവൈവിദ്ധ്യം, സൂക്ഷ്മങ്ങളായ കമ്പനങ്ങൾ അത് കൃത്യമായി കൈകാര്യം ചെയ്യൽ എന്നിങ്ങനെ ഒരു

പറ്റം സർഗ്ഗാത്മക പരീക്ഷണങ്ങളാണ് സംഗീതാലാപനം നടത്തുന്നവരുടെയും സംഗീതോപകരണങ്ങൾ കൈകാര്യം ചെയ്യുന്നവരുടെയും ചിന്താമണ്ഡലത്തിൽ നടക്കുന്നത്. ഇത് ഒരു വ്യക്തിയുടെ എല്ലാത്തരം ചിന്തകളുടെയും ബഹുമുഖബുദ്ധിയുടെയും വികാസത്തിന് സഹായിക്കുന്നു.

ഒരു സ്വരസമൂഹത്തെ എടുത്ത് വ്യത്യസ്തമായ തലങ്ങളിൽ സർഗ്ഗാത്മകമായി അടുക്കുന്ന തീവ്രമായ മാനസികപ്രക്രിയ ഇവിടെ നടക്കുന്നു.

ഉദാഹരണമായി നിധപാ.... എന്ന സ്വരസമൂഹത്തെ പഠിതാവിന് എങ്ങനെയൊക്കെ ക്രമീകരിക്കാം, അതും ആ രാഗത്തിൽ ആ സ്വരങ്ങളുടെ യഥാർത്ഥ ആവൃത്തിയിൽ അണുകിട വിടാതെ ആ സ്വരങ്ങളെയെല്ലാം ശ്രുതിശുദ്ധമായും താളാത്മകമായും അവതരിപ്പിക്കുന്ന അതിബൃഹത്തായ ഒരു സർഗ്ഗാത്മക ആവിഷ്കാരരൂപമാണിവിടെ സഫലമാകുന്നത്.

നിധപ എന്ന സ്വരത്തെ എങ്ങനെയൊക്കെ നമുക്ക് പ്രസ്തരിക്കാം?

പധനി, ധപനി, പനിധ, ധനിപ, നിപധ, നിധപ. കഴിഞ്ഞില്ല

ഇവയെ പപധധനിനി, ധധപപനിനി, പപനിനിധധ, ധധനിനിപപ, നിനിപപധധ, നിനിധധപപ എന്നിങ്ങനെ ഇരട്ടിക്കാനുള്ള സാദ്ധ്യത; പപപധധധനിനിനി, പപപനിനിനിധധധ, ധധധനിനിനിപപപ, നിനിനിപപപധധധ, നിനിനിധധധപപപ... എന്നിങ്ങനെ മൂന്നു പ്രാവശ്യം ആവർത്തിക്കുന്ന സാദ്ധ്യത. ഇനിയുമുണ്ട്. ദീർഘമായുള്ള ആലാപനം നി..... ധപ, നിധാ.... പ, ... എന്നിങ്ങനെ. സ്വരങ്ങൾ കൂടുന്നതനുസരിച്ച് വക്രമായി, പസധനി, മനിപധ എന്നിങ്ങനെ. ചില സ്വരങ്ങൾ ഒഴിവാക്കി സരിഗമധനിസ (പ ഒഴിവാക്കി), സഗമധനിസ (രി,പ ഒഴിവാക്കി)..... ഇങ്ങനെ എത്രയെത്ര ആവിഷ്കാര സാദ്ധ്യതകൾ.

സ്വരങ്ങൾ ഉപയോഗിച്ചുകൊണ്ടുള്ള ഗണിതശേഷി വികാസവും കൗതുകകരമാണ്. ഉദാഹരണത്തിന് എണ്ണത്തിൽ 36 സ്വരങ്ങളെ എങ്ങനെയൊക്കെ സംഖ്യാപരമായി വ്യാഖ്യാനിക്കാം? താഴെ കൊടുത്തിരിക്കുന്ന പാറ്റേൺ പരിശോധിക്കൂ.

6 x 6 = 36
5 + 6, + 7 + 5, + 6 + 7 = 36
7 + 6, + 5 + 7, + 6 + 5 = 36
6 + 6 + 6 + 6 + 6 + 6 = 36
2 + 4, + 2 + 4, + 2 + 4, + 6 + 6, + 6 = 36
4 + 2, + 4 + 2, + 4 + 2, + 5 + 1, + 5 + 1,+ 5 + 1 = 36
3 + 3, + 3 + 3, + 3 + 3, + 5 + 6, + 7 = 36
7 + 7 + 7, + 5 + 5 + 5 = 36
5 + 5 + 5, + 7 + 7 + 7 = 36

ഇത്തരത്തിൽ എത്രയെത്ര സംഖ്യാവ്യാഖ്യാനസാദ്ധ്യതകൾ സംഗീതത്തിലെ ഇത്തരം ഗണിതാശയങ്ങളാകാം ഗണിതപരമായ ബുദ്ധിവികാസത്തിന് അനുകൂലമാകുന്നത്.

കർണ്ണാടകസംഗീതത്തിൽ ആയിരക്കണക്കിന് രാഗങ്ങളുണ്ട്.

കല്യാണി, കനാകാംഗി, രത്നാംഗി, രൂപവതി, സരസാംഗി, ആഭേരി.. എന്നിങ്ങനെ. ഇവിടെ ഓരോന്നും വ്യത്യസ്തമാകുന്നത് സ്വരങ്ങളുടെ വൈവിദ്ധ്യം, കമ്പനങ്ങളുടെ വൈവിദ്ധ്യം എന്നിവയിലൂടെയാണ്. അതിസൂക്ഷ്മമായ ശബ്ദതരംഗങ്ങളെ വളരെ വൈദഗ്ദ്ധ്യത്തോടെ കൈകാര്യം ചെയ്യുമ്പോൾ അവിടെ നടക്കുന്ന മനോവ്യാപാരങ്ങൾ അനിർവ്വചനീയമാണ്. ഇതെല്ലാം കുട്ടിയുടെ ബൗദ്ധിക ശേഷിയെ പരമകോടിയിൽ എത്തിക്കാൻ കഴിയുന്നവയാണെന്ന് എത്രപേർ തിരിച്ചറിയുന്നുണ്ട്? തന്നെയുമല്ല നമ്മുടെ കുട്ടികളിൽ എത്രപേർക്ക് സംഗീതപഠനം പ്രാപ്യമാണ്?

എല്ലാ ഗവേഷണപഠനങ്ങളും തെളിയിക്കുന്നത് വോക്കലായോ ഉപകരണസംബന്ധിയായോ, ആസ്വാദനതലപരമായോ നടത്തുന്ന സംഗീതവിദ്യാഭ്യാസം കുട്ടിയുടെ ബൗദ്ധികവും ആശയവിനിമയപരവുമായ ശേഷികളെ വികസിപ്പിക്കുന്നുണ്ടെന്നാണ്. കുട്ടികൾ പല സാഹചര്യങ്ങളിൽ ജീവിക്കുന്നവരാണ്. ചിലർ പ്രതികൂലസാഹചര്യങ്ങളിൽനിന്നും വരുന്നവരാകും. ചിലർ സാമൂഹ്യമായും സാമ്പത്തികമായും മുന്നോക്കം നില്ക്കുന്ന കുടുംബങ്ങളിൽ നിന്നുള്ളവരായിരിക്കും. സാമ്പത്തികമായും സാമൂഹ്യമായും പ്രതികൂലസാഹചര്യങ്ങളിൽ നിന്നും വരുന്ന കുട്ടികൾക്ക് സംഗീതപഠനത്തിന് സ്വകാര്യവ്യക്തികളെ ആശ്രയിക്കാനാകില്ല. അതുകൊണ്ട് സ്കൂൾതന്നെ സംഗീതപഠനത്തിന് അവസരമൊരുക്കണമെന്ന് ഗവേഷകർ ചൂണ്ടിക്കാണിക്കുന്നു. കുട്ടികൾ ഭാഷാപരമായും സാംസ്കാരികമായും വ്യത്യസ്തതകൾ പുലർത്തുന്നവരാണ്. ഇതിനെ മാനിക്കേണ്ടതുണ്ട്.

ദേശീയോദ്ഗ്രഥനത്തിന് സംഗീതം വേണമെന്ന് ഗാന്ധിജി പറയുന്നു. “ജനങ്ങളെ ഉണർത്തുന്നതിനും കണ്ണുതുറപ്പിക്കുന്നതിനും സംഗീതം വേണം. കാരണം സംഗീതം എല്ലാവരിലുമുണ്ട്. പണക്കാരിലും പാവപ്പെട്ടവരിലും സംഗീതമുണ്ട്. യഥാർത്ഥ സംഗീതത്തിന് സമുദായ വ്യത്യാസമില്ല. ശത്രുതയില്ല. വ്യത്യസ്തമതക്കാർക്ക് ഒരുമിച്ച് സംഗീത പരിപാടികളിൽ പങ്കെടുക്കാം.” ഗാന്ധിജി ചൂണ്ടിക്കാട്ടുന്നു.

“സംഗീതം ആലപിക്കുന്നതിനോ ഒരു സംഗീതോപകരണം വായിക്കുന്നതിനോ ഉള്ള കഴിവായി മാത്രം കണ്ട് സംഗീതത്തെ ചുരുക്കിക്കാണരുത്. ഭിന്നമായ സ്വരങ്ങളും കാലസ്പന്ദനങ്ങളും സമഞ്ജസപ്പെടുമ്പോഴാണ് യഥാർത്ഥ സംഗീതം പിറക്കുന്നത്” എന്ന് ഗാന്ധിജി നമ്മെ ഓർമ്മപ്പെടുത്തുന്നു. “ഖാദിയിലും ചർക്കയിലും സംഗീതം അന്തർല്ലീനമാണെ”ന്ന് അദ്ദേഹം സൂചിപ്പിക്കുന്നത് അതുകൊണ്ടാണ്.

സാംസ്കാരിക പൈതൃകത്തെ പുതിയ തലമുറയിലേക്ക് കൈമാറുകയെന്നത് വിദ്യാഭ്യാസത്തിന്റെ പ്രധാന ധർമ്മങ്ങളിലൊന്നാണ്. സംഗീതവിദ്യാഭ്യാസത്തിലൂടെ കുട്ടികളിലേക്ക് സംഗീതപൈതൃകം കൈമാറ്റം ചെയ്യപ്പെടുന്നു. സംഗീതസാഹിത്യമേഖലയെക്കുറിച്ച് അവർ ധാരണകൾ

നേടുന്നു. മേല്പറഞ്ഞ ചിന്തകളുടെ അടിസ്ഥാനത്തിലാണ് സംഗീതവും കലകളും കരകൗശലവും ഒക്കെത്തന്നെ പാഠ്യപദ്ധതിയുടെ ഭാഗമാക്കണമെന്ന് ഗാന്ധിജി ഉറപ്പിച്ചുപറയുന്നത്.

സംഗീതപഠനത്തിന്റെ ആത്യന്തിക ലക്ഷ്യമെന്താകണം? കുട്ടിയുടെ മികവാർന്ന പ്രകടനമാണോ അതോ ജീവിതാവസാനംവരെ സംഗീതലോകത്ത് സർഗ്ഗാത്മകമായി പങ്കെടുക്കുന്ന ഒരാളായി കുട്ടിയെ വളർത്തുകയാണോ വേണ്ടത്? കുട്ടി അടയാളപ്പെടുത്തിയ പ്രകടനത്തിനപ്പുറം കുട്ടി കടക്കേണ്ടതുണ്ടോ? സ്വരവ്യത്യാസം ചെയ്തും തൽക്ഷണം രചനകളിലേർപ്പെട്ടും നൂതനപരീക്ഷണങ്ങൾ നടത്തിയും സൃഷ്ടിപരമായ നൈപുണികൾ നേടുവാൻ കുട്ടികൾക്ക് അവസരം നല്കേണ്ടതുണ്ടോ? മറ്റു കലകളുമായും വിഷയങ്ങളുമായും സംഗീതം ഉൾച്ചേർന്നു പഠിക്കേണ്ടതുണ്ടോ? സംഗീതത്തിലെ ഔന്നിത്യചിന്തനം, പ്രശ്നപരിഹരണം, സ്വയം വിലയിരുത്തൽ, ഉത്തരവാദിത്വത്തോടെയുള്ള പങ്കാളിത്തം, സംഗീതപരമായ തീരുമാനങ്ങളെടുക്കൽ തുടങ്ങിയ നൈപുണികൾ നേടിയെടുക്കുന്നതിനും സംഗീതപഠനം പരിഗണനന നല്കുന്നുണ്ടോ? സംഗീതപഠനത്തിലെ ഗവേഷണസാദ്ധ്യതകൾ പരിഗണിക്കേണ്ടതുണ്ടോ? തുടങ്ങി നിരവധി കാര്യവത്തായ ചോദ്യങ്ങൾ ചർച്ചകളിൽ ഉയർന്നുവരണം. അദ്ധ്യാപകർ ഉന്നയിക്കുന്ന ഇത്തരം കാര്യങ്ങൾ പരിഗണിച്ചില്ലെങ്കിൽ സ്കൂൾ സംഗീതവിദ്യാഭ്യാസം വെറുമൊരു റിഹേഴ്സലായി ചുരുങ്ങുമെന്ന് ഗവേഷകർ മുന്നറിയിപ്പ് നല്കുന്നു.

സമ്പൂർണ്ണ ബുദ്ധിവികസനം ലക്ഷ്യമാക്കിയുള്ള പാഠ്യപദ്ധതി, പഠനാന്തരീക്ഷം, പഠനരീതി എന്നിവ ആവിഷ്കരിക്കുമ്പോൾ കുട്ടിയുടെ സംഗീതപരമായ ബുദ്ധിവികസനത്തിന് അനുയോജ്യമായ എല്ലാ ഘടകങ്ങളും ഉൾപ്പെടുത്തിക്കൊണ്ടുള്ള സംഗീതപഠന പാഠ്യപദ്ധതി ചിട്ടപ്പെടുത്തേണ്ടിവരും. സംഗീതം, ചിത്രരചന, നാടകം, ഡാൻസ്, പ്രവൃത്തിപരിചയം എന്നിവ പ്രത്യേക വിഷയങ്ങളായി പരിഗണിക്കുമ്പോൾത്തന്നെ അവയുടെ സാദ്ധ്യതകൾ മറ്റു വിഷയങ്ങളുമായി ബന്ധപ്പെടുത്തിയും ചിന്തിക്കേണ്ടി വരും. ഓരോ വിഷയമേഖലകളിലും ബഹുമുഖബുദ്ധിയുടെ പ്രയോഗസാദ്ധ്യതകൾ കണ്ടെത്തി സ്വാഭാവികമായി ശൃംഖലനം ചെയ്ത് നടപ്പിലാക്കേണ്ടതുണ്ട്. കുട്ടിയുടെ സമഗ്രവികസനത്തിനുള്ള കാഴ്ചപ്പാടാണിത്.

ഇനി ദൃശ്യകലാപാഠ്യപദ്ധതിയെക്കുറിച്ച് ചിന്തിക്കാം.

ദൃശ്യകല

ദൃശ്യകലാപാഠ്യപദ്ധതി പൊതുവിൽ കണ്ടുകൊണ്ടുള്ള ചില ചിന്തകളാണ് വിശകലനത്തിനുവേണ്ടി ഇവിടെ പങ്കുവയ്ക്കുന്നത്. കുട്ടികൾ വളർന്നുവരുന്നത് വലിയൊരു ദൃശ്യലോകത്തിന്റെ നടുവിലാണ്. ടെലിവിഷൻ, വീഡിയോകൾ, നവമാധ്യമങ്ങൾ, ഇന്റർനെറ്റ്, പരസ്യപ്രദർശനങ്ങൾ തുടങ്ങിയ വിവിധ മാധ്യമങ്ങൾ കുട്ടികളെ ചുറ്റിനില്ക്കുന്നു. മനുഷ്യമസ്തിഷ്കത്തിന്റെ കോർട്ടക്സിലെ ദൃശ്യങ്ങൾക്കുവേണ്ടിയുള്ള ഭാഗം കേൾവിക്കുവേണ്ടിയുള്ള കോർട്ടക്സിലെ ഭാഗത്തിന്റെ അഞ്ചു മടങ്ങുവരും. അതുകൊണ്ടു കുട്ടികൾ ദൃശ്യകലകളോട് വളരെ വലിയ താല്പര്യം കാണിക്കുന്നു.

ഏത് കലാരൂപത്തിലായാലും ആദ്യം മുതൽ അവസാനം വരെയുള്ള എല്ലാ പ്രക്രിയകളുമായി ഇടപെടുവാൻ അവസരം കുട്ടിക്ക് ലഭിക്കാറില്ല. അവസാന ഉല്പന്നമാണ് അവർ സ്റ്റേജിലോ, ടെലിവിഷനിലോ വീഡിയോയിലോ കാണുന്നത്. ദൃശ്യകലാപഠനം കുട്ടിക്ക് അതിലെ എല്ലാ പ്രക്രിയകളിലൂടെയും കടന്നുപോകുവാനും വസ്തുതകളും ഉപാധികളും സംബന്ധിച്ച വിവരങ്ങൾ ഗ്രഹിക്കുവാനും പഠിച്ച കാര്യങ്ങളെ ഉറപ്പിക്കുവാനും സഹായിക്കുന്ന വഴി തുറക്കുന്നു. വളരെ സൂക്ഷ്മതയോടെ പ്രക്രിയകളെ നിരീക്ഷിക്കുന്നതിനും താൻ രൂപീകരിച്ച ആശയങ്ങളെ ദൃശ്യപരമായി പ്രകടിപ്പിക്കുന്നതിനും അവസരം നല്കുന്നു. അച്ചടക്കം, അർപ്പണബോധം, പരിപാലനം, പരിശ്രമം തുടങ്ങിയ കാര്യങ്ങൾ കലാമേഖലയിൽ നേട്ടങ്ങൾ കൈവരിക്കുന്നതിന് അത്യന്താപേക്ഷിതമാണെന്ന് കുട്ടി തിരിച്ചറിയുന്നു.

"ദൃശ്യകലാപാഠ്യപദ്ധതി എങ്ങനെയാകണം?" ശങ്കരൻ മാഷ് ചർച്ചയ്ക്ക് തുടക്കമിട്ടു. "കണ്ടെത്തലിന് കുട്ടിക്ക് അവസരം നല്കുന്നതാ

കണം. ആശയങ്ങളെ പരീക്ഷിക്കുന്നതിനും പ്രകടിപ്പിക്കുന്നതിനും അവസരം നല്കണം." പങ്കാളികൾ അവരുടെ ആശയങ്ങൾ പ്രകടിപ്പിക്കുവാൻ തുടങ്ങി.

"അനുഭവങ്ങളുടെ വ്യാപ്തിയും സാമഗ്രികളുടെ സാദ്ധ്യതകളും അന്വേഷിക്കുന്നതിന് ദൃശ്യകലാപഠനത്തിൽ അവസരമൊരുക്കണം. നാരുകൾ, തുണികൾ, ക്ലേ, പെയിന്റ്, പെൻസിൽ, അച്ചടി, കമ്പ്യൂട്ടർ തുടങ്ങി വിവിധ സാമഗ്രികളുടെ സാദ്ധ്യതകൾ അന്വേഷിക്കുവാൻ കഴിയണം."

"സ്വന്തമായോ സംഘംചേർന്നോ കുട്ടികൾക്ക് അവരുടെ അനുഭവങ്ങളെ, ചിന്തകളെ, കഥകൾ, നാടകങ്ങൾ, ചിത്രങ്ങൾ, സംഗീതം, ഡാൻസ് തുടങ്ങിയ കലാസൃഷ്ടികളെ വിപുലമായ ദൃശ്യമാധ്യമങ്ങൾ, പ്രക്രിയകൾ, സാമഗ്രികൾ എന്നിവയിലൂടെ പ്രകടിപ്പിക്കാനാകണം."

"ദൃശ്യലോകത്തെ കണ്ടും സംവേദിച്ചും ആസ്വദിക്കുവാൻ കഴിയണം. കലാകാരന്മാരുടെ പ്രവർത്തനങ്ങൾ അനുഭവിച്ചറിയുവാൻ കഴിയണം."

"ക്ലാസ് മുറികളിലും, പ്രദർശനവേദികളിലും ആർട്ട് ഗാലറികളുടെ സന്ദർശനവേളകളിലും കുട്ടികൾക്ക് ഫലപ്രദമായി സംവേദിക്കുവാനുള്ള അവസരങ്ങൾ ലഭിക്കണം."

കുട്ടിയുടെ ദൃശ്യപരവും സ്ഥലപരവും സ്പർശക്ഷമവുമായ ബൗദ്ധികപരിസരത്തേക്ക് അറിവ് വികസിക്കുമ്പോൾ കുട്ടി കലയും ചുറ്റുപാടും തമ്മിൽ നടക്കുന്ന അന്തർനാടകം ആസ്വദിക്കുവാൻ തുടങ്ങുന്നു. ആശയങ്ങൾ സൃഷ്ടിക്കുന്നതരത്തിൽ സംവേദനക്ഷമത കുട്ടികൾ കൈവരിക്കുന്നു.

സ്വന്തം കഴിവുകളെയും പരിമിതികളെയും തിരിച്ചറിയുന്നതിനും അനുതാപം വളർത്തുന്നതിനും ദൃശ്യകലകൾക്ക് കഴിയും. നാം ഈ കാണുന്ന ലോകത്തെ വിവിധ ദൃശ്യരൂപങ്ങളിൽ പ്രതിനിധാനം ചെയ്യുന്നതിനുള്ള മനുഷ്യന്റെ ത്വരയാണ് ദൃശ്യകലകളിൽ പ്രതിഫലിപ്പിക്കപ്പെടുന്നത്.

"തന്റെ അനുഭവപരിസരത്ത് എത്തുന്ന വിവിധ ദൃശ്യകലകളെക്കുറിച്ച് കുട്ടിക്ക് ചോദ്യങ്ങൾ ചോദിക്കുവാൻ അവസരം ലഭിക്കണം. ചോദ്യങ്ങൾ ചോദിക്കുന്നതിനുള്ള കഴിവ് വളർത്തണം. ഈ ചോദ്യങ്ങളാണ് കുട്ടിയെ അന്വേഷണത്തിന്റെ പാതയിലേക്ക് കടത്തിവിടുന്നത്." വ്യത്യസ്തങ്ങളായ ആശയങ്ങൾ ചർച്ചയിൽ ഉരുത്തിരിഞ്ഞുവന്നുകൊണ്ടിരുന്നു.

പുരാതന ഗ്രീക്കുകാർ കല ആസ്വദിക്കുമ്പോൾ തന്നെ കലയുമായി ബന്ധപ്പെട്ട് ചോദ്യങ്ങൾ ചോദിക്കുമായിരുന്നു. കലാരൂപങ്ങളുടെ നിരൂപണം, കഥാതന്തു, കഥയുടെ കാലികപ്രസക്തി, വികാരങ്ങളും കലയുമായുള്ള ബന്ധം, കലയുടെ വിദ്യാഭ്യാസമൂല്യങ്ങൾ, സൃഷ്ടിപരമായ പ്രക്രിയകളുടെ സവിശേഷതകൾ തുടങ്ങി കലയുടെ വിവിധ മേഖലക

ളുമായി ബന്ധപ്പെട്ട് ആഴത്തിൽ വിമർശനപരവും പരിവർത്തനോന്മുഖവുമായ ചോദ്യങ്ങൾ ഉന്നയിക്കുക എന്നത് അവരുടെ ഹരമായിരുന്നു.

ദൃശ്യകലയെ വിദ്യാഭ്യാസത്തിൽ ഉൾപ്പെടുത്തുന്നതിന് പിന്തുണ നല്കുന്ന സംവാദങ്ങളിലേക്ക് കടന്നു.

"സ്വയംപ്രകാശനത്തിനും ആശയവിനിമയത്തിനുമുള്ള അവസരങ്ങൾ സൃഷ്ടിക്കുന്നതുകൊണ്ട് ദൃശ്യകലയ്ക്ക് പ്രാധാന്യം നല്കേണ്ടതുണ്ട്."

"ദൃശ്യകല നിരന്തരവും പ്രായോഗികവുമായ പ്രവർത്തനങ്ങൾക്ക് അവസരമൊരുക്കുന്നു. ഇത് കുട്ടികളുടെ നിരീക്ഷണപാടവം വികസിപ്പിക്കുന്നു. അതുവഴി ആശയവികസനം സാദ്ധ്യമാകുന്നു."

"കുട്ടിയുടെ സൃഷ്ടികൾ കണ്ട് മറ്റുള്ളവർക്ക് ആസ്വദിക്കാം. പ്രതികരണം നടത്താം. ഇങ്ങനെ കലയെ നോക്കിക്കണ്ടും സംവദിച്ചും കുട്ടികൾ മുന്നോട്ടുപോകുമ്പോൾ കുട്ടിയുടെ ആസ്വാദനകാഴ്ചപ്പാടുകൾ വികസിക്കുന്നു. ഇതവരുടെ പ്രപഞ്ചസംബന്ധിയായ ബോധത്തെ ദീപ്തമാക്കുന്നു."

സ്വയംപ്രകാശനം, ആശയവിനിമയം, നിരീക്ഷണം, ആസ്വാദനം തുടങ്ങിയ മേഖലകളെല്ലാം ഉൾപ്പെടുത്തിക്കൊണ്ടുള്ള ദൃശ്യകലാപാഠ്യപദ്ധതിയാണ് പല രാജ്യങ്ങളിലും ഇന്ന് നിലനില്ക്കുന്നത്. കുട്ടികൾക്ക് പ്രശ്നങ്ങളെയും അർത്ഥപൂർണ്ണമായ ആശയങ്ങളെയും അന്വേഷിക്കുന്നതിനുള്ള അവസരങ്ങൾ ലഭിക്കുന്നുണ്ടെന്ന് ഉറപ്പുവരുത്തേണ്ടതുണ്ട്. രൂപങ്ങളെയും പ്രതിബിംബങ്ങളെയും സൃഷ്ടിക്കുന്നതിനും അവ തമ്മിലും അവയും ചുറ്റുപാടുകളും തമ്മിലും നിലനില്ക്കുന്ന ബന്ധങ്ങളെ കണ്ടെത്തുന്നതിനും ദൃശ്യകല സഹായിക്കുന്നു. കുട്ടിയുടെ അഹംബോധവും വ്യക്തിഗതമൂല്യങ്ങളും വളരുന്നതിനും ഇത് സാഹചര്യമൊരുക്കുന്നു.

കലയെ ആസ്വദിക്കണമെങ്കിൽ അത് ഗ്രഹിക്കുവാനാകണം. ഇന്ദ്രിയാനുഭവങ്ങളിലൂടെ വെളിപ്പെടുന്ന ഭാവനാലോകത്തിലേക്ക് കുട്ടിയെ കടത്തിവിടുന്നതിനുള്ള അവസരമൊരുക്കേണ്ടത് കലാവിദ്യാഭ്യാസത്തിലൂടെയാകണം. ദൃശ്യകലയിലൂടെ കുട്ടികൾ ദൃശ്യരൂപങ്ങൾ ആസ്വദിച്ചു പഠിക്കുന്നു. സ്വന്തം സൃഷ്ടികളും മറ്റുള്ളവരുടെ സൃഷ്ടികളും കണ്ടാണ് കുട്ടി പഠിക്കേണ്ടത്. സ്വയം വിലയിരുത്തലിനും ആസ്വാദനത്തിന്റെ വിവിധ തലങ്ങളിലേക്ക് കടന്നുചെല്ലുന്നതിനും ഇതുവഴി കഴിയുന്നു.

മാധ്യമങ്ങളും ഉപാധികളും പ്രക്രിയകളും അടങ്ങുന്ന വിശാലമായ ഒരു നിരതന്നെ ദൃശ്യകലയിലുണ്ട്. ഇതിൽ കൂടുതലാളുകളും മുഴുകിയിരിക്കുന്നത് ചിത്രരചന, പെയിന്റിങ്, പ്രിന്റ് ഉണ്ടാക്കൽ, ഫോട്ടോഗ്രാഫി എന്നീ മേഖലകളിലാണ്. അനിമേഷൻ, ചിത്രരൂപകല്പന, ശില്പകല തുടങ്ങി ധാരാളം ഇനങ്ങൾ ദൃശ്യകലയിൽ ഉൾപ്പെടുന്നുണ്ട്.

ദൃശ്യകലാ വിദ്യാഭ്യാസ പ്രവർത്തകർ ഒരു പ്രാദേശിക പാഠ്യപദ്ധതി രൂപപ്പെടുത്തുമ്പോൾ പല വെല്ലുവിളികളും നേരിടുന്നുണ്ട്. തങ്ങളുടെ കുട്ടികൾക്ക് ഏത് തെരഞ്ഞെടുക്കുമെന്നതാണ് അതിലൊരു വെല്ലുവിളി. ഇക്കാര്യത്തിൽ നമുക്ക് സ്വീകരിക്കാവുന്ന കാര്യം വൈവിദ്ധ്യമുള്ള ഒന്നിലധികം മാധ്യമങ്ങൾ സ്വീകരിക്കുക എന്നതാണ്. ഒന്നിലധികം മാധ്യമങ്ങളിലൂടെ അവരുടെ ആശയങ്ങളും വികാരങ്ങളും വിനിമയം ചെയ്യട്ടെ. അത്തരം മാധ്യമങ്ങൾ പ്രയോജനപ്പെടുത്തുന്നതിൽ ആഴത്തിലും പരപ്പിലുമുള്ള അനുഭവങ്ങൾ അവർക്ക് ലഭിക്കണം. അതിനോടൊപ്പം തന്നെ നൂറ്റാണ്ടുകളായി സൃഷ്ടിക്കപ്പെട്ട ദൃശ്യകലകളെക്കുറിച്ചുള്ള ഉൾക്കാഴ്ച അവർക്ക് ലഭിക്കണം. ഗുഹാമനുഷ്യർ കുറിച്ചിട്ട വരകളും കുറികളും ഉൾപ്പെടെ ഇന്നുവരെയുള്ളതെല്ലാം.

ഗുഹകളിൽ കാണുന്ന വരകൾ, കുറികൾ, രൂപങ്ങൾ എല്ലാം ഗുഹാമനുഷ്യരുടെ അനുഭവങ്ങളെയാണ് പ്രതിനിധാനം ചെയ്യുന്നത്. അവ അന്നത്തെ ചരിത്രത്തെയാണ് വെളിപ്പെടുത്തുന്നത്. മനുഷ്യന്റെ അനുഭവങ്ങളെ രേഖപ്പെടുത്തുവാൻ കല ഉപയോഗിച്ചുതുടങ്ങിയത് അന്നു മുതല്ക്കാണ്. പ്രപഞ്ചത്തെക്കുറിച്ച് ഗ്രാഹ്യമായവ രേഖപ്പെടുത്തിത്തുടങ്ങിയത് ഗുഹാമനുഷ്യരാണ്.

"എല്ലാ അദ്ധ്യാപകരും ചില കാര്യങ്ങൾ ശ്രദ്ധിക്കേണ്ടതുണ്ട്. കുട്ടി അഭ്യസിച്ച ദൃശ്യകലകളിലൂടെ വിവിധ വിഷയങ്ങളുമായി ബന്ധപ്പെട്ട് അവർ ഗ്രഹിച്ച ആശയങ്ങളെ ദൃശ്യരൂപങ്ങളിൽ പ്രകടിപ്പിക്കുവാൻ പ്രോത്സാഹിപ്പിക്കണം. ശാസ്ത്രത്തിലും ഗണിതത്തിലും സാമൂഹ്യശാസ്ത്രത്തിലുമൊക്കെ അവൻ പഠിക്കുന്ന കാര്യങ്ങൾ അവന് ചിത്രീകരിക്കുവാൻ കഴിയും. ഇങ്ങനെ ഉണ്ടാകുന്ന ഉല്പന്നങ്ങൾകൊണ്ട് ക്ലാസും സ്കൂൾ പരിസരവും അലങ്കരിക്കുവാനും കഴിയും." ക്ലാസ് റൂം അനുഭവങ്ങൾ ഉയർത്തിക്കാട്ടി ചിലർ പ്രതികരിച്ചു.

നിത്യജീവിതത്തിൽ കുട്ടികൾ നേരിടുന്ന കാര്യങ്ങളെയും പാഠ്യവസ്തുതകളെയും ദൃശ്യചലനങ്ങളുപയോഗിച്ച് പ്രകടിപ്പിക്കുവാനും വ്യാഖ്യാനിക്കുവാനും കഴിയണം. പാഠ്യപദ്ധതിയിലുടനീളം കുട്ടികളുടെ ദൃശ്യസ്ഥലപരധാരണകളെ പ്രയോജനപ്പെടുത്തി ദൃശ്യവിവരണത്തിനും ദൃശ്യവിരുന്നിനും സൗകര്യമൊരുക്കണം. കുട്ടികൾ അവർ കുറിക്കുന്ന വരകളോടും നിറങ്ങളോടും സംവദിക്കുന്നുണ്ട്. വരകളുടെയും കുറികളുടെയും നിറങ്ങളുടെയും അനുപാതം, സ്വാധീനം, ഘടന, ചലനം, ദൃശ്യപ്രകടനത്തിന്റെ പരിപ്രേഷ്യം എന്നിവ സംബന്ധിച്ച ധാരണകൾ എന്നിവ കൈവരിക്കുന്നത് അത്തരം പ്രവർത്തനങ്ങൾ നിരന്തരവും ആഴത്തിലുമുള്ളവയുമാകുമ്പോഴാണ്. സെക്കന്ററിതലത്തിലെത്തുമ്പോൾ ഇലക്ട്രോണിക് മീഡിയ ഉൾപ്പെടെ ത്രിമാന കലാമാധ്യമങ്ങളിലേക്ക് കുട്ടികൾക്ക് കടക്കുവാനാകണം.

ഉദ്ഗ്രഥിച്ചുള്ള കലാസംഭവങ്ങൾ കുട്ടികൾക്ക് നേട്ടങ്ങൾ പ്രദാനം ചെയ്യുന്നുണ്ട്. ഡാൻസ് എല്ലായിപ്പോഴും സംഗീതവുമായി ബന്ധപ്പെട്ടു നില്ക്കുന്നു. ഇവിടെ ദൃശ്യകലാപ്രവർത്തകർ വേഷവിധാനങ്ങളും വേദിയിലെ ദൃശ്യരംഗവുമായി ബന്ധപ്പെടുത്തുന്നു.

ഓപ്പറ പോലുള്ള കലാസങ്കേതത്തിൽ ദൃശ്യകല, ഡാൻസ്, നാടകം, സംഗീതം തുടങ്ങിയ കലാരൂപങ്ങളെ ഉൾച്ചേർക്കുന്നു. സംഗീതാദ്ധ്യാപകർ താളാത്മകചലനങ്ങളെ താളക്രമം സംബന്ധിച്ച ആശയങ്ങൾ രൂപീകരിക്കുവാനും ഒരു പ്രത്യേക കീർത്തനത്തിന്റെ പ്രകടിതരൂപം ഗ്രഹിച്ചിട്ടുണ്ടോ എന്ന് വിലയിരുത്തുവാനും ഉപയോഗിക്കുന്നുണ്ട്.

നാടകശാലയിൽ വ്യത്യസ്ത സംസ്കാരങ്ങളെയും ചരിത്രമുഹൂർത്തങ്ങളെയും പ്രതിനിധീകരിക്കുവാൻ ദൃശ്യകലാരൂപങ്ങൾ പ്രയോജനപ്പെടുത്തുന്നുണ്ട്. ഓരോ രംഗത്തിനും വേണ്ട ദൃശ്യങ്ങൾ ഒരുക്കുവാൻ ദൃശ്യകലാരൂപങ്ങളെ വേണ്ടവിധം ഉപയോഗപ്പെടുത്തുന്നുണ്ട്.

ഒരു കലാരൂപത്തിൽ പ്രവർത്തിക്കുന്ന കലാകാരൻ മറ്റൊരു കലാരൂപം കണ്ട് പ്രചോദിതനാകാറുണ്ട്. ഡാൻസ് കൊറിയോഗ്രാഫി നടത്തുന്ന കലാകാരൻ അല്ലെങ്കിൽ സംഗീതസംവിധായകൻ ദൃശ്യകല കണ്ട് അതിലെ ആശയങ്ങൾ ഉൾപ്രവേശിപ്പിക്കാറുണ്ട്.

വിവിധ കലാരൂപങ്ങൾ തമ്മിലുള്ള ഇത്തരം ബന്ധങ്ങളെ കുട്ടികൾക്കും തിരിച്ചറിയാനാകണം. കലാപഠനപ്രക്രിയകളിലൂടെ കടന്നുപോകുമ്പോഴും, വിവിധ കലകൾ ഉൾച്ചേരുന്ന കലാരൂപങ്ങളുടെ അവതരണവേളയിലും വിവിധ കലകൾ തമ്മിൽ നിലനില്ക്കുന്ന ബന്ധങ്ങൾ നോക്കിക്കാണുന്നതിനും വ്യാഖ്യാനിക്കുന്നതിനും, കണ്ടെത്തലുകൾ അവതരിപ്പിക്കുന്നതിനും അവർക്ക് അവസരം ലഭിക്കണം.

ഇനി മൗലികസൃഷ്ടികളുടെ ഘട്ടങ്ങളെക്കുറിച്ച് വിശകലനം ചെയ്യാം. സർഗ്ഗാത്മക പ്രക്രിയകളിൽ ഏർപ്പെടുന്ന കുട്ടികൾ കലാപരമായ ആശയങ്ങൾ ഉല്പാദിപ്പിക്കുകയും സ്വാംശീകരിക്കുകയും ചെയ്യുന്നുണ്ട്. അവർ തങ്ങളുടെ ആശയങ്ങളെ ചിട്ടപ്പെടുത്തുകയും വികസിപ്പിക്കുകയും സ്ഫുടം ചെയ്യുകയും ചെയ്യുന്നുണ്ട്. ഈ പ്രക്രിയയിലൂടെ കുട്ടികൾ അർത്ഥം വെളിവാക്കുന്ന ഒരു മൗലികസൃഷ്ടിക്ക് ജന്മം നല്കുന്നു. ഇതാണ് ഏതൊരു മൗലികസൃഷ്ടിയുടെയും ആദ്യഘട്ടം.

കലാസൃഷ്ടി വ്യക്തിപരമായോ സംഘപരമായോ നടക്കാം. ഏത് മാധ്യമവും സങ്കേതവും പ്രയോജനപ്പെടുത്താം. ഏതു തരത്തിലുള്ള ആശയമോ നൈപുണിയോ പ്രയോഗിക്കാം. സൃഷ്ടിയുടെ ഈ പ്രക്രിയകൾ കുട്ടിക്ക് കലയുമായി ബന്ധപ്പെട്ട വലിയ ആശയങ്ങൾ കണ്ടെത്തുന്നതിന് അവസരമൊരുക്കുന്നു. നൂതനചിന്താനൈപുണികളുടെ വികസനം നടക്കുന്നു. കലയിലെ സാഹസികസാദ്ധ്യതകൾ ഏറ്റെടുക്കുന്നതിന് അവസരം ലഭിക്കുന്നു.

കലാസൃഷ്ടികളെക്കുറിച്ചുള്ള ചിന്തകൾ, ചർച്ചകൾ, കലാസൃഷ്ടികളുടെ നിരീക്ഷണം, ചുറ്റുപാടുകളെക്കുറിച്ചും ലോകസംഭവങ്ങളെക്കുറിച്ചുമുള്ള വ്യാകുലത, ഗവേഷണം എന്നിവ കുട്ടികളെ എപ്പോഴും പ്രചോദിപ്പിക്കുന്നു. അവ ഉൾക്കൊണ്ട് കുട്ടികൾ അവരുടെ ചിന്തകളെയും സ്വപ്നങ്ങളെയും ആധാരമാക്കി തീമുകൾ കണ്ടെത്തുന്നു. അതിൽ അവർ ഗവേഷണം നടത്തുന്നു. ഇത്തരം കലാഗവേഷണങ്ങൾ പരമ്പരാഗതരീതികൾ അനുവർത്തിച്ചോ മാമൂലുകൾ പ്രകാരമോ അല്ലെങ്കിൽ അവയെയെല്ലാം ലംഘിച്ചുകൊണ്ടോ ആകാം നടക്കുന്നത്.

കലയുടെ അവതരണം എന്ന ഘട്ടമാണ് ഇനി വരുന്നത്. കലാസൃഷ്ടികളുടെ പ്രദർശനവും ആശയങ്ങളുടെ പങ്കുവയ്ക്കലും അവയുടെ വ്യാഖ്യാനവുമാണ് ഈ ഘട്ടത്തിൽ നടക്കേണ്ടത്. ഈ പ്രക്രിയയിലൂടെ കടന്നുപോകുമ്പോൾ കുട്ടികൾക്ക് അവരുടെ കലാസൃഷ്ടികളെയും കലാസങ്കേതങ്ങളെയും വിശകലനം ചെയ്യുന്നതിനും മറ്റുള്ളവരുമായി ആശയവിനിമയം നടത്തുന്നതിനും അവസരം ലഭിക്കും. അതിലൂടെ കലാവതരണത്തിന് ആവശ്യമായ നൈപുണികൾ കുട്ടികൾ ആർജ്ജിക്കും.

ഈ ഘട്ടത്തിൽ കലാകാരന്മാരും പ്രദർശന സംഘാടകരും പ്രദർശനത്തിനുള്ള കലാസൃഷ്ടികൾ ശേഖരിക്കുന്നതെങ്ങനെയെന്നും കുട്ടികൾ പഠിക്കും. പ്രദർശനത്തിനുള്ള തന്റെ സൃഷ്ടികൾ തെരഞ്ഞെടുക്കുന്നതിന് സ്വീകരിക്കേണ്ട മാനദണ്ഡങ്ങൾ, കലാസൃഷ്ടികൾക്കുണ്ടാകേണ്ട സ്ഫുടത എന്നിവ സംബന്ധിച്ച ധാരണകൾ കുട്ടികൾ ഈ ഘട്ടത്തിൽ സ്വായത്തമാക്കുന്നു. കലാസൃഷ്ടികൾ നിരീക്ഷിക്കുകയും ആസ്വദിക്കുകയും ചെയ്യുന്നവരുടെ ചിന്തകൾ എങ്ങനെയാണ് അതിൽ ആശയതലങ്ങൾ സൃഷ്ടിക്കുന്നതെന്ന് കുട്ടികൾക്ക് നേരിട്ട് കണ്ടു മനസ്സിലാക്കുവാൻ കഴിയും. സൃഷ്ടികൾ സംബന്ധിച്ച് കലാസ്വാദകർ ചോദിക്കുന്ന ചോദ്യങ്ങൾക്ക് സാമൂഹ്യവും സാംസ്കാരികവും രാഷ്ട്രീയവുമായ നിലപാടുകളിൽനിന്നുകൊണ്ട് എങ്ങനെയാണ് മറുപടി നല്കേണ്ടത് എന്നതു സംബന്ധിച്ച് ധാരണകൾ രൂപപ്പെടുത്തുന്നതിനും ഈ ഘട്ടം കുട്ടികൾക്ക് സഹായകരമാകും.

മുതിർന്ന കലാകാരന്മാരുമായി പ്രതികരണങ്ങളിൽ ഏർപ്പെടുന്നതിനുള്ള അവസരം സൃഷ്ടിക്കുക എന്നതാണ് മറ്റൊരു ഘട്ടം. കുട്ടികൾ മുതിർന്ന കലാകാരന്മാരോടും മറ്റുള്ളവരോടും കല സംബന്ധിച്ച പ്രതികരണങ്ങളിൽ ഏർപ്പെടുമ്പോൾ അന്വേഷണാത്മകമായ പല ചോദ്യങ്ങളും അവർ ചോദിക്കും. കല സംബന്ധിച്ച എന്തു ചോദ്യവും അവർക്കുന്നയിക്കാം. പ്രതികരണഘട്ടത്തിൽ കലയുടെ വിവിധ തലങ്ങൾ സംബന്ധിച്ച ആശയങ്ങൾ ദർശിക്കുവാനും അപഗ്രഥിക്കുവാനും വ്യാഖ്യാനിക്കുവാനും വിലയിരുത്തുവാനും സ്വാംശീകരിക്കാനും അവസരം ലഭിക്കുന്നു. കലാസൃഷ്ടികളിലെ കലാപരമായ ഘടകങ്ങൾ നിരീക്ഷിക്കു

ന്നതു സംബന്ധിച്ച മാനദണ്ഡങ്ങൾ സ്വയം രൂപപ്പെടുത്തുവാനും അതിന്റെ അടിസ്ഥാനത്തിൽ അവരുടെയും മറ്റുള്ളവരുടെയും സൃഷ്ടികളെ വിലയിരുത്തുവാനുമുള്ള ശ്രമം കുട്ടികളുടെ ഭാഗത്തുനിന്നുണ്ടാകും.

കലാസൃഷ്ടികളെ സാമൂഹ്യമായും സാംസ്കാരികമായും ചരിത്രപരമായും ബന്ധപ്പെടുത്തി കലയും സംസ്കാരവും സംബന്ധിച്ച് ആഴത്തിലുള്ള ധാരണകൾ കൈവരിക്കുന്നതിനുള്ള ഘട്ടവും ഉണ്ടാകണം. ഇങ്ങനെ ബന്ധങ്ങൾ കണ്ടെത്തുന്ന ഘട്ടത്തിലൂടെ കുട്ടികൾ കടന്നുപോകുമ്പോൾ അതിലൂടെ ലഭിക്കുന്ന ധാരണകളെയും വ്യക്തിഗത അനുഭവങ്ങളെയും കൂട്ടിയിണക്കി സംശ്ലേഷിച്ച് കലാസൃഷ്ടികൾ നടത്തുവാൻ കുട്ടികൾക്ക് അവസരം കൈവരും. കലാസൃഷ്ടികളെ അപഗ്രഥിച്ച് എങ്ങനെയാണ് സമൂഹം, സംസ്കാരം, ചരിത്രം എന്നിവ സംബന്ധിച്ച ആശയങ്ങൾ വികസിപ്പിക്കേണ്ടത് എന്നകാര്യം കുട്ടികൾക്ക് ബോദ്ധ്യമാകുന്ന ഘട്ടമാണിത്. കലാവിദ്യാഭ്യാസപദ്ധതിയിൽ മേല്പറഞ്ഞ എല്ലാ ഘട്ടങ്ങളും ഉറപ്പായും ഉണ്ടാകേണ്ടതുണ്ട്.

കലാവിദ്യാഭ്യാസത്തിൽ നാടകത്തിന്റെ പ്രാധാന്യത്തെക്കുറിച്ചുള്ള ചർച്ചകളിലേക്ക് കടക്കാം.

നാടകം

"**നാ**ടകം ഒരു പഠനബോധനോപാധിയാണ്. നാടകത്തിൽ കുട്ടി ബൗദ്ധികമായും വൈകാരികമായും കായികമായും സാമൂഹികമായും പങ്കാളിയാകുന്നു. അതുകൊണ്ടുതന്നെ വളരെ ഫലപ്രദമായ പഠന-ബോധനോപാധിയാണ് നാടകം. കുട്ടികൾക്ക് സ്വയം പ്രകാശനത്തിനുള്ള കൈവഴികളാണ് നാടകം." നാടകത്തെക്കുറിച്ചുള്ള ചർച്ച തുടങ്ങിയത് ഇപ്രകാരമായിരുന്നു.

"കുട്ടികൾ അവരവരെക്കുറിച്ചും ലോകത്തെക്കുറിച്ചും ചില കാഴ്ചപ്പാടുകൾ രൂപീകരിച്ചുവച്ചിട്ടുണ്ട്. ഈ കാഴ്ചപ്പാടുകളോട് നാടകം വെല്ലുവിളി ഉയർത്തുന്നു."

ചർച്ച വ്യത്യസ്ത തലങ്ങളിലേക്ക് കടന്നു.

ഗവിൻ ബോൾട്ടൻ വിദ്യാഭ്യാസപ്രവർത്തകനും നാടകപ്രവർത്തകനുമാണ്. അദ്ദേഹം പറയുന്നത് "നാടകത്തിന് ബോധനശാസ്ത്രത്തിൽ ഏറെ കാര്യങ്ങൾ ചെയ്യാനുണ്ട്. എന്തുകൊണ്ടെന്നാൽ അത് ഒരു കലയാണ്."

വിദ്യാഭ്യാസനാടകരംഗത്ത് പ്രശസ്തനായ ടോണി ജാക്സനും നാടകത്തെക്കുറിച്ച് ഏറെ കാര്യങ്ങൾ പറയാനുണ്ട്. "വിദ്യാഭ്യാസം അതിബൃഹത്തായതും വൈവിദ്ധ്യമാർന്നതുമായ രീതികളിൽ നടക്കാറുണ്ട്. അതിൽ കലാമാധ്യമങ്ങളും ചെറുതല്ലാത്ത പങ്ക് വഹിക്കുന്നുണ്ട്. ഏതൊരു മികച്ച നാടകശാലയും വിദ്യാഭ്യാസസംബന്ധി തന്നെയാണ്."

എപ്പോഴാണ് നാടകം വിദ്യാഭ്യാസസംബന്ധിയാകുന്നത്? ഈ ചോദ്യത്തിനുള്ള ഉത്തരം അദ്ദേഹംതന്നെ നല്കുന്നുണ്ട്.

"എപ്പോഴാണോ നാടകം പ്രേക്ഷകരോട് ചോദ്യങ്ങൾ ചോദിക്കുന്ന പ്രക്രിയ തുടങ്ങുന്നത് അല്ലെങ്കിൽ പ്രേക്ഷകരിൽ ചോദ്യങ്ങൾ ഉണർത്തുന്ന പ്രക്രിയ തുടങ്ങുന്നത്, എപ്പോഴാണോ അത് നാം വസിക്കുന്ന

പ്രദേശത്തിലെയും ലോകത്തിലെയും സാമൂഹ്യക്രമത്തെയും ദേശീയാചാരങ്ങളെയും നോക്കിക്കാണുവാനും ലോകത്തെ നവമായി കാണുവാനും നമ്മെ സജ്ജമാക്കുന്നത്, എപ്പോഴാണോ നാടകം നാം ആരാണെന്നുള്ള ചിന്തയും നമ്മളിൽ കുടികൊള്ളുന്ന വികാരങ്ങളും വിചാരങ്ങളും സംബന്ധിച്ച് നമുക്കുള്ള ധാരണകൾ വികസിപ്പിക്കുന്നത്, എപ്പോഴാണോ നാടകം നമ്മുടെ സഹജീവികളോടുള്ള ആത്മബന്ധം ഊട്ടിഉറപ്പിക്കുന്നത്, അപ്പോഴാണ് നാടകം വിദ്യാഭ്യാസസംബന്ധിയാകുന്നതെന്ന് ജാക്സൺ ചൂണ്ടിക്കാട്ടുന്നു.

വിദ്യാഭ്യാസരംഗത്തെ തിയേറ്റർ (Theatre in Education), വിദ്യാഭ്യാസരംഗത്തെ നാടകം (Drama in Education), വിദ്യാഭ്യാസനാടകം (Educational Drama) എന്നീ സങ്കല്പങ്ങളെക്കുറിച്ചുള്ള വേർതിരിവുകളും അദ്ദേഹം ചൂണ്ടിക്കാണിക്കുന്നു. സ്കൂളുകളിൽ ആസൂത്രണം ചെയ്യുന്ന വിദ്യാഭ്യാസപദ്ധതികളിൽ പ്രൊഫഷണൽ നാടകക്കമ്പനികളോ തിയറ്റർ പ്രവർത്തകരോ സവിശേഷമായി നിരന്തരം ഇടപെട്ടുനടത്തുന്ന നാടകപ്രവർത്തനങ്ങളാണ് വിദ്യാഭ്യാസരംഗത്തെ തിയറ്റർ സങ്കല്പമെന്ന് ജാക്സൺ വ്യക്തമാക്കുന്നു. ഇവിടെ നാടകപ്രവർത്തനങ്ങൾക്ക് അദ്ധ്യാപകരെക്കാൾ നാടകപ്രവർത്തകരെയാണ് ആശ്രയിക്കുന്നത്.

നാടകപ്രവർത്തകരെക്കാൾ അദ്ധ്യാപകരെ ആശ്രയിച്ചുനടക്കുന്ന നാടകപ്രവർത്തനമാണ് വിദ്യാഭ്യാസരംഗത്തെ നാടകം എന്ന സങ്കല്പം. പാഠ്യപദ്ധതിയിലെ ഏത് അംശത്തിന്റെയും വിനിമയത്തിന് നാടകം പ്രയോജനപ്പെടുത്താം. വിവിധ വിഷയങ്ങളുടെ ഇഴചേർന്ന ഘടകങ്ങളുടെ വിനിമയത്തിനും നാടകം പ്രയോജനപ്പെടുത്താമെന്ന് അദ്ദേഹം വിശദീകരിക്കുന്നു.

വിദ്യാഭ്യാസപ്രവർത്തനങ്ങൾക്കായി നാടകത്തെ പ്രയോജനപ്പെടുത്തുന്നതാണ് വിദ്യാഭ്യാസനാടകം. വിദ്യാഭ്യാസരംഗത്തു നിലനില്ക്കുന്ന പ്രത്യേക പ്രശ്നങ്ങൾ സവിശേഷ പ്രായപരിധിയിലുള്ളവരുടെ ശ്രദ്ധയിൽ കൊണ്ടുവരുവാൻ വിദ്യാഭ്യാസനാടകങ്ങൾ പ്രയോജനപ്പെടുത്തുന്നു. ഉദാഹരണത്തിന് സാക്ഷരത, ആരോഗ്യം, മലിനീകരണം, അന്ധവിശ്വാസം, അനാചാരങ്ങൾ തുടങ്ങിയ പ്രശ്നങ്ങളുമായി ബന്ധപ്പെട്ട് ജനങ്ങളുടെ വിദ്യാഭ്യാസം മുൻനിർത്തി നടത്തുന്ന നാടകപ്രവർത്തനങ്ങൾ ഈ ഗണത്തിൽപെടുത്താമെന്ന് ജാക്സൻ പറയുന്നു. വിദ്യാഭ്യാസരംഗത്തെ തിയേറ്റർ സങ്കല്പവും നാടകസങ്കല്പവും ഉൾപ്പെടുത്തിക്കൊണ്ടും വിദ്യാഭ്യാസനാടകത്തെക്കുറിച്ച് ചിന്തിക്കാവുന്നതാണെന്ന് അദ്ദേഹം പറയുന്നു.

നാടകത്തെ പ്രത്യേക വിഷയമായും വിവിധ വിഷയങ്ങളിലെ ആശയതലങ്ങൾ വികസിപ്പിക്കുന്നതിനുള്ള പഠനരീതിയായും പ്രയോജനപ്പെടുത്താവുന്നതാണ്. നാടകത്തെ ഏത് രീതിയിലെടുത്താലും നാടകത്തിന്റെ ചരിത്രവും അതിലെ ഘടകങ്ങളും കുട്ടികൾ അറിയേണ്ടതുണ്ട്. നാടകചരിത്രം, നാടകത്തിന്റെ ഘടകങ്ങൾ, നാടകരചന, അവതരണം,

ആസ്വാദനം, നാടകചർച്ച, വിലയിരുത്തൽ എന്നിവ സംബന്ധിച്ച് കുട്ടികൾ നടത്തുന്ന അന്വേഷണങ്ങൾ അവരുടെ ബഹുമുഖ ബുദ്ധിയുടെ പ്രയോഗത്തിനും വൈകാരികബുദ്ധിയുടെ വികസനത്തിനും ഇടയാകുന്നുവെന്ന് ഗവേഷകർ ചൂണ്ടിക്കാട്ടുന്നു. നാടകത്തിന്റെ സാഹിത്യഘടകങ്ങളെയും അവതരണഘടകങ്ങളെയും അപഗ്രഥിക്കുന്നതിനും വിലയിരുത്തുന്നതിനും കുട്ടികൾക്ക് അവസരങ്ങൾ ലഭിക്കണം.

"കാല്പനികത ഭാവഗീതങ്ങളിൽ ജീവിക്കുന്നു. ഇതിഹാസങ്ങൾ ഗംഭീരഭാവങ്ങളിലും ആഢംബരതയിലും ജീവിക്കുന്നു. എന്നാൽ നാടകം പരമാർത്ഥങ്ങളിൽ ജീവിക്കുന്നു"എന്ന് വിക്ടർ ഹ്യൂഗോ പറയുന്നു.

കുട്ടികൾക്ക് യാഥാർത്ഥ്യങ്ങളിലൂടെ അല്ലെങ്കിൽ വസ്തുതകളിലൂടെ കടന്നുപോകുവാനാകണം. ബൗദ്ധികവും സാമൂഹികവും ഭൗതികവും വൈകാരികവും ധാർമ്മികവുമായ മേഖലകളിലൂടെ കടന്നുപോകുന്നതിന് കുട്ടികൾക്ക് നാടകം അവസരം നല്കുന്നു.

"സംഘർഷമാണ് നാടക"മെന്ന് സ്റ്റീഫൻ മോയർ പറയുന്നു. "സംഘർഷം കൈകാര്യം ചെയ്യുന്ന രീതിയിൽ കഥാപാത്രങ്ങളുടെ പ്രകൃതം അല്ലെങ്കിൽ അവർ പ്രതിനിധാനം ചെയ്യുന്ന സമൂഹത്തിന്റെ സ്വഭാവം പ്രകടമാകുന്നു" എന്ന് അദ്ദേഹം പറയുന്നു. നാടകത്തിലെ എല്ലാ ഘടകങ്ങളെയും കുട്ടി സസൂക്ഷ്മം നിരീക്ഷിക്കേണ്ടതിന്റെ ആവശ്യകതയിലേക്കാണ് ഇത് വിരൽചൂണ്ടുന്നത്. ഓരോ കഥാപാത്രവും നേരിടുന്ന ആന്തരികവും ബാഹ്യവുമായ സംഘർഷങ്ങൾ, കഥാപാത്രങ്ങൾ തമ്മിൽ നിലനില്ക്കുന്ന സംഘർഷങ്ങൾ, സംഘർഷങ്ങളെ കഥാപാത്രങ്ങൾ കൈകാര്യം ചെയ്യുന്ന രീതി എന്നിവ അഭിനേതാക്കളുടെയും നാടകം കാണുന്ന കുട്ടികളുടെയും ചിന്തകളെ പ്രകമ്പനം കൊള്ളിക്കുന്നു. വ്യക്തിഗതവും സാമൂഹികവും സാംസ്കാരികവും ആദർശപരവുമായ പര്യവേഷണങ്ങളിലേക്ക് കുട്ടികൾ കടന്നുചെല്ലുന്നു. അതുപോലെ ലിംഗം, സമയം, മാറ്റം എന്നിവ സംബന്ധിച്ച ചിന്താധാരകളിലേക്കും കടക്കുന്നു. ഇത്തരം അന്വേഷണങ്ങൾ കുട്ടികളെ വിമർശനാത്മകമായി പ്രതികരിക്കുന്ന ഉത്തരവാദിത്വമുള്ള പൗരന്മാരായി വളർത്തും. ഇതിനോടൊപ്പം വാക്കുകളിലൂടെയും അല്ലാതെയും വ്യക്തിഗതവും സംഘപരവുമായ ആശയവിനിമയ നൈപുണികളും വികസിക്കുന്നു. നാടകം കുട്ടികളുടെ കലാപരവും സർഗ്ഗാത്മകവുമായ കഴിവുകളെ വികസിപ്പിക്കുന്നു. അവരെക്കുറിച്ചും ലോകത്തെക്കുറിച്ചും മെച്ചപ്പെട്ട ധാരണകൾ നാടകം പ്രദാനം ചെയ്യുന്നു.

സ്വയംനിയന്ത്രിത അച്ചടക്കം, ആത്മവിശ്വാസം, സംഘബോധം എന്നിവ നാടകം പരിപോഷിപ്പിക്കുന്നു. മാത്രമല്ല വ്യാഖ്യാനം, ഗവേഷണം, കൂടിയാലോചന, പ്രശ്നപരിഹാരം, തീരുമാനമുണ്ടാക്കൽ തുടങ്ങിയവയുമായി ബന്ധപ്പെട്ട നൈപുണികളും കുട്ടികൾ നേടുന്നു.

ബഹുമുഖ പഠനാനുഭവങ്ങൾ നാടകം പ്രദാനം ചെയ്യുന്നുണ്ട്. തൽക്ഷണനാട്യം, നിർദ്ദിഷ്ട രീതിയിലുള്ള നാട്യം, സംവിധാനവും രൂപ

കല്പനയും, നാടകരചനയും അപഗ്രഥനവും, വിമർശനാത്മക വിലയിരുത്തൽ, ഗവേഷണവും നാടകരചനാശാസ്ത്രവും, നാടകശാലയും സിനിമയുമായി ബന്ധപ്പെട്ട പഠനം തുടങ്ങി വിപുലമായ പഠനാനുഭവങ്ങളാണ് നാടകം നല്കുന്നത്.

"ഒരു വ്യക്തിക്ക് തന്റെയും മറ്റുള്ളവരുടെയും വികാരങ്ങളെ നിയന്ത്രിക്കുന്നതിനുള്ള സാമൂഹ്യമായ ബുദ്ധിശക്തിയാണ് വൈകാരിക ബുദ്ധി" എന്ന് ഡാനിയൽ ഗോൾമാൻ ചൂണ്ടിക്കാട്ടുന്നു. വികാരത്തെ ശരിയായി സ്വീകരിക്കുകയും വിലയിരുത്തുകയും പ്രകടിപ്പിക്കുകയും ചെയ്യുക, വികാരങ്ങളെ നിയന്ത്രിക്കുകയും പരുവപ്പെടുത്തുകയും ചെയ്യുക, വൈകാരികമായ കാര്യങ്ങളെ തിരിച്ചറിഞ്ഞ് വിശകലനം ചെയ്യുക, ബൗദ്ധികപ്രവർത്തനങ്ങളിലെ വൈകാരികാംശങ്ങളെ പ്രോത്സാഹിപ്പിക്കുക തുടങ്ങിയ നാലുതലങ്ങളാണ് വൈകാരികബുദ്ധിയുടെ ലക്ഷണങ്ങൾ. നാടകത്തിന് ഈ നാലു തലങ്ങളിലും സ്പർശിക്കുവാനും അങ്ങനെ വൈകാരികബുദ്ധിയുടെ വികാസത്തിന് ഫലപ്രദമായ സംഭാവനകൾ നല്കുവാനും കഴിയുമെന്ന് ഗവേഷണഫലങ്ങൾ തെളിയിക്കുന്നു. നമ്മുടെ പ്രവർത്തനങ്ങളെയും ജീവിതത്തെയും കൂടുതൽ ആശയസമ്പന്നവും മാനവികവുമായ ഒരു തലത്തിലേക്ക് ഉയർത്തുന്നതിനാവശ്യമായ ആത്മീയബുദ്ധിയുടെ വികസനത്തിലും നാടകം സ്വാധീനം ചെലുത്തുന്നു.

ബുദ്ധി, പഠനം എന്നീ മേഖലകളിലും വിദ്യാഭ്യാസരംഗത്തെ തീയറ്റർ എന്ന മേഖലയിലും നടന്ന ഗവേഷണങ്ങളുടെ അടിസ്ഥാനത്തിൽ ഐറിഷ് പാഠ്യപദ്ധതി മുന്നോട്ടുവച്ച സങ്കേതമാണ് പ്രക്രിയാ നാടകം (Process Drama). ഇത് പരമ്പരാഗത തീയറ്റർ രൂപങ്ങളിൽ നിന്നും വ്യത്യാസപ്പെട്ടിരിക്കുന്നു. പ്രക്രിയാനാടകത്തിൽ കുട്ടികൾ നാടകത്തെക്കുറിച്ച് നാടകത്തിലൂടെ പഠിക്കുന്നു. തത്സമയ രൂപകല്പനയ്ക്ക് അത് പ്രാധാന്യം നല്കുന്നു.

കുട്ടിയുടെ ജീവിതവുമായി ബന്ധപ്പെട്ടതും സമ്മർദ്ദം ഉൾക്കൊള്ളുന്നതുമായ കല്പനാസൃഷ്ടമായ സന്ദർഭങ്ങളെക്കുറിച്ച് കുട്ടികൾ പര്യവേഷണം നടത്തുന്നു. ആശയപരമായി പ്രാമുഖ്യമുള്ള സന്ദർഭങ്ങളാണ് സൂക്ഷ്മനിരീക്ഷണം നടത്തേണ്ടത്. അങ്ങനെ കേന്ദ്രാശയം കുട്ടികൾ കണ്ടെത്തുന്നു. ഈ കേന്ദ്രാശയത്തിൽനിന്നും പ്രക്രിയാനാടകത്തിന്റെ വിവിധ തലങ്ങളിലേക്ക് കുട്ടികൾ നടന്നുകയറുന്നു.

ഒരു കഥയുടെയോ, മുദ്രണത്തിന്റെയോ, സംഗീതത്തിന്റെയോ, കവിതയുടെയോ പശ്ചാത്തലത്തിൽ ഉയരുന്ന നിരവധി ചോദ്യങ്ങൾ. ഈ ചോദ്യങ്ങളുടെ പൊരുൾ തുറന്ന മനസ്സോടെ ഔത്സ്യുക്യപൂർവ്വം അന്വേഷിക്കുന്ന കുട്ടികൾ ജിജ്ഞാസ, മുന്നറിവുകൾ, മുന്നനുഭവങ്ങൾ എന്നിവയെ അടിസ്ഥാനമാക്കി തന്റെ പങ്കാളിത്തം നാടകത്തിൽ ഉറപ്പാക്കുന്നു.

സംഘചർച്ചകളിലൂടെ കഥയും കഥാപാത്രങ്ങളും സൃഷ്ടിക്കപ്പെടുന്നു. കഥ വളർന്നുവരുന്ന സന്ദർഭങ്ങൾ രംഗങ്ങളായി വരുന്നു. കുട്ടി

കളും അദ്ധ്യാപകരും ഒരുമിച്ചിരുന്ന് കഥയ്ക്കനുസരിച്ച് കാല്പനിക പ്രകൃതിദൃശ്യങ്ങൾ നിർണ്ണയിക്കുന്നു. അവതരണത്തിനുള്ള സ്ഥലവും തീയതിയുമൊക്കെ നിശ്ചയിക്കുന്നു.

പഠനനേട്ടങ്ങൾ കൈവരിക്കുന്നതിന് അനുകൂലമായ രീതിയിലാണ് പ്രക്രിയാനാടകം രൂപകല്പന ചെയ്യുന്നത്. നാടകത്തോടുള്ള കുട്ടിയുടെ പ്രതിബദ്ധത വളർത്തിക്കൊണ്ടും സമ്മർദ്ദം വേണ്ടിടത്ത് കൂട്ടിച്ചേർത്തുകൊണ്ടും കഥാപാത്രങ്ങൾ തമ്മിലുള്ള ബന്ധം വികസിപ്പിക്കുന്ന വിധത്തിലാണ് കഥാവസ്തു രൂപകല്പന ചെയ്യുന്നത്. അതുവഴി അഭിനയത്തിന്റെ വിവിധ മുഹൂർത്തങ്ങൾ ആവിഷ്കരിക്കുവാനാകുന്നു. പ്രക്രിയാനാടകത്തിൽ അദ്ധ്യാപികയും കഥാപാത്രമാകേണ്ടതുണ്ട്. കുട്ടികളോടൊപ്പം എല്ലാ പ്രക്രിയകളിലും അദ്ധ്യാപകരുടെ പങ്കാളിത്തമുണ്ടാകും. ഒരു സജീവപ്രതിനിധിയായിട്ടാണ് കുട്ടി പ്രക്രിയാനാടകത്തിന്റെ ഭാഗമാകുന്നത്.

കുട്ടികൾ നാടകത്തിൽ ബൗദ്ധികമായും സാമൂഹ്യമായും ഭൗതികമായും വൈകാരികമായും പങ്കെടുക്കുന്നു. കുട്ടികൾ തങ്ങളിൽ അന്തർല്ലീനമായ സർഗ്ഗാത്മകമായ ചിന്തകളെയും പ്രശ്നപരിഹരണ ശേഷികളെയും ഉയർന്നതലത്തിലുള്ള ചിന്താശേഷികളെയും പ്രയോഗവല്ക്കരിച്ചുകൊണ്ടാണ് പ്രക്രിയാ നാടകത്തിൽ പങ്കെടുക്കുന്നത്.

ഡോറോത്തി ഹിത്ത് കോട്ടിന്റെ വിദ്യാഭ്യാസനൂതനാശയമാണ് "അനുഭവജ്ഞന്റെ മേലങ്കി" (Mantle of the Expert). നാടകം ഉല്പാദനക്ഷമമായ പഠനത്തിനുവേണ്ടി പ്രയോജനപ്പെടുന്ന രീതിയാണ് 'അനുഭവജ്ഞന്റെ മേലങ്കി.' കല്പനാസൃഷ്ടമായ സന്ദർഭം അദ്ധ്യാപിക ആസൂത്രണം ചെയ്യുന്നു. കുട്ടികൾ അനുഭവജ്ഞർ അല്ലെങ്കിൽ വിദഗ്ദ്ധരുടെ സംഘമായി ആ സന്ദർഭത്തിനുവേണ്ട ഉത്തരവാദിത്വങ്ങൾ ഏറ്റെടുത്തു പ്രവർത്തിക്കുന്നു. കാല്പനികസന്ദർഭത്തിലെ ഒരു ഇടപാടുകാരൻ അല്ലെങ്കിൽ കക്ഷിക്കുവേണ്ടി ഒരു ദൗത്യം ഏറ്റെടുക്കുകയാണ് അനുഭവജ്ഞരുടെ സംഘം. ദൗത്യം പൂർത്തീകരിക്കണമെങ്കിൽ കുട്ടികൾ വിവിധ കൃത്യങ്ങൾ ആസൂത്രണംചെയ്ത് അതിലൂടെ കടന്നുപോകേണ്ടിവരുന്നു. ദൗത്യവും അതിലെ കൃത്യങ്ങളും കുട്ടിയുടെ ഭാവനയെ തൊട്ടുണർത്തുന്നു. പഠനം അർത്ഥപൂർണ്ണവും ആവേശം ജനിപ്പിക്കുന്നതുമായിത്തീരുന്നു. കുട്ടികളും അദ്ധ്യാപികയും സഹവർത്തിതമായിട്ടാണ് സംഘത്തിൽ പ്രവർത്തിക്കുന്നത്.

ദൗത്യസംഘം വിവരങ്ങൾ നേടിക്കഴിഞ്ഞാൽ അദ്ധ്യാപകരും കുട്ടികളും ഒന്നിച്ചിരുന്ന് കഥ വികസിപ്പിച്ച് നാടകമാക്കണം. അദ്ധ്യാപികയോ കുട്ടിയോ കക്ഷിയാകാം. ദൗത്യപൂർത്തീകരണവേളയിൽ കണ്ടുമുട്ടിയവരെ കഥാപാത്രങ്ങളാക്കി നാടകം വികസിപ്പിക്കാം. അനുയോജ്യമായ അവതരണരീതി സ്വീകരിക്കേണ്ടി വരും.

ഒരുദാഹരണമെടുക്കാം. സാമൂഹ്യശാസ്ത്രത്തിൽ കുട്ടിക്ക് പ്രാദേശികചരിത്രം പഠിക്കണമെന്നിരിക്കട്ടെ. അദ്ധ്യാപിക കാല്പനിക സന്ദർഭം

സൃഷ്ടിക്കുന്നു. അദ്ധ്യാപിക നാട്ടിലെ സാംസ്കാരിക പ്രവർത്തകയാണ്. നാടിന്റെ ചരിത്രം പഠിക്കാനാഗ്രഹം. അവർ ചരിത്രഗവേഷകരുടെ ഒരു സംഘത്തെ നിയോഗിക്കുന്നു. ഇവരെ ദൗത്യസംഘമെന്നു വിളിക്കാം. ഇവിടെ അദ്ധ്യാപിക കക്ഷിയാണ്. കുട്ടികളുടെ സംഘമാണ് ചരിത്രഗവേഷകർ.

ദൗത്യസംഘം ഇനി എന്തൊക്കെ ചെയ്യണം? ഇവിടെ ദൗത്യസംഘത്തിന്റെ ചുമതല ചരിത്രഗവേഷണമാണ്. ഉചിതമായ പഠനരീതി ആസൂത്രണംചെയ്തു നാടിന്റെ ചരിത്രം പഠിക്കണം. ചരിത്രത്തിന്റെ വിവിധ തലങ്ങളിലൂടെ ഗവേഷകസംഘം സഞ്ചരിക്കുന്നു. ജനങ്ങളുടെ ജീവിതരീതി, സംസ്കാരം, വിദ്യാഭ്യാസം, കൃഷി, ഗതാഗതം തുടങ്ങി ചരിത്രത്തിന്റെ വിവിധ മേഖലകളിലെ പ്രധാനപ്പെട്ട ചരിത്രവസ്തുതകൾ ഗവേഷകസംഘം ശേഖരിക്കുന്നു. അഭിമുഖം, എഴുത്ത്, വായന, ചിത്രരചന തുടങ്ങി വിവിധങ്ങളായ കൃത്യങ്ങളിലൂടെ അവർ ദത്തങ്ങൾ ശേഖരിക്കുന്നു.

യഥാർത്ഥ ദൗത്യം പൂർത്തീകരിച്ചാൽ ഇനി നടന്ന പ്രവർത്തനങ്ങൾ മുഴുവൻ നാടകമാക്കി മാറ്റണം. അതിനുള്ള കൃത്യങ്ങളിലൂടെ കുട്ടികൾ കടന്നുപോകുന്നു. അദ്ധ്യാപകരും കുട്ടികളും ഒരുമിച്ചിരുന്ന് അനുയോജ്യമായ അവതരണരീതി തെരഞ്ഞെടുക്കണം. കക്ഷിയും, ദൗത്യസംഘവും, അവർ ദൗത്യപൂർത്തീകരണവേളയിൽ കണ്ടുമുട്ടുന്ന വ്യക്തികളുമൊക്കെ കഥാപാത്രങ്ങളാകണം. വിവിധ രംഗങ്ങൾ തീരുമാനിക്കണം. കൗതുകവും സംഘർഷങ്ങളും സമ്മർദ്ദങ്ങളുമൊക്കെ കോർത്തിണക്കി എല്ലാവരുടെയും ശ്രദ്ധ പിടിച്ചുപറ്റുംവിധം നാടകരചന നടത്തണം. അവതരണത്തിനുശേഷം തുറന്ന ചർച്ചയും ഉണ്ടാകണം.

'അനുഭവജ്ഞന്റെ മേലങ്കിയിൽ' സാങ്കല്പികലോകം കുട്ടികൾ ഏറ്റെടുക്കുകയാണ്. കുട്ടികളാണെങ്കിലും അവർ യഥാർത്ഥ ജീവിതത്തിന്റെ ഉത്തരവാദിത്വങ്ങൾ മുതിർന്നവരായി സ്വയം മാറിനിന്ന് ഏറ്റെടുക്കുകയാണ്. അദ്ധ്യാപികയുടെ സഹായം എല്ലാ ഘട്ടങ്ങളിലും കുട്ടികൾക്ക് കിട്ടുന്നുണ്ട്. കുട്ടികൾ തങ്ങൾക്ക് ഏറ്റെടുക്കേണ്ട ദൗത്യവുമായി ബന്ധപ്പെട്ട പഠനത്തിൽ ഏർപ്പെട്ട് നാടകത്തിൽ പങ്കാളിയാവുകയാണ്. അറിവ് സ്വീകരിക്കുക എന്ന കേവല പ്രക്രിയ അല്ല നടക്കുന്നത്. അറിവിനെ വ്യാപരിപ്പിക്കുക എന്ന പ്രക്രിയയാണ് നടക്കുന്നത്. ഗണിതം, ശാസ്ത്രം, ചരിത്രം, സംസ്കാരം, ഭൂമിശാസ്ത്രം, കല തുടങ്ങിയവയെല്ലാം ഉദ്ഗ്രഥിക്കാം. ഭാവാർത്ഥങ്ങളാണ് അനുഭവജ്ഞന്റെ മേലങ്കി.

സ്കൂൾ വിദ്യാഭ്യാസ സംബന്ധിയായ നാടകസമ്പ്രദായങ്ങളെല്ലാം സൃഷ്ടിപരമാണ്. 'സൃഷ്ടിപരമായ നാടകങ്ങളും കുട്ടികളും' എന്ന തന്റെ പഠനത്തിൽ പാട്രിക്ക പിൻസിയോട്ടി താഴെ പറയുന്ന കാര്യങ്ങൾ രേഖപ്പെടുത്തിയിട്ടുണ്ട്.

"സൃഷ്ടിപരമായ നാടകം മാനസികവും ഭൗതികവുമായ പ്രവർത്തനങ്ങളെ ഉദ്ഗ്രഥിക്കുന്നു. പ്രക്രിയാബന്ധിതവും സന്ദർഭമനുസരിച്ച്

തൽക്ഷണം രൂപകല്പന ചെയ്യേണ്ടയതുമായ അനുഭവങ്ങളിൽ കുട്ടികളെ പങ്കാളികളാക്കുന്നു. ഇത്തരത്തിലുള്ള നാടകീകരണ പ്രവർത്തനങ്ങൾ വ്യക്തിഗതവും സംഘപരവുമായ നൈപുണികൾ പരിപോഷിപ്പിക്കുന്നു. ആശയങ്ങളും ബിംബങ്ങളും വികാരങ്ങളും അഭിനയത്തിലൂടെ മറ്റുള്ളവരിലേക്ക് കൈമാറുവാനുള്ള കുട്ടികളുടെ കഴിവുകളെ വികസിപ്പിക്കുന്നു"

നാടകത്തിനുള്ള ഉള്ളടക്കം വിവിധങ്ങളായ സ്രോതസ്സുകളിൽ നിന്നും സ്വീകരിക്കാവുന്നതാണ്. പഠനാശയം കുട്ടിയുടെ ബൗദ്ധിക നിലവാരത്തിനും താല്പര്യത്തിനും അനുയോജ്യമായിരിക്കണം. പലതരം പഠനശൈലികളും താല്പര്യങ്ങളും കുട്ടികൾക്കുണ്ട്. ഇവയെ സംതൃപ്തിപ്പെടുത്താനുതകുന്നതാകണം നാടകം. പഠനത്തിന്റെ ബഹു രീതികളും അതിലൂടെ ഓജസ്സുള്ള പഠനസംസ്കാരവും നാടകം തുറന്നിടുന്നു.

"നാടകപ്രവർത്തനങ്ങളെ കുട്ടികൾക്ക് അപഗ്രഥിക്കുന്നതിനും വിലയിരുത്തുന്നതിനും കഴിയണമെങ്കിൽ നാടകത്തിന്റെ വിവിധ ഘടകങ്ങളെക്കുറിച്ചുള്ള ധാരണകൾ കുട്ടികൾക്കുണ്ടാകണം. നാടകം പ്രത്യേക വിഷയമായി പഠിക്കുന്നതിനുള്ള സാഹചര്യം ഇന്നില്ലാത്തതുകൊണ്ട് നാടകത്തിന്റെ ഘടകങ്ങളെക്കുറിച്ചും അഭിനയത്തെക്കുറിച്ചും ധാരണകളും നൈപുണികളും ആർജ്ജിക്കുന്നതിനുവേണ്ടി നാടക സഹവാസക്യാമ്പുകൾ സംഘടിപ്പിക്കാവുന്നതാണ്. ചർച്ചയിൽ ചിലർ ചൂണ്ടിക്കാട്ടി. നാടകസഹവാസക്യാമ്പിന്റെ ഉള്ളടക്കസംബന്ധമായ കാര്യങ്ങളെക്കുറിച്ച് ചർച്ചകൾ നടന്നു.

നാടകത്തിന്റെ വിവിധ മേഖലകളിൽ പ്രവർത്തിക്കുന്നവരുമായി സംവദിക്കുന്നതിനുള്ള അവസരം കുട്ടികൾക്കുണ്ടാകണം. ലഘുനാടകങ്ങൾ അവതരിപ്പിക്കുന്നതിനും ക്യാമ്പിൽ അവസരം നല്കണം. നാടകം ആസ്പദമാക്കി അദ്ധ്യാപകർക്കും പരിശീലനങ്ങൾ നല്കണം.

ആശയം (Theme), കഥാവസ്തു (Plot), കഥാപാത്രങ്ങൾ, ഡയലോഗ്, സംവിധാനം, സങ്കേതങ്ങളും രീതികളും, രചയിതാവും സംവിധായകനും ചേർന്നൊരുക്കുന്ന അവതരണശൈലി, കോമഡി, ട്രാജഡി, പരിഹാസനാടകം, ചരിത്രനാടകം, നിഗൂഢത നിറഞ്ഞ നാടകം തുടങ്ങിയ വ്യത്യസ്ത രീതികളിലുള്ള നാടകങ്ങൾ, പ്രേക്ഷകർ, സാഹിത്യഘടകങ്ങൾ എന്നിവ സംബന്ധിച്ച് കുട്ടികൾക്കും അദ്ധ്യാപകർക്കും ശരിയായ ധാരണകൾ ലഭിക്കണം.

അതുപോലെതന്നെ നാടകത്തിലെ സാങ്കേതിക ഘടകങ്ങളെക്കുറിച്ചും ധാരണകൾ ഉണ്ടാകേണ്ടതുണ്ട്. രംഗസജ്ജീകരണം, വേഷങ്ങൾ, അവതരണസമയത്ത് അരങ്ങിലെത്തുന്ന ടെലഫോൺ, ട്രെയിൻ തുടങ്ങിയ പ്രോപ്പർട്ടീസ്, ശബ്ദവും വെളിച്ചവും, മേക്കപ്പ് തുടങ്ങി വിവിധ സാങ്കേതികഘടകങ്ങളുടെ സ്വാധീനത്തെക്കുറിച്ച് നാടകം കണ്ടുതന്നെ കുട്ടികൾ പഠിക്കണം.

അവതരണഘടകങ്ങളെ സംബന്ധിച്ച് പ്രത്യേക പരിശീലനം തന്നെ കുട്ടികൾക്ക് നല്കേണ്ടതുണ്ട്. കഥാപാത്രങ്ങളെ തന്നിലേക്ക് സന്നിവേശിപ്പിക്കുവാൻ മുഖം, ശരീരം, ശബ്ദം, ചലനം തുടങ്ങിയവ എപ്രകാരമാകണം എന്നത് സംബന്ധിച്ച സങ്കല്പങ്ങളും അതിനനുസരിച്ചുള്ള അഭിനയപരിശീലനങ്ങളും ഉണ്ടാകണം. കൂടെ അഭിനയിക്കുന്നവരുടെ വികാരങ്ങളോട് താദാത്മ്യം പ്രാപിച്ചുകൊണ്ട് അഭിനയത്തിന്റെ ഉയർന്ന തലങ്ങളിലേക്ക് കയറുവാൻ കഥാപാത്രത്തെ പ്രേരിപ്പിക്കുന്ന ഘടകങ്ങൾ കുട്ടികൾക്ക് തിരിച്ചറിയാനാകണം. അചേതനവസ്തുക്കളും കഥാപാത്രങ്ങളായി വരാറുണ്ട്. അതിനെക്കുറിച്ചും കുട്ടികൾക്ക് അനുഭവങ്ങൾ ലഭിക്കണം. ഡയലോഗുകൾ അവതരിപ്പിക്കുന്നതിന് ശബ്ദനൈപുണികൾ ആർജ്ജിക്കണം. അതിന് പ്രത്യേക പരിശീലനം തന്നെ വേണ്ടിവരും.

നാടകകലയോട് പ്രതികരിക്കേണ്ടത് എങ്ങനെയാണ്? എങ്ങനെയാണ് നാടകത്തിന്റെ ഘടകങ്ങളെ കുട്ടികൾ വിലയിരുത്തേണ്ടത്? ഓരോന്നിനെയും എങ്ങനെയാണ് പരിശോധിക്കേണ്ടത്? തുടങ്ങിയ കാര്യങ്ങളെക്കുറിച്ചും കുട്ടികൾ അറിയണം. ഇത്തരത്തിൽ ഒരു പരിശോധനാപ്രക്രിയയിലൂടെ കുട്ടികൾ കടന്നുപോകണമെങ്കിൽ നാടകത്തിന്റെ മൂന്ന് ഘടകങ്ങളെക്കുറിച്ചും ശരിയായ ധാരണകൾ കുട്ടികൾക്ക് ലഭിക്കണം. നാടകത്തിൽ ഏറ്റവും പ്രധാനപ്പെട്ടത് പ്രേക്ഷകരാണ്. പ്രേക്ഷകരെ സ്വാധീനിക്കുമ്പോഴാണ് നാടകം അതിന്റെ ലക്ഷ്യം കൈവരിക്കുന്നത്.

ഭാവനാപരമായ അനുഭവങ്ങളിലൂടെ തന്നെക്കുറിച്ചും മനുഷ്യന്റെയും സഹജീവികളുടെയും നിലനില്പിനെക്കുറിച്ചും നടക്കുന്ന ചിന്തകളിലൂടെ അനുതാപമെന്ന സവിശേഷ മനോനിലയുടെ വികസനത്തിലേക്ക് പ്രേക്ഷകരെ നാടകം നയിക്കുന്നു. ഇന്നുകാണുന്ന കാര്യങ്ങളിൽ നിന്നും ബദൽ ചിന്തകൾക്ക് ചിറകുകൾ നല്കുന്നത് ബൗദ്ധിക കഴിവിന്റെ ഭാഗമെന്ന നിലയിൽ ഭാവനയാണ്. ഭാവനയാണ് സമഷ്ടി സ്നേഹം ഉണർത്തുന്നത്. പ്രേക്ഷകരിൽ നാടകം ഇത്തരത്തിൽ സ്വാധീനം ചെലുത്തുമ്പോഴാണ് അവർക്കത് ആസ്വദിക്കുവാൻ കഴിയുന്നത്.

നാടകത്തിലെ ഓരോ ഘടകവും പ്രേക്ഷകനിൽ വികാരങ്ങളും വിചാരങ്ങളുമുണർത്തും. കഥാപാത്രങ്ങളാണ് ഇതിൽ മുഖ്യധർമ്മം വഹിക്കുന്നത്. നാടകഘടകങ്ങളും പ്രേക്ഷകനും തമ്മിലുള്ള ചാക്രികസംവേദനമാണ് നാടകശാലയിൽ നടക്കുന്നത്. ഇക്കാര്യങ്ങൾ പരിഗണിച്ചുകൊണ്ടാകണം നാടകത്തെ സമീപിക്കേണ്ടത്.

സ്കൂൾ വിദ്യാഭ്യാസത്തിന്റെ ഭാഗമായി നാടകത്തിന് പ്രാധാന്യം നല്കുന്ന സ്കൂളുകളിൽ ലൈബ്രറികൾ ശാക്തീകരിക്കേണ്ടതുണ്ട്. അവിടെ നാടകസംബന്ധിയായ ഗ്രന്ഥങ്ങൾ ഉറപ്പുവരുത്തണം. സ്ഥിരം അരങ്ങ് ഉണ്ടാകേണ്ടതുണ്ട്. കഥാപാത്രങ്ങൾക്ക് ആവശ്യമായ വസ്ത്രങ്ങളും രംഗോപകരണങ്ങളും ഉണ്ടാകേണ്ടതുണ്ട്. അങ്ങനെയുള്ള ഒരു സ്കൂളിൽ കുട്ടികൾ ഭാവനാലോകത്ത് പര്യവേഷണം നടത്തും. കുട്ടികളുടെ നാടകങ്ങളും മറ്റ് നാടകസംബന്ധിയായ ഗ്രന്ഥങ്ങളും അന്വേഷിച്ച്

കുട്ടികൾ സ്കൂൾ ലൈബ്രറികളും സമീപസ്ഥ ലൈബ്രറികളും സന്ദർശിക്കും. നാടകപ്രതിഭകളുമായി സംവദിക്കുവാൻ തിടുക്കം കാട്ടും. പാഠ്യവസ്തുക്കളിൽ നിന്നും ചുറ്റുപാടുകളിൽ നിന്നും നാടകത്തിനുവേണ്ടി ആശയം തേടുന്നതിന് ശ്രമിക്കും. ചർച്ചകളും പ്ലോട്ടുകളും കഥാപാത്രങ്ങളും ഡയലോഗുകളും സ്ക്രിപ്റ്റുകളുമൊക്കെയായി അവർ വളരെ സജീവമായി പഠനപ്രവർത്തനങ്ങളിൽ ഏർപ്പെടും.

കലാവിദ്യാഭ്യാസത്തിൽ ഡാൻസിന്റെ പ്രാധാന്യത്തെക്കുറിച്ചുള്ള അന്വേഷണത്തിലേക്ക് കടക്കാം.

ഡാൻസ്

"ആഹാരസമ്പാദനവുമായി ബന്ധപ്പെട്ട് സന്തോഷം പങ്കുവയ്ക്കുവാൻ പ്രാചീന മനുഷ്യർ ഒത്തുകൂടി. സന്തോഷത്തിന്റെ ഉഗ്രതയിൽ അവർ ഹുങ്കാരശബ്ദങ്ങൾ ഉയർത്തി. അവരുടെ ശബ്ദങ്ങൾ സന്തോഷാധിക്യം പ്രകടിപ്പിക്കുന്നതിന് മതിയായില്ല. അവർ ശബ്ദങ്ങളെ ദീർഘിപ്പിക്കുവാൻ ശ്രമിച്ചുനോക്കി. തൃപ്തിവന്നില്ല. ശബ്ദത്തിന് ശ്രുതി കൂട്ടുവാൻ ശ്രമിച്ചു. ശ്രുതി കൂട്ടിയ വാക്കുകളും മതിയായില്ല. അതിലെ പൊരുത്തം തിരിച്ചറിയാതെ തന്നെ അതിനൊപ്പം കൈകളുയർത്തി ആംഗ്യങ്ങളും അതിനൊത്ത് ചുവടുകൾ വയ്ക്കുവാനും തുടങ്ങി." ചൈനാക്കാരുടെ ഈ നിരീക്ഷണം *ഡാൻസ് വിദ്യാഭ്യാസത്തിനൊരടിസ്ഥാനം* എന്ന തന്റെ പുസ്തകത്തിൽ ഫെഡറിക് റാൻഡ്റോഗേഴ്സ് ഉദ്ധരിക്കുന്നുണ്ട്. ശരീരചലനങ്ങളെ നൃത്തമാക്കുന്നത് അതിന്റെ പിന്നിലെ പ്രചോദനമായ ആനന്ദമാണ് എന്നാണ് റോഗേഴ്സിന്റെ നിരീക്ഷണം.

പ്രാചീനമനുഷ്യരുടെ ആഘോഷങ്ങൾ ഡാൻസിലൂടെയായിരുന്നു. ഡാൻസിലൂടെയാണ് അവർ ധൈര്യം സംഭരിച്ചത്. പക്ഷികളും മൃഗങ്ങളും കൂട്ടംകൂടുന്നതും സന്തോഷം പങ്കിടുന്നതും അവർ കണ്ടിട്ടുണ്ട്. സ്നേഹവും സന്തോഷവും ഒരുമയോടെ പങ്കിടുവാൻ മനുഷ്യർ പഠിച്ചത് ഡാൻസിലൂടെയാണ്. ശബ്ദങ്ങളുടെയും അതിനൊത്തുള്ള ചുവടുവയ്പുകളുടെയും കൈകളുടെയും ശരീരത്തിന്റെയും ചലനങ്ങളിലൂടെയുമാണ് മനുഷ്യന്റെ താളബോധം വളർന്നത്. പ്രാചീന മനുഷ്യരുടെ മുന്നോട്ടുള്ള പ്രയാണത്തിൽ ഡാൻസ് വിവിധ ധർമ്മങ്ങൾ വഹിച്ചിരുന്നു. മുന്നേറ്റത്തിനും പിൻവാങ്ങലിനും സാന്ത്വനത്തിനും അവർ ഡാൻസിനെ ചേർത്തുവച്ചു. ഡാൻസ് അവർക്ക് യഥാർത്ഥ ജീവിതത്തി

ലേക്കുള്ള പ്രവേശനമായിരുന്നു.

കാലം കഴിഞ്ഞതോടെ ഡാൻസിന്റെ രൂപവും ഭാവവും മാറി. ചില സമൂഹങ്ങളിൽ ഡാൻസ് നിഷിദ്ധമായിരുന്നു. പതിമൂന്നാം നൂറ്റാണ്ടോടെ സാമൂഹ്യമായി ഡാൻസിന് അംഗീകാരം കിട്ടി. മനുഷ്യരെ മുക്തരാക്കുക എന്ന ധർമ്മത്തെ പരിഗണിച്ചുകൊണ്ടാണ് അത്തരം അംഗീകാരം ഡാൻസിന് നല്കിയത്. ആധുനിക മനുഷ്യരും അതിജീവനത്തിന്റെ മാർഗ്ഗമായി ഡാൻസിനെ കാണുവാൻ തുടങ്ങി.

സംഘർഷങ്ങളിൽനിന്നും സന്തോഷത്തിലേക്ക് മാറുന്നതിനുള്ള സാർവ്വിക തീമായിട്ടാണ് ഡാൻസിനെ സാമൂഹ്യശാസ്ത്രജ്ഞന്മാർ നോക്കിക്കാണുന്നത്. വൈകാരികവും ബൗദ്ധികവും കായികവുമായ വിഭവങ്ങളുടെ സമന്വയമാണ് ഡാൻസിൽ നടക്കുന്നത്. ഡാൻസ് ക്രിയാത്മകമായ വിധത്തിൽ വികാരങ്ങളെ നയിക്കുന്നു. ഇത് ആവിഷ്കാരത്തിൽ വിവിധങ്ങളായ സമീപനങ്ങൾ കണ്ടെത്തുന്നതിലേക്ക് വ്യക്തിയെ നയിക്കുന്നു.

ആഹാരം കഴിക്കുക, നടക്കുക, ഇരിക്കുക തുടങ്ങിയ പ്രവർത്തനങ്ങൾ മനുഷ്യൻ സ്വാഭാവികമായി നടത്തുന്നുണ്ട്. ഡാൻസും മനുഷ്യന്റെ നൈസർഗ്ഗിക കഴിവാണ്. എല്ലാ ജീവജാലങ്ങളിലും ഡാൻസ് കുടികൊള്ളുന്നുണ്ട്. ഫ്രോയിഡിന്റെ മനോവിശ്ലേഷണപ്രകാരം വ്യക്തിയുടെ മനസ്സിൽ ആഴത്തിൽ പ്രതിഷ്ഠിക്കപ്പെട്ട വികാരങ്ങളുടെ പ്രച്ഛന്നമായ ഭാവാവിഷ്കാരമാണ് ഡാൻസ്. അമർത്തപ്പെട്ട വികാരങ്ങൾ, ആഗ്രഹങ്ങൾ, ഓർമ്മകൾ എന്നിവയെല്ലാം അബോധമനസ്സിൽ അടക്കം ചെയ്തിട്ടുണ്ട്. അസുഖകരമായ അനുഭവങ്ങളും കൂട്ടത്തിലുണ്ടാകും. ഏതെങ്കിലും തരത്തിൽ അവ പ്രകടമാകുന്നതുവരെ അവ അവിടെ കുടികൊള്ളും. അബോധമനസ്സിലുള്ള ഇത്തരം കാര്യങ്ങൾ വ്യക്തിത്വത്തെ സ്വാധീനിക്കുന്നുണ്ട്. മനസ്സിൽ ആഴത്തിൽ അമർത്തപ്പെട്ട വികാരങ്ങളുടെ ആരോഗ്യകരമായ ആവിഷ്കാരത്തിന് ഒരു മാധ്യമം തേടുന്നതിന് വ്യക്തി ശ്രമിക്കും. സമൂഹം അംഗീകരിക്കുന്നതും ആസ്വദിക്കുന്നതുമായ ഒരു മാധ്യമമാകണം അത്. കല അത്തരത്തിലൊരു മാധ്യമമാണ്. വികാരങ്ങളുടെ ശുദ്ധീകരണപ്രക്രിയയിൽ ഡാൻസ് നിർണ്ണായക സ്വാധീനം ചെലുത്തുന്നുണ്ടെന്ന് മനഃശാസ്ത്രജ്ഞന്മാർ സിദ്ധാന്തിക്കുന്നു. ഡാൻസ് ആഴത്തിലുള്ള സന്തുഷ്ടി പ്രദാനം ചെയ്യുന്നു.

സ്വാഭാവികമായി ഒഴുകിയെത്തുന്ന ത്വരകളെയും ആവശ്യങ്ങളെയും ചോദനകളെയും വ്യക്തി സ്വമേധയാ നിയന്ത്രിക്കേണ്ടതുണ്ട്. യുക്തിപരമായ ഉൾക്കാഴ്ചകൾ കൈവരിച്ചുകൊണ്ടാകണം ഇത്തരം നിയന്ത്രണങ്ങൾ വരുത്തേണ്ടത്. ഡാൻസ് ഇതിനവസരം നല്കുന്നു. യാഥാർത്ഥ്യബോധത്തോടെ യുക്തിപരമായി ചിന്തിച്ച് പ്രവർത്തിക്കുന്നതിനുള്ള കഴിവാണ് മാനസികാരോഗ്യം. ഡാൻസ് മാനസികാരോഗ്യം കൈവരിക്കുന്നതിന് സഹായിക്കുന്നു. അതുകൊണ്ടാണ് കൺഫ്യൂഷ്യസ് പറഞ്ഞത് ഡാൻസ് ഇല്ലാത്തവന് ഒരിക്കലും വാൾ നല്കരുതെന്ന്.

"വരൂ നമുക്കു വായിക്കാം, പാട്ടുപാടാം, ഡാൻസ് ചെയ്യാം. ലോകത്തിന് നന്മ വരുത്തുന്ന കേളികളാണവ." വോൾടെയർ പറയുന്നു.

"സംഗീതത്തിൽ ഒളിഞ്ഞിരിക്കുന്ന അജ്ഞാതമായ ഏതൊന്നിനെയും പുറത്തുകൊണ്ടുവരുവാൻ ഡാൻസിന് കഴിയും. അത് മാനസികമായതും തൊട്ടറിയാവുന്നതുമാണ്. കൈകളും കാലുകളുംകൊണ്ടുള്ള കവിതയാണ് ഡാൻസ്". ചാൾസ് ബാർഡെലെയറിന്റെ ഈ നിരീക്ഷണം സംഗീതവും നാടകവും തമ്മിലുള്ള ആത്മബന്ധത്തിലേക്ക് വിരൽ ചൂണ്ടുന്നു.

"ആത്മാവിന്റെ ഭാഷയാണ് ഡാൻസ്" എന്ന് മാർത്തഗ്രഹാം പറയുമ്പോൾ "ഡാൻസ് ഒരു കവിതയാണ്, അതിലെ ഓരോ ചലനവും ഓരോ വാക്കുകളാണെ"ന്ന് മാട്ടാഹാരി പറയുന്നു.

പ്രകൃതിക്ക് ഒരു ബലതന്ത്രമുണ്ട്. അതിന്റെ അടിസ്ഥാനത്തിൽ പ്രപഞ്ചസംബന്ധിയായ ഒരു മൈത്രി നിലനില്ക്കുന്നുണ്ട്. ഒന്നിനും അനിയന്ത്രിതമായി പ്രവർത്തിക്കുവാനാകില്ല. മറ്റൊരു തരത്തിൽ പറഞ്ഞാൽ പ്രപഞ്ചത്തിന് ഒരു താളമുണ്ട്. അതുകൊണ്ടാണ് മയഫ്ളഞ്ചലോവ് പറഞ്ഞത് "പ്രപഞ്ചത്തിലെ ഓരോന്നിനും ഒരു താളമുണ്ട്, ഓരോന്നും ഡാൻസ് ചെയ്യുന്നു"വെന്ന്.

"മനുഷ്യനും ജീവജാലങ്ങളും തമ്മിലുള്ള സർവ്വപ്രധാനമായ ഒത്തൊരുമയിൽ ഞാൻ വിശ്വസിക്കുന്നു"വെന്ന് ഗാന്ധിജി പറയുന്നു. "മനുഷ്യന്റെയും മറ്റു ജീവജാലങ്ങളുടെയും ത്യാഗവും സഹകരണവുമാണ് വികാസം സാദ്ധ്യമാക്കുന്ന"തെന്ന് ഗാന്ധിജി വിശ്വസിക്കുന്നു. പ്രപഞ്ചത്തിലെ എല്ലാ പദാർത്ഥങ്ങൾക്കും സ്ഥാവരസ്വഭാവങ്ങളും ചലനാത്മകതയുമുണ്ട്. മറ്റൊരു തരത്തിൽ പറഞ്ഞാൽ ജഡത്വവും ചലനവും. അവ പ്രപഞ്ചത്തിന്റെ അടിസ്ഥാനവൈരുദ്ധ്യങ്ങളാണെന്ന് മാർക്സ് പറയുന്നു. പ്രപഞ്ചത്തിലെ ഇത്തരത്തിലുള്ള വിപരീതങ്ങളുടെ ഐക്യവും സംഘർഷങ്ങളും പ്രപഞ്ചത്തെയും ജീവസമൂഹത്തെയും മുന്നോട്ടു നയിക്കുന്നുവെന്ന് മാർക്സ് സിദ്ധാന്തിക്കുന്നു. മാർക്സും ഗാന്ധിജിയും പറഞ്ഞ പ്രാപഞ്ചികവീക്ഷണങ്ങൾ ഏറ്റവും വിലയേറിയ ദർശനങ്ങളായി നമ്മൾ എടുത്തുകാണിക്കുന്നു. ഇങ്ങനെ "ജീവിതത്തിലെ വിലയേറിയ പാഠങ്ങളായി നമ്മൾ മുറുകെപ്പിടിക്കുന്നതെല്ലാം ഡാൻസിൽ നിന്നും ഉരുത്തിരിയുന്നതാണെന്ന്" ഹോളി ഹാച്ചർ ഫ്രെസീയർ പറയുന്നു.

പ്രപഞ്ചം താളാത്മകചലനത്തിലാണ്. ഈ ചലനങ്ങൾക്ക് കാരണമാകുന്നതോ? വിപരീതങ്ങളുടെ ഐക്യവും സംഘർഷങ്ങളുമാണ്. ഡാൻസ് താളാത്മകചലനമാണ്. അവിടെ വിപരീതങ്ങളുടെ ഐക്യവും സംഘർഷങ്ങളും ദർശിക്കാം. അതുകൊണ്ട് ഡാൻസ് പ്രപഞ്ചത്തിന്റെ താളാത്മകചലനങ്ങളുടെ പ്രതിഫലനമാണ്. സ്ഥൂല പ്രപഞ്ചവും സൂക്ഷ്മ പ്രപഞ്ചവും ചലനത്തിലാണ്. ആറ്റം സൂക്ഷ്മപ്രപഞ്ചമാണ്. അതിനുള്ളിലെ കണങ്ങളും സദാ ചലനത്തിലാണ്. രേഖീയചലനം, ഭ്രമണം, പ്രദക്ഷിണം, വർത്തുളചലനം, ദോലനചലനം, കമ്പനചലനം എന്നി

ങ്ങനെ പലതരം ചലനങ്ങളുണ്ട്. പ്രപഞ്ചത്തിലെ ഈ ചലനങ്ങളെല്ലാം ഡാൻസിലുണ്ട്. കമ്പനചലനം മൂലം നാദമുണ്ടാകുന്നു. ക്രമമായ കമ്പനമാണ് സംഗീതമായി തീരുന്നത്. നൃത്തമെന്നാൽ ചലനാത്മകശരീരമാണ്. വാദ്യോപകരണങ്ങളിൽ തന്ത്രികളുടെയോ വായുവിന്റെയോ കണങ്ങളുടെ കമ്പനം മൂലം നാദമുണ്ടാകുന്നു. “ഗീതം വാദ്യം തഥാ നൃത്തം ത്രയം സംഗീതമ്യൂച്യതേ” എന്ന് ശാർങ്ഗദേവൻ സംഗീതരത്നാകരത്തിൽ പറയാനിടയായ സാഹചര്യമിതാണ്. “ചക്രവാളത്തിന് സമാന്തരമായ അഭിലാഷങ്ങളുടെ ലംബകരൂപങ്ങളായ ഭാവാവിഷ്കാരമാണ് ഡാൻസ്” എന്ന് ബർണാഡ്ഷാ പറഞ്ഞതും ഇതിനോട് ചേർത്ത് വായിക്കേണ്ടതാണ്.

“എല്ലാ കലകൾക്കും അതിന്റേതായ പ്രാധാന്യമുണ്ടെങ്കിലും ഡാൻസിന് മറ്റു കലകളെ അപേക്ഷിച്ച് പരമപ്രധാനമായ ഒരു സവിശേഷതയുണ്ട്. അത് ഡാൻസിലെ ചലനാത്മകതയാണെ”ന്ന് ഫിലിപ്പ് എച്ച് ഫെനിക്സ് *ഡാൻസിന് മറ്റു കലകളോടുള്ള ബന്ധങ്ങൾ* എന്ന തന്റെ പുസ്തകത്തിൽ എടുത്തുപറയുന്നു. മറ്റു കലകളെ അപേക്ഷിച്ച് മനുഷ്യന്റെ സൗന്ദര്യാത്മകമായ അവബോധത്തിന് ഇന്ദ്രിയ വേദ്യമായ തന്മയീഭാവം നല്കുവാൻ ഡാൻസിലെ ചലനാത്മകഘടകത്തിന് കഴിയുന്നു. ഇത് ആലോചനാപൂർവ്വം വ്യവസ്ഥാനുസൃതമായി ഡാൻസ് എന്ന കലയിൽ സന്നിവേശിപ്പിച്ചിരിക്കുന്നുവെന്ന് അദ്ദേഹം പറയുന്നു.

വിദ്യാഭ്യാസത്തെയും ഡാൻസിനെയും കുറിച്ച് റോഗേഴ്സ് പറയുന്ന കാര്യങ്ങളും ഫെനിക്സിന്റെ അഭിപ്രായങ്ങളുമായി ബന്ധപ്പെടുത്തി പരിശോധിക്കാവുന്നതാണ്. റോഗേഴ്സ് പറയുന്നത് ഡാൻസ് തീർച്ചയായും ഏറ്റവും ഉദാത്തമായ ശാരീരികചലന രൂപമാണെന്നാണ്. അതുപോലെ തന്നെ അതു മനുഷ്യന്റെ സാംസ്കാരിക തലത്തിലെ ഉയർന്ന കലയാണെന്നും അദ്ദേഹം ചൂണ്ടിക്കാണിക്കുന്നു. കായികമായി അതിന്റെ മൂല്യങ്ങൾ വളരെ വലുതാണ്. “സാമൂഹ്യമായി നോക്കുമ്പോൾ കുട്ടിയുടെ സ്വഭാവവികസനത്തിന് ഡാൻസ് നല്കുന്ന സംഭാവനകൾ വിശാലവും അഗാധവുമാണ്. മാനസികമായി നോക്കുമ്പോൾ നൃത്തകലാകാരനും നൃത്തം കണ്ടിരിക്കുന്നവർക്കും ഒരേപോലെ സന്തോഷവും ആഴത്തിലുള്ള സംതൃപ്തിയും ഡാൻസ് പ്രദാനം ചെയ്യുന്നു.” റോഗേഴ്സ് കൂട്ടിച്ചേർക്കുന്നു. ഇക്കാര്യങ്ങൾ ചൂണ്ടിക്കാണിക്കുന്നത് കുട്ടിക്ക് മാനസികവും കായികവുമായ സംതുലനാവസ്ഥ കൈവരിക്കുന്നതിന് ഡാൻസ് പരിശീലനം സഹായിക്കുന്നുവെന്നാണ്.

ലോകം വളരെവേഗം മാറിക്കൊണ്ടിരിക്കുകയാണ്. അതിന്റെ ഫലമായി ചിന്തകൾക്കും ബന്ധങ്ങൾക്കും വിടവുകൾ വന്നുകൊണ്ടിരിക്കുകയാണ്. അത്തരമൊരു ലോകത്തിന് രൂപവും ക്രമവും ജീവനും നല്കുവാൻ എല്ലാ കലകൾക്കും കഴിയും. ഇക്കാര്യത്തിൽ ഡാൻസിന് ഒരു സവിശേഷ പങ്കു വഹിക്കാനുണ്ടെന്ന് റൂത്ത് എൽ മുറെ *കുട്ടികളുടെ ഡാൻസ്* എന്ന പുസ്തകത്തിൽ സൂചിപ്പിക്കുന്നു. “ഒരു വ്യക്തിയുടെ

മുഴുവൻ സത്തയെയും പ്രകാശിപ്പിക്കുവാൻ കഴിയുന്ന പ്രാഥമിക മാധ്യമമാണ് ഡാൻസ്" എന്നാണ് അവരുടെ അഭിപ്രായം. കുട്ടിയുടെ അനന്യത, അഹംബോധം, സ്വയം തന്നോടുള്ള ബഹുമാനം എന്നിവ ചിന്തയിലൂടെയും ശാരീരികചലനങ്ങളിലൂടെയും മെച്ചപ്പെടുന്നുവെന്ന് അവർ ചൂണ്ടിക്കാട്ടുന്നു. "കുട്ടിയുടെ കായികാവശ്യങ്ങളെ ഡാൻസ് സംതൃപ്തിപ്പെടുത്തുകയും ജീവശാസ്ത്രപരമായ വികാസത്തിന് അവസരമൊരുക്കുകയും ചെയ്യുന്നു. എന്തുകൊണ്ടെന്നാൽ ഡാൻസ് സൃഷ്ടിപരതയോടും മനശ്ചേഷ്ടപ്രകാരമുള്ള ഭാഷാവിഷ്കാരത്തോടും വളരെവേഗം അനുരൂപപ്പെടുകയും അതുവഴി കുട്ടിയുടെ വിദ്യാഭ്യാസത്തിലെ സൗന്ദര്യാത്മക മേഖലയിൽ നിർണ്ണായകമായിത്തീരുകയും ചെയ്യുന്നു." അവർ വിശദീകരിക്കുന്നു.

ഡാൻസും മറ്റു കലകളും മാനവീകരണത്തിന് പ്രയോജനപ്പെടണമെങ്കിൽ അവ ജീവിതത്തിന്റെ ഭാഗമാകണം. കല കലാകാരന്റെ പ്രതിഭയും വ്യക്തിത്വവും മാത്രം കലയിൽ പ്രതിഫലിപ്പിച്ചാൽ പോര. സമകാലീനജീവിതത്തിനു നേരെയും സാംസ്കാരികവും സാമൂഹികവുമായ മനഃസാക്ഷിക്കുനേരെയും ഒരു കണ്ണാടി പിടിക്കണം. അങ്ങനെ മനുഷ്യന്റെ സംഘർഷങ്ങളും പോരാട്ടങ്ങളും ഭയങ്ങളും പ്രതീക്ഷകളും സന്തോഷങ്ങളും കലകളിലൂടെ പ്രതിഫലിക്കപ്പെടണം. സഹിഷ്ണുതയും പ്രശാന്തതയും പ്രതിഫലിക്കണം.

ഇന്ത്യൻ ഡാൻസും പാശ്ചാത്യ ഡാൻസും തമ്മിൽ വിവേചിക്കുന്നതിനുള്ള ശ്രമം റാം ഗോപാലും സെറോഷ് ദാദാചാൻജിയും *ഇന്ത്യൻ ഡാൻസ്* എന്ന പുസ്തകത്തിൽ നടത്തുന്നുണ്ട്.

ഇന്ത്യൻ ഡാൻസ് തീക്ഷ്ണ വികാരത്തിന് ഊന്നൽ നല്കുന്നുവെന്നും നൃത്തം ചെയ്യുന്ന വ്യക്തി ഈ തീക്ഷ്ണവികാരം പ്രേക്ഷകരിൽ ഉണർത്തി നടനകലയുടെ സത്തയോടൊപ്പം അവരെ നിർത്തുന്നുവെന്നും അതിൽ ചൂണ്ടിക്കാട്ടുന്നു. പാശ്ചാത്യ നൃത്താഭിനയത്തിൽ നർത്തകൻ അല്ലെങ്കിൽ നർത്തകി പ്രേക്ഷകരിൽ ഇന്ദ്രിയബോധമുണ്ടാക്കുന്നതിനാണ് പ്രാമുഖ്യം നല്കുന്നത്. ഇന്ത്യൻ ഡാൻസ് ബാഹ്യരൂപങ്ങളെ അവഗണിക്കാതെ ആന്തരികചേതനയെ ഉണർത്തുന്നു. പാശ്ചാത്യ ഡാൻസ് ബാഹ്യചേതനയ്ക്കാണ് ഊന്നൽ നല്കുന്നത്. "പാശ്ചാത്യമനസ്സുകൾ ആന്തരിക ചേതനയ്ക്ക് ഉണർവ്വേകാൻ ബാഹ്യസഹായങ്ങളെക്കുറിച്ച് അന്വേഷിക്കുമ്പോൾ പൗരസ്ത്യർ ആന്തരിക സത്തയ്ക്ക് മികവേകുവാൻ ചിന്തനത്തിനും ധ്യാനനിഷ്ഠയ്ക്കും പ്രാധാന്യം നല്കുന്നു"വെന്ന് അവർ നിരീക്ഷിക്കുന്നു.

വിദ്യാഭ്യാസം കുട്ടിയുടെ സമഗ്രവികാസം ലക്ഷ്യമിടുന്നു. കുട്ടിയുടെ സമഗ്രവികസനത്തെയും ഡാൻസ് പരിശീലനത്തെയും ബന്ധപ്പെടുത്തി നിരവധി ഗവേഷണപഠനങ്ങൾ നടന്നിട്ടുണ്ട്. കുട്ടിയുടെ സമഗ്രവികസനത്തിന് വിവിധങ്ങളായ സംഭാവനകൾ ഡാൻസ്പരിശീലനത്തിന് നല്കുവാനാകുമെന്ന് തെളിയിച്ചിട്ടുണ്ട്. ഡാൻസ് പരിശീലന വേളയിൽ കുട്ടി

കളോട് കർക്കശമായി ഇടപെടുന്നത് അവരുടെ ആത്മവിശ്വാസത്തെ കെടുത്തും. പ്രശ്നങ്ങളെ നേരിടുന്നതിനും കുട്ടിയുടെ ഭാവനയെയും പ്രതിഭാവൈശിഷ്ട്യത്തെയും പുഷ്ടിപ്പെടുത്തുന്നതിനും, ഏകാഗ്രത വളർത്തുന്നതിനും വൈകാരികത നിയന്ത്രിക്കുന്നതിനും ഡാൻസ് സഹായിക്കുന്നുണ്ട്. പുതിയ സാഹചര്യങ്ങളുമായി പൊരുത്തപ്പെടുന്നതിനും ധനാത്മക മനോഭാവങ്ങൾ ഉളവാക്കുന്നതിനും ഡാൻസ് അനുകൂലസാഹചര്യം സൃഷ്ടിക്കുന്നു. ജീവിതവെല്ലുവിളികൾ നേരിടുന്ന കുട്ടികളിൽ പലരും താളാത്മകചലനങ്ങളോട് ആഭിമുഖ്യം കാണിക്കാറുണ്ട്. അത്തരത്തിലുള്ള കുട്ടികളിൽ ഡാൻസുപരിശീലനം വലിയമാറ്റങ്ങൾ വരുത്തുന്നതായി പഠനങ്ങൾ സൂചിപ്പിക്കുന്നു.

യഥാർത്ഥ ജീവിതത്തിൽ നേരിടേണ്ടിവരുന്ന സംഘർഷങ്ങൾ, ഭയം, സന്താപം, സന്തോഷം, പോരാട്ടം, വിജയഗാഥ എന്നിവയെല്ലാം തന്നെ ഡാൻസിലും കുട്ടിക്ക് ആവിഷ്കരിക്കേണ്ടി വരും. ഇത്തരം അനുഭവങ്ങളെ മനസ്സിലാക്കുവാൻ കുട്ടിക്കാലത്തുതന്നെ ഡാൻസ് പരിശീലനം വഴി അവസരമൊരുക്കണം. അനഭിലഷണീയമായ പ്രവണതകളിൽ നിന്നും കുട്ടികളെ മോചിതരാക്കി അവരുടെ പെരുമാറ്റങ്ങളെ ഉദാത്തവല്ക്കരിക്കുവാൻ ഡാൻസിന് കഴിയും.

ഡാൻസ് ശാസ്ത്രീയമായാലും പ്രാചീനമായാലും ആധുനികമായാലും ഉയർന്നതലത്തിലുള്ള ഭാവാവിഷ്കാരത്തിലേക്ക് കടക്കേണ്ടി വരും. സവിശേഷമായ പ്രമാണങ്ങൾക്കും ചലനങ്ങൾക്കും ഭാവാവിഷ്കാരത്തിനും മുകളിൽ സഞ്ചരിക്കുന്ന സർഗ്ഗാത്മക തലങ്ങൾ ഉരുത്തിരിയണം. ഒരു കലാകാരൻ തന്റെ പ്രതിഭ പ്രേക്ഷകരുടെ മുന്നിൽ പ്രകടിപ്പിക്കുമ്പോൾ അദ്ദേഹം ചിന്തിക്കുന്നത് താൻ തന്റെ പ്രതിഭയുടെ ആഴത്തിലുള്ള തലങ്ങളിലേക്ക് പ്രേക്ഷകരെ കൂട്ടിക്കൊണ്ടുപോവുകയാണ് എന്നാണ്. അവരെ തന്റെ ചിറകിലേകി മറ്റൊരു ലോകത്ത് എത്തിക്കുന്നു എന്നാണ്. ഈ ചിന്ത കലാകാരനിലെ ഏറ്റവും നല്ലതിനെ പുറത്തുകൊണ്ടുവരുവാൻ ഇടയാക്കുന്നു.

കുഞ്ഞുങ്ങൾ താളാത്മചലനങ്ങളിൽ ഏർപ്പെടുകയും ആസ്വദിക്കുകയും ചെയ്യുന്നു. ഇത് കുഞ്ഞുങ്ങളുടെ നൈസർഗ്ഗിക കഴിവാണ്. പാടാനും ആടാനും അവർക്കിഷ്ടമാണ്. ഇത്തരം കഴിവുകളെ പരിശീലനത്തിലൂടെ പൂർണ്ണതയിൽ എത്തിക്കേണ്ടതുണ്ട്. ഇതിനുള്ള അവസരം ഔപചാരികവിദ്യാഭ്യാസം കുട്ടികൾക്ക് പ്രദാനം ചെയ്യണം.

ഡാൻസുമായി ബന്ധപ്പെട്ട് മുകളിൽ ചർച്ചചെയ്ത എല്ലാ തലങ്ങളെയും പരിഗണിച്ചുകൊണ്ടാണ് രാജ്യങ്ങൾ അവയുടെ വിദ്യാഭ്യാസ പാഠ്യപദ്ധതിയിൽ ഡാൻസ് പരിശീലനം ഉൾപ്പെടുത്തിയിട്ടുള്ളത്.

ഡാൻസിലെ പ്രക്രിയാ ഉല്പന്ന പ്രവർത്തനങ്ങളെ സൃഷ്ടിയുടെയും പ്രകടനത്തിന്റെയും ആസ്വാദനത്തിന്റെയും തലത്തിൽ വിശകലനം ചെയ്തുകൊണ്ടാണ് ഡാൻസിന്റെ വിവിധരൂപങ്ങളെ അവർ പാഠ്യപദ്ധതിയിൽ ഉൾപ്പെടുത്തുന്നത്. അയർലന്റ് പാഠ്യപദ്ധതിയിൽ ക്രിയേ

റ്റീവ് ഡാൻസും ഫോക്ക് ഡാൻസും ഉൾപ്പെടുത്തിയിട്ടുണ്ട്. നാടോടി നൃത്തം വിവിധ സംസ്കാരങ്ങളെ പ്രതിനിധാനം ചെയ്യുന്നു. ഇത് കണക്കിലെടുത്താണ് അത് ഉൾപ്പെടുത്തിയിട്ടുള്ളത്. താളാത്മകചലനങ്ങളെ സൗന്ദര്യാത്മകതയുടെയും ആസ്വാദനത്തിന്റെയും തലത്തിൽ നിന്നുകൊണ്ട് കണ്ടെത്തുന്നതാണ് ക്രിയേറ്റീവ് ഡാൻസ്. അത് കുട്ടിയുടെ സൃഷ്ടിപരമായ സംഭാവനയ്ക്ക് ഊന്നൽ നല്കുന്നു.

കുട്ടിയെ ചുറുചുറുക്കുള്ള സ്വതന്ത്ര പഠിതാവ് എന്ന നിലയിൽ കണ്ടുകൊണ്ട് സർഗ്ഗാത്മകതയുടെയും ഭാവനയുടെയും വികാസത്തിന് കളമൊരുക്കുന്ന തരത്തിലാണ് ഡാൻസ് പരിശീലനത്തെ ബ്രിട്ടന്റെ പാഠ്യപദ്ധതിയിൽ ഉൾക്കൊള്ളിച്ചിരിക്കുന്നത്. വ്യക്തിപരമായും സംഘമായും കുട്ടിക്ക് ഡാൻസ് രൂപകല്പന ചെയ്യാം. ചുവടുകളും നൃത്തപദങ്ങളും ചിട്ടപ്പെടുത്താം. ഇവിടെയും കുട്ടിയുടെ സൃഷ്ടിപരമായ സംഭാവനകൾക്കാണ് പ്രാധാന്യം നല്കുന്നത്.

ഡാൻസും പഠനവും ബന്ധപ്പെടുത്തി നാഡീശാസ്ത്രസംബന്ധിയായ ഗവേഷണങ്ങൾ നടന്നിട്ടുണ്ട്. മസ്തിഷ്കത്തിന്റെ ഇരുവശങ്ങളും ഒരുപോലെ പ്രയോജനപ്പെടുത്തുന്ന പ്രവർത്തനമാണ് ഡാൻസ് എന്നാണ് നാഡീശാസ്ത്രഗവേഷണങ്ങൾ വിശദമാക്കുന്നത്. സങ്കീർണ്ണമായ താളചലനക്രമരൂപങ്ങൾ പഠിക്കുകയും പരിശീലിക്കുകയും കണ്ടെത്തുകയും ചെയ്യുമ്പോൾ അത് ചിന്തകളെയും ശരീരത്തെയും ഉത്തേജിപ്പിക്കുന്നു. വ്യക്തിഗതശൈലിയുടെ പ്രഭാവത്തോടെ ശരീരത്തെ വഴക്കിക്കൊണ്ടും ഏകോപിപ്പിച്ചുകൊണ്ടും താളലയത്തോടെ ചുവടുകൾ വച്ച് നൃത്തം ചെയ്യുവാൻ ജൈവിക ഓർമ്മ നിലനിർത്തേണ്ടതുണ്ട്. കൂടെ നൃത്തം ചെയ്യുന്നവരുമായി പ്രകടനത്തിൽ ഏർപ്പെടുമ്പോൾ ഉരുത്തിരിയുന്ന സംഘബോധം മാനവികതയിലേക്കുള്ള പടവുകൾക്ക് വെളിച്ചം നല്കുന്നു. ബഹുമുഖബുദ്ധികൾ പരസ്പരം പ്രതിപ്രവർത്തിക്കുന്നതിനുള്ള സന്ദർഭവും ഡാൻസ് പ്രദാനം ചെയ്യുന്നു.

ഡാൻസ് പഠനത്തിന് സ്കൂൾ പാഠ്യപദ്ധതി തയ്യാറാക്കുമ്പോൾ എന്തൊക്കെ കാര്യങ്ങൾ പരിഗണിക്കണം? പരമ്പരാഗത സങ്കേതങ്ങളിൽ മാത്രം ഒതുങ്ങി നില്ക്കേണ്ടതുണ്ടോ? ആധുനിക ഡാൻസിന്റെ ഘടകങ്ങളും പരിഗണിക്കേണ്ടതില്ലേ? സ്ഥലം, സമയം, പ്രയത്നം, ചലനം, രൂപം തുടങ്ങിയ ഘടകങ്ങളിലൂടെ ആധുനിക ഡാൻസ് കുട്ടികൾ പഠിക്കുന്നുണ്ട്. ശാസ്ത്രീയനൃത്തത്തോടൊപ്പം ആധുനികനൃത്തവും പരിശീലിക്കുവാൻ അവസരം നല്കുംവിധം പാഠ്യപദ്ധതി ചിട്ടപ്പെടുത്തേണ്ടതുണ്ട്. ഇത്തരം ആശയപരമായ സമീപനത്തിലൂടെ നൃത്തസംവിധാനകല, തൽക്ഷണചിട്ടപ്പെടുത്തൽ, ആധുനികസങ്കേതങ്ങൾ, ശരീരസംബന്ധിയായ അവബോധം, വിവിധ നൃത്തരൂപങ്ങൾ തുടങ്ങിയവ കുട്ടികൾക്ക് പഠിക്കുവാനാകും. ചുവടുകളുടെയും ശരീരചലനങ്ങളുടെയും മുദ്രകളുടെയും ഭാഷ കുട്ടികൾക്ക് മനസ്സിലാക്കുവാൻ കഴിയും. വിവിധ കലകളെ സമന്വയിപ്പിച്ചും ചിന്തകളെ ഉദ്ദീപിപ്പിച്ചും ആഴത്തി

ലുള്ള അനുഭവങ്ങൾ കുട്ടികൾക്ക് നൃത്താഭ്യാസത്തിലൂടെ ലഭിക്കണം. നൃത്തച്ചുവടുകളിലൂടെയും ശാരീരിക ചലനങ്ങളിലൂടെയും മുദ്രകളിലൂടെയും ആശയങ്ങൾ പ്രതിഫലിപ്പിക്കുന്നതിനുള്ള നൈപുണികൾ കുട്ടികൾ നേടണം. പുരോഗമന നൃത്തച്ചുവടുകളും നൃത്തപദങ്ങളും ചിട്ടപ്പെടുത്തുന്നതിനും കുട്ടികൾക്ക് അവസരങ്ങൾ നല്കിക്കൊണ്ട് സൃഷ്ടിപരതയെ പ്രോത്സാഹിപ്പിക്കണം.

കുഞ്ഞുങ്ങളുടെ നൈസർഗ്ഗിക കഴിവാണ് താളാത്മകചലനങ്ങളിൽ ഏർപ്പെടുകയും ആസ്വദിക്കുകയും ചെയ്യുക എന്നുള്ളത്. അങ്ങനെയെങ്കിൽ നൃത്തപഠനം ആരംഭിക്കേണ്ടത് എങ്ങനെയാകണം? കുഞ്ഞുങ്ങളുടെ നൈസർഗ്ഗിക കഴിവുകൾ പരിഗണിച്ച് അവരുടെ മനോഗതിക്കനുസരിച്ച് ചിട്ടപ്പെടുത്തുന്ന ചലനങ്ങൾക്ക് പ്രാധാന്യം നല്കിക്കൊണ്ട് നൃത്തപഠനം തുടങ്ങുകയല്ലേ വേണ്ടത്? തുടർന്ന് ചിട്ടയായ ചുവടുകളും അതിനനുസരിച്ചുള്ള ശാരീരികചലനങ്ങളും പരിശീലിപ്പിക്കേണ്ടതുണ്ട്. ഇതിനെ രണ്ടാംഘട്ടമായി കാണണം. തുടർന്ന് വിവിധ നൃത്തരൂപങ്ങളെ പരിചയപ്പെടുകയും പരിശീലിക്കുകയും വേണം. നൃത്തപരിശീലനത്തിന്റെ നാലാംഘട്ടമാകുമ്പോൾ നൃത്തത്തിന്റെ സമഗ്രതലങ്ങളിലേക്ക് കുട്ടിക്ക് കടക്കുവാനാകണം.

നൃത്തത്തിന് പ്രധാനമായും രണ്ടു ഭാഗങ്ങളുണ്ട്. നൃത്തത്തിലെ വിഷയമാണ് അതിലെ ഭാവശില്പം. ഭാവശില്പത്തിലൂടെയാണ് നൃത്തം സംവേദിക്കുന്നത്. കഥയോ സന്ദർഭമോ ആശയമോ ആകാം അതിലെ വിഷയം. ഭാവശില്പം അവതരിപ്പിക്കുന്ന ശരീരമാണ് അതിലെ രൂപശില്പം. ഭാവശില്പത്തിന് രൂപഭേദങ്ങളുണ്ടാകും. അതാണ് വിവിധ നൃത്തരൂപങ്ങൾ. കുട്ടികൾ ഏതിലാകും ആകൃഷ്ടരാകുന്നത്? ഭാവശില്പത്തിലാണ്. അതുകൊണ്ട് കുട്ടികൾ ഭാവശില്പം ആദ്യം അറിയട്ടെ.

ലോവർ പ്രൈമറി ക്ലാസുകളിൽ കുട്ടികൾ ശാസ്ത്രീയ ഡാൻസുകൾ അഭ്യസിക്കേണ്ടതുണ്ടോ? ആംഗ്യപാട്ടുകളിൽ തുടങ്ങി ലളിതമായ പാട്ടുകളുടെ താളത്തിന് പ്രാധാന്യം നല്കുന്ന ഭാവാവിഷ്കാരങ്ങൾക്കല്ലേ ഊന്നൽ നല്കേണ്ടത്? ഇതിലെ തീം കുട്ടികൾക്ക് ഇഷ്ടപ്പെട്ടതാകണം. പൂക്കളും തുമ്പികളും കാറ്റും വെയിലും മഴയും പക്ഷികളും ചെടികളും മൃഗങ്ങളുമൊക്കെ കടന്നുവരുന്ന തീം കുട്ടികളുടെ അനുഭവപരിസരത്ത് നിന്നും തെരഞ്ഞെടുക്കണം. ലോവർ പ്രൈമറിഘട്ടത്തിലെ ഉയർന്ന ക്ലാസ്സുകളിൽ ചെറിയ നാടോടിക്കഥകളുടെ ആവിഷ്കാരങ്ങൾ ആയാലോ? മുഖത്തെ ഭാവങ്ങൾക്കും ചുവടുകൾക്കും പ്രാധാന്യം നല്കാം. കണ്ണും പുരികവും ചുണ്ടുകളും വിരലുകളും ചുവടുകളും ഉപയോഗിച്ചുള്ള അഭിനയത്തിലൂടെ താളാത്മക ചുവടുകൾ വയ്ക്കുവാൻ അവസരം നല്കിയാലോ?

ശാസ്ത്രീയനൃത്തം അപ്പർ പ്രൈമറിഘട്ടത്തിൽ തുടങ്ങുന്നതാണ് അഭികാമ്യം. ഉയർന്ന ക്ലാസ്സുകളിൽ എത്തുമ്പോൾ കുട്ടിക്ക് സ്വന്തമായ സൃഷ്ടികൾ നടത്തുന്നതിനും അവസരം ലഭിക്കണം. ചില നിയമ

ങ്ങൾക്കനുസരിച്ച് ആടുന്നതിനുള്ള പരിശീലനമാണ് ഇവിടെ ലഭിക്കുന്നത്. ഓരോ നൃത്തരൂപത്തിന്റെയും ചലനത്ത്ന്റെ പ്രത്യേകതകൾ കണ്ടറിയുവാനുള്ള അവസരം കുട്ടികൾക്ക് ലഭിക്കണം. മോഹിനിയാട്ടത്തിൽ വർത്തുള ചലനങ്ങളും ഭരതനാട്യത്തിൽ രേഖീയവും കോണുകളുമാണെന്ന് കുട്ടികൾ തിരിച്ചറിയണം. അങ്ങനെ ഓരോ നൃത്തരൂപത്തിന്റെയും ചലനസംസ്കാരം കുട്ടികൾ പഠിക്കണം.

നൃത്തം ജാതിയുടെയും മതത്തിന്റെയും വേലിക്കെട്ടുകൾ മറികടന്നുപോകേണ്ടതുണ്ട്. നൃത്തകലയോടുള്ള അഭിനിവേശമാണ് പലരെയും നൃത്തരംഗത്ത് എത്തിക്കുന്നത്. ഇഷ്ട നൃത്തരൂപങ്ങളിൽ വ്യത്യാസങ്ങളുണ്ടാകും. നൃത്തത്തെ പ്രതിരോധത്തിന്റെയും പോരാട്ടത്തിന്റെയും മാർഗ്ഗമായി ഉപയോഗിക്കുന്നുണ്ട്. പ്രശസ്ത കലാകാരി കലാമണ്ഡലം ഹുസ്ന ബാനു പറഞ്ഞത് "നൃത്തമാണെന്റെ മതം ചുവടുകളാണെന്റെ പ്രതിരോധ"മെന്നാണ്.

പൂത്തുമ്പികൾ

സമയം രാവിലെ ഒമ്പതു മണിയായിട്ടുണ്ട്. ദേശീയപാതയിലൂടെ വാഹനങ്ങൾ ചീറിപ്പായുകയാണ്. പാതയ്ക്ക് സമാന്തരമായി ഏകദേശം ഒരു കിലോമീറ്റർ ദൂരത്തിൽ പാതയുടെ വശത്ത് സ്ഥാപിച്ചിട്ടുള്ള വെളുത്ത തുണിയിലുള്ള ക്യാൻവാസിൽ യാത്രക്കാരുടെ ശ്രദ്ധ പതിയുന്നുണ്ട്. “എന്തിനായിരിക്കും ആ വെളുത്ത ക്യാൻവാസ്?” അതു കാണുന്നവരുടെയെല്ലാം ചിന്തയിലൂടെ ഈ ചോദ്യം കടന്നുപോയിട്ടുണ്ട്. ക്യാൻവാസിന്റെ ഒരറ്റത്ത് ഒരു വലിയ ബോർഡ് സ്ഥാപിച്ചിട്ടുണ്ട്. അതിൽ ഇങ്ങനെ എഴുതിയിട്ടുണ്ട്.

‘പൂത്തുമ്പികൾ, പുതുവർഷത്തുമ്പികൾ
കുട്ടികളുടെ മെഗാചിത്രകല സഹവാസക്യാമ്പ്’

ചിത്രകലാക്യാമ്പിന്റെ പ്രചരണാർത്ഥം ഉച്ചഭാഷിണി ഘടിപ്പിച്ച വാഹനത്തിൽനിന്നും അറിയിപ്പ് പുറത്തുവരുന്നുണ്ട്.

“വരയും വർണ്ണവും അന്യമായിക്കൊണ്ടിരിക്കുന്ന ബാലമനസ്സുകളിൽ ആനന്ദവും അറിവും പകർന്നുകൊണ്ട് ചിത്രരചനയുടെ സാദ്ധ്യതകളെ അടുത്തറിയുന്നതിനും അനുഭവിച്ചറിയുന്നതിനും പാരിപ്പള്ളി ഗവൺമെന്റ് എൽ പി എസ് സാക്ഷ്യം വഹിക്കുന്നു.

ചാത്തന്നൂർ എം എൽ എ ശ്രീ. ഇ എസ് ജയലാൽ കുട്ടികളുടെ സാന്നിദ്ധ്യത്തിൽ ഏറ്റവും വലിയ തുറന്ന ക്യാൻവാസിൽ ചിത്രം വരച്ചുകൊണ്ട് ഉദ്ഘാടനം ചെയ്യുന്നു. പ്രശസ്ത ചിത്രകാരന്മാരും ചിത്രം വരയ്ക്കാനെത്തുന്നു. എല്ലാവർക്കും വരയ്ക്കാം. വരയിലൂടെ ഒന്നിക്കാം. പ്രശസ്തരായ ചിത്രകാരന്മാരോടൊപ്പം കുട്ടികളും ക്യാൻവാസിൽ ചിത്രം വരയ്ക്കും. രക്ഷിതാക്കൾക്കും നാട്ടുകാർക്കും ക്യാൻവാസിൽ ചിത്രങ്ങൾ വരയ്ക്കാം. ഏവരെയും സ്വാഗതം ചെയ്യുന്നു. കൃത്യം പത്തുമണിക്കു തന്നെ ഉദ്ഘാടനം നടക്കും.”

രാവിലെതന്നെ കുട്ടികൾ രക്ഷിതാക്കൾക്കൊപ്പം സ്കൂളിൽ എത്തിത്തുടങ്ങി. പ്രശസ്ത ചിത്രകാരന്മാരായ ജ്യോതിലാൽ മാഷിന്റെയും ഗോപാലകൃഷ്ണൻ മാഷിന്റെയും അജിലാൽ മാഷിന്റെയും നേതൃത്വത്തിൽ അദ്ധ്യാപകർ സ്കൂൾ കാമ്പസ് വർണ്ണപ്രപഞ്ചമാക്കി. കുട്ടികൾ അതുകണ്ട് തുള്ളിച്ചാടി. രക്ഷിതാക്കളുടെ കൈകൾ വിട്ട് ആ വർണ്ണവിസ്മയം ആസ്വദിക്കാൻ ഓടിപ്പോയി. പക്ഷികൾ, മൃഗങ്ങൾ, ശലഭങ്ങൾ തുടങ്ങിയവയുടെ രൂപങ്ങൾ അവരെ മാടിവിളിച്ചു.

"ദേ മരമുത്തശ്ശി." കുട്ടികൾ വിളിച്ചുപറഞ്ഞു.

"മരത്തിൽ നിറയെ പക്ഷികൾ."

മരച്ചില്ലകളിൽ തൂങ്ങിക്കിടക്കുന്ന പക്ഷികളുടെ രൂപങ്ങൾ പറന്നു കളിക്കുന്നതായി അവർക്ക് തോന്നി.

"മരത്തിൽ അണ്ണാനും കുഞ്ഞും."

"മൂന്ന് അണ്ണാനും മൂന്ന് കുഞ്ഞുങ്ങളും."

"ദേ തറയിൽ മുയൽ."

"ആമയും ഉണ്ട്."

സ്കൂളിൽ പലയിടത്തായി കിടന്ന പാറകളും കല്ലുകളും ചേർത്ത് കുട്ടികൾക്ക് ആകർഷകമായ രൂപങ്ങൾ ഉണ്ടാക്കി അവിടെ പ്രദർശിപ്പിച്ചിരുന്നു.

രാവിലെ പത്തുമണിക്ക് ചാത്തന്നൂർ എം എൽ എയുടെയും ഹെഡ്മാസ്റ്ററുടെയും നേതൃത്വത്തിൽ കുട്ടികളും രക്ഷിതാക്കളും സംഘാടകരും കലാകാരന്മാരും നാട്ടുകാരും ഘോഷയാത്രയായി ദേശീയപാതയ്ക്കു സമീപം സ്ഥാപിച്ച തുറന്ന ക്യാൻവാസ് ലക്ഷ്യമാക്കി നീങ്ങി.

ത്രിദിന ചിത്രകലാ സഹവാസക്യാമ്പിന്റെ ഉദ്ഘാടനം ക്യാൻവാസിൽ ചിത്രം വരച്ചുകൊണ്ട് എം എൽ എ നിർവഹിച്ചു. വലിയ ജനക്കൂട്ടം. നിമിഷ നേരംകൊണ്ട് ചിത്രങ്ങൾ ക്യാൻവാസിൽ നിറഞ്ഞു. ഓരോ ചിത്രത്തിനും പലതും സംവേദിക്കാനുണ്ടായിരുന്നു.

കൊല്ലം ഡയറ്റിന്റെ നേതൃത്വത്തിൽ പാരിപ്പള്ളി ഗവൺമെന്റ് എൽ പി എസിൽ വച്ച് കുട്ടികൾക്കുവേണ്ടി ജനകീയ കൂട്ടായ്മയോടെ സംഘടിപ്പിച്ച പരിപാടിയായിരുന്നു പൂത്തുമ്പികൾ, പുതുവർഷത്തുമ്പികൾ. 2015 ജനുവരി മാസത്തിലാണ് പരിപാടി സംഘടിപ്പിച്ചത്. നാട്ടിലെ സ്പോർട്സ് ക്ലബ്ബുകളും, രക്ഷിതാക്കളും അദ്ധ്യാപകരും വിവിധ സന്നദ്ധസംഘടനകളും ചേർന്നാണ് പരിപാടി സംഘടിപ്പിച്ചത്. പ്രശസ്തരായ ചിത്രകാരന്മാരാണ് കുട്ടികൾക്കുവേണ്ടി പരിശീലകരായി എത്തിയത്. ചാത്തന്നൂർ വിദ്യാഭ്യാസജില്ലയിലെ വിവിധ സ്കൂളുകളിലെ കുട്ടികളാണ് ക്യാമ്പിലെ കൂട്ടുകാർ. പ്രദേശത്തുള്ള കൂട്ടുകാരുടെ വീടുകളിലാണ് രാത്രിയിൽ കുട്ടികൾ തങ്ങിയത്. ഡയറ്റിന്റെ അക്കാദമിക പിന്തുണയോടെ ചിത്രകലാകാരന്മാരും അദ്ധ്യാപകരും ചേർന്നാണ് ത്രിദിന സഹവാസക്യാമ്പിന്റെ മൊഡ്യൂൾ തയ്യാറാക്കിയത്.

പ്രകൃതിയും കലയും, ചിത്രകലയുടെ ചരിത്രം, ഗുഹാചിത്രങ്ങൾ, ചുവർചിത്രം, ധൂളിചിത്രം, മുഖംമൂടികൾ, രേഖാചിത്രങ്ങൾ, വിവിധയിനം പേനകൾ, പെൻസിൽ, ബ്രഷുകൾ, ചാർക്കോൾ എന്നിവ ഉപയോഗിച്ചു കൊണ്ടുള്ള ചിത്രരചന, ജലഛായം, അക്രിലിക്, ഓയിൽ, പോസ്റ്റർ എന്നീ നിറങ്ങൾ ഉപയോഗിച്ചുള്ള രചന, നിഴൽവെളിച്ചം തുടങ്ങിയ അക്കാദമിക വിഭവങ്ങളാണ് കുട്ടികൾക്കുവേണ്ടി ഒരുക്കിയത്. ലോകപ്രശസ്ത കലാകാരന്മാരായ പിക്കാസോ, മൈക്കലാഞ്ജലോ, ലിയനാർഡോ ഡാവിഞ്ചി, വാൻഗോഗ് തുടങ്ങിയവരുടെ അനുഭവങ്ങൾ കോർത്തിണക്കിയ വീഡിയോ പ്രദർശനവും ഉൾപ്പെടുത്തിയിരുന്നു.

ഓരോ സെക്ഷൻ കഴിയുമ്പോഴും കുട്ടികളുടെ ഉല്പന്നങ്ങൾ പ്രദർശിപ്പിക്കുന്നതിന് കഴിഞ്ഞു. കുട്ടികൾ ചിത്രങ്ങൾ കൊണ്ടു ചുവരുകൾ നിറച്ചു. പരിശീലകർ അവർക്ക് പിന്തുണ നല്കി. രണ്ടാംദിവസം രാവിലെ നടന്ന പ്രകൃതിനടത്തവും പ്രകൃതിയെ ചിത്രീകരിക്കലും കുട്ടികൾ ആവേശത്തോടെ ഏറ്റെടുത്തു. വാചികവും രേഖാമൂലവും ക്യാമ്പിനെ വിലയിരുത്തുന്നതിനുള്ള അവസരവും കുട്ടികൾക്ക് നല്കിയിരുന്നു.

കുട്ടികൾ ക്യാമ്പ് കഴിഞ്ഞിറങ്ങുമ്പോൾ അവരെ യാത്രയയക്കുവാൻ ധാരാളം പേർ എത്തിയിരുന്നു.

കലാവിദ്യാഭ്യാസത്തിൽ ചിത്രകലയുടെ പ്രാധാന്യത്തെക്കുറിച്ചുള്ള ചർച്ചയിലേക്ക് കടക്കാം.

ചിത്രകല

പ്രകൃതിയെ നോക്കിക്കാണാനും നിറഞ്ഞ മനസ്സോടെ ചിരി ഉതിർത്തുകൊണ്ട് പ്രകൃതിയെ സ്നേഹിക്കാനും പ്രകൃതിയിലെ വൈവിദ്ധ്യം ആസ്വദിക്കാനും അംഗീകരിക്കാനും കുഞ്ഞുമനസ്സുകൾ കൈകോർക്കും. "കുട്ടികൾ പ്രകൃതിയെ ആത്മാർത്ഥമായി സ്നേഹിക്കുന്നു. അതുകൊണ്ട് അവർക്ക് എല്ലായിടത്തും സൗന്ദര്യം ദർശിക്കാനാകുന്നു"വെന്ന് വാൻ ഗോഗ് പറഞ്ഞത് അതുകൊണ്ടാണ്.

പ്രകൃതിനിരീക്ഷണം കുട്ടികളുടെ ഭാവന ഉണർത്തുന്നു. കാഴ്ചയുടെ ഭാഗമായുണ്ടായ ഇന്ദ്രിയപതിപ്പുകൾ അവരുടെ മനസ്സിൽ മറ്റൊരു ലോകം സൃഷ്ടിക്കുന്നു. അവർ ഭാവനാചിത്രങ്ങൾ വരയ്ക്കാൻ തുടങ്ങുന്നു. വരയ്ക്കാൻ പഠിക്കുക എന്നുപറഞ്ഞാൽ യഥാർത്ഥത്തിൽ കാണാൻ പഠിക്കുകയാണ്. വെറുമൊരു കാണൽ അല്ല. അതിനപ്പുറത്തേക്കു കടക്കുന്ന ഒരു ചിന്താപ്രക്രിയയാണ്. ലിയോണാർഡോ ഡാവിഞ്ചി കുട്ടികളെ 'കാണാൻ' പഠിപ്പിക്കണമെന്ന് പറയുന്നു. "എങ്ങനെ കാണുന്നുവെന്ന് കുട്ടികൾ പഠിക്കണം. ഓരോന്നും മറ്റുള്ളതിനോടു ബന്ധപ്പെട്ടിരിക്കുന്ന കാര്യം കുട്ടികൾ തിരിച്ചറിയണം." അദ്ദേഹം പറയുന്നു. പ്രകൃതിയിലെ വൈവിദ്ധ്യങ്ങളും പരസ്പരാശ്രിതത്വവും സൂക്ഷ്മതലത്തിൽ ദർശിക്കാനാകണം.

ബൗദ്ധികവികസനം ഭാഷാവികസനം എന്നിവപോലെ കലാവികസനവും കുട്ടികളിൽ നടക്കുന്നത് വിവിധഘട്ടങ്ങളിലൂടെയാണെന്ന് ഗവേഷകർ ചൂണ്ടിക്കാണിക്കുന്നു. കുട്ടികളുടെ ചിത്രരചനകൾ അവരുടെ ബൗദ്ധികവികസനത്തെയും സൂക്ഷ്മചാലകവികസനത്തെയും പ്രതിനിധാനം ചെയ്യുന്നുവെന്നും ട്രാവിക്-സ്മിത്ത് (2000) വെളിപ്പെടുത്തുന്നു. ഇതുമായി ബന്ധപ്പെട്ട താഴെപ്പറയുന്ന ഘട്ടങ്ങൾ അവർ വിശദീകരിക്കുന്നു.

കുത്തിക്കുറിക്കൽ :- കലാവികസനത്തിന്റെ ആദ്യഘട്ടമാണിത്. ആദ്യകാല ശൈശവത്തിൽ (2–4 വയസ്സ്) ഈ ഘട്ടം ദൃശ്യമാണ്. കുട്ടികൾ സജീവമായി കുത്തിക്കുറിക്കുമ്പോൾ രചനാസാമഗ്രികളെ കൈപ്പിടിയിൽ വിരലുകൾകൊണ്ട് എങ്ങനെ പിടിക്കണമെന്ന് പഠിക്കുന്നു. വരയ്ക്കുമ്പോൾ കൈത്തണ്ട് പ്രതലത്തിൽ എങ്ങനെ വെക്കണമെന്ന് പഠിക്കുന്നു. തൽഫലമായി വിഭിന്നമായ രൂപങ്ങൾ അവരുടെ വരകളിൽ പ്രത്യക്ഷമാകുന്നു.

പ്രീസ്കീമാറ്റിക് ഘട്ടം – പ്രീസ്കൂൾ ഘട്ടമാണിത്. ഈ ഘട്ടത്തിൽ കുട്ടികൾ അവർക്കിഷ്ടപ്പെട്ട വസ്തുക്കളെയും വ്യക്തികളെയും വരയ്ക്കാൻ തുടങ്ങുന്നു. വരയ്ക്കുന്ന രൂപങ്ങളുടെ ഭാഗങ്ങൾ പ്രത്യേക അനുപാതത്തിലാകില്ല. ഒരാളുടെ തലയുടെ ചിത്രം വരച്ചാൽ കണ്ണുകളും മൂക്കും ചെവിയുമൊക്കെ ഉണ്ടാകും. പക്ഷേ, തമ്മിലൊരു അനുപാതമുണ്ടാകില്ല.

സ്കീമാറ്റിക് ഘട്ടം – 6–7 വയസ്സു മുതൽ 9–10 വയസ്സുവരെയുള്ള ഘട്ടമാണത്. വരച്ച തലവുമായി ബന്ധപ്പെടുത്തി ഒരു ദൃശ്യത്തെ സമഗ്രമായി ചിത്രീകരിക്കുവാൻ കുട്ടികൾക്ക് കഴിയും. ഉചിതമായ നിറങ്ങൾ തെരഞ്ഞെടുക്കാനും കഴിയും. ഇവിടംമുതലാണ് കുട്ടിക്ക് ചിത്രകലാപരിശീലനം തുടങ്ങേണ്ടത്. കാരണം ചിത്രകലയുമായി ബന്ധപ്പെട്ട പല ആശയങ്ങളും കുട്ടിക്ക് ഉൾക്കൊള്ളുവാൻ കഴിയുന്നത് ഈ ഘട്ടത്തിലാണ്.

വിവിധ വളർച്ചാഘട്ടങ്ങളിൽ കുട്ടികൾ നടത്തുന്ന ചിത്രരചനകൾ വിലയിരുത്തുന്നതിലൂടെ അവരുടെ കായികവും വൈകാരികവും ബൗദ്ധികവുമായ വികസനത്തെക്കുറിച്ച് ഉൾക്കാഴ്ചകൾ ലഭിക്കുമെന്ന് ക്രോസ്സർ (2002) ചൂണ്ടിക്കാട്ടുന്നു. ക്രോസ്സറും ചിത്രകലാവികസനഘട്ടങ്ങളെ വിസകലനം ചെയ്യുവാൻ ശ്രമിച്ചിട്ടുണ്ട്.

കുട്ടി ഒന്നര വയസ്സെത്തുമ്പോൾ കുത്തിക്കുറിക്കാൻ തുടങ്ങും. പരുക്കതയുള്ള വസ്തുക്കൾ തറയിലുരച്ചു രസിക്കും. താളമൊത്ത അനുക്രമമായ ചലനങ്ങൾ കണ്ടാസ്വദിക്കും. പിച്ചവച്ചു തുടങ്ങുന്ന കുട്ടികളിൽ വരയുടെ കായികപ്രവർത്തനങ്ങൾ ഇപ്രകാരമുള്ളതാണെന്ന് അദ്ദേഹം പറയുന്നു. ഈ ഘട്ടത്തിൽ കുട്ടികൾ വരയ്ക്കാൻ ശ്രമിക്കില്ല. ഈ ഘട്ടത്തെ അദ്ദേഹം 'അചിന്തിതമായ തന്മയത്വം' (Fortuitous Realism) എന്നു വിളിക്കുന്നു. രണ്ട് വയസ്സെത്തുംവരെ ഈ സവിശേഷതയാണ് കുട്ടികളിൽ കാണുന്നതെന്ന് അദ്ദേഹം പറയുന്നു. എന്നാൽ ഒന്നര വയസ്സാകുമ്പോൾത്തന്നെ വസ്തുക്കളെ പ്രതീകാത്മകമായി ചിത്രീകരിക്കാനുള്ള കഴിവ് കുട്ടികൾ നേടുമെന്ന് പിയാഷേ ചൂണ്ടിക്കാണിക്കുന്നു. ഇക്കാര്യം ക്രോസ്സറും സമ്മതിക്കുന്നുണ്ട്. 'ഇല്ലാത്തതു നടിക്കു'ന്ന (Pretend Play) തിനുള്ള മുന്നോടിയായി ഇതിനെ കാണാമെന്ന് അദ്ദേഹം പറയുന്നു. വരയ്ക്കുമ്പോഴോ ക്രയോണുകൾ ഉപയോഗിക്കുമ്പോഴോ ഇതവർ പ്രകടിപ്പിക്കും.

രണ്ടിനും മൂന്നിനുമിടയിൽ പ്രായമുള്ളപ്പോൾ രൂപങ്ങൾ ചിത്രീകരിക്കാൻ തുടങ്ങും. ചതുരം, വൃത്തം, ത്രികോണം എന്നിവയുടെ ആദിരൂപ

ങ്ങൾ, ഗുണനചിഹ്നം, കൂട്ടുന്നതിനുള്ള ചിഹ്നം എന്നിവയോട് സാദൃശ്യമുള്ള ചിത്രങ്ങൾ തുടങ്ങിയവ കുട്ടികൾ വരയ്ക്കും. കുട്ടികൾ ഈ ഘട്ടത്തിൽ വരയ്ക്കുന്ന ചിത്രങ്ങളെ കെല്ലോഗ് (2000) വിളിച്ചത് 'രൂപങ്ങൾ' എന്നാണ്. മൂന്ന് വയസ്സാകുമ്പോൾ പല രൂപങ്ങൾ ചേർത്ത് സമഗ്ര രൂപങ്ങൾ വരയ്ക്കാൻ തുടങ്ങും. 'കുറിക്കലി'ന്റെ വികാസമായിട്ടാണ് ക്രോസ്സർ ഇതിനെ കണ്ടത്. തുടർന്ന് കുട്ടികൾ ആശയങ്ങളുടെ തലം വികസിപ്പിച്ച് അവയെ പ്രതിനിധീകരിക്കുന്ന ചിത്രങ്ങൾ വരയ്ക്കാൻ തുടങ്ങുന്നു. ഇതാണ് 'പ്രാതിനിദ്ധ്യരചന' (Representational Drawing) എന്ന് ക്രോസ്സർ പറയുന്നു. കുത്തിക്കുറിക്കലിനും പ്രാതിനിദ്ധ്യരചനയ്ക്കും ഇടയിലൂടെ കുട്ടി സഞ്ചരിച്ച് നാലുവയസ്സാകുമ്പോൾ കുട്ടി യഥാർത്ഥ ചിത്രരചനയിലേക്ക് കടക്കും. ഈ ഘട്ടത്തിൽ യാഥാർത്ഥ്യത്തെ കൂടുതൽ വ്യക്തതയോടെ പ്രകടിപ്പിക്കാൻ കുട്ടി ശ്രമിക്കുമെന്ന് ക്രോസ്സർ പറയുന്നു. "ചിത്രരചന എല്ലാത്തിന്റെയും വേരാണ്. അതിനു ചെലവഴിക്കുന്ന സമയമാണ് യഥാർത്ഥത്തിൽ എല്ലാ നേട്ടവും" എന്ന് വാൻഗോഗ് നിരീക്ഷിക്കുന്നു. ഒരു വസ്തുവിനെ, അത് ജീവനുള്ളതോ ഇല്ലാത്തതോ ആയിക്കൊള്ളട്ടെ, എത്ര മെച്ചപ്പെട്ട നിലയിൽ കുട്ടികൾ നിരീക്ഷിക്കുന്നുവോ അത്രയും മെച്ചപ്പെട്ട നിലയിൽ അവർക്ക് വരയ്ക്കാനാകും.

രൂപത്തെ വിശദീകരിക്കുന്ന ഭാഷയാണ് ചിത്രരചന. പെൻസിൽ പിടിക്കാനും നയിക്കാനുംവേണ്ടി പേശികളെ ഒത്തിണക്കാനുള്ള ശ്രമഫലമായി നടത്തുന്ന കുത്തിക്കുറിക്കലിനെ അർത്ഥശൂന്യമായ ഉല്പന്നങ്ങളായി കാണുന്നവരുണ്ട്. ഇംഗ്ലണ്ടിലെ റോയൽ ഡ്രോയിങ് സൊസൈറ്റി കുട്ടികളുടെ കുത്തിക്കുറിക്കലുകളുടെ എണ്ണമറ്റ സാമ്പിളുകൾ പരിശോധിക്കുകയുണ്ടായി. കുട്ടികളുടെ 'കുത്തിക്കുറിക്കലുകൾക്ക്' നിശ്ചിത അർത്ഥതലമുണ്ടെന്ന് അവർ സംശയാതീതമായി കണ്ടെത്തി. കുഞ്ഞ് ചുറ്റും കാണുന്ന പുതിയതും കൗതുകമുണർത്തുന്നതുമായ കാര്യങ്ങളെ വിശദീകരിക്കുന്നതിന് നടത്തുന്ന ശ്രമങ്ങളാണ് കുത്തിക്കുറിക്കലുകൾ. ഇത്തരം വരകളും കുറികളും രണ്ടുതരത്തിലാകാം. ഒന്നാമതായി പരിചയമുള്ള വസ്തുക്കൾ, ആളുകൾ, പക്ഷികൾ, മൃഗങ്ങൾ എന്നിവ അടങ്ങുന്നവ. ചില പ്രത്യേക വസ്തുക്കൾ പ്രത്യേകിച്ച് ചലിക്കുന്നവ അവരെ സ്വാധീനിച്ചിട്ടുണ്ടാകാം. അത്തരം വസ്തുക്കളുടെ ചിത്രങ്ങൾ അടങ്ങുന്നവയാണ് മറ്റൊന്ന്. ആദ്യശ്രമങ്ങളെല്ലാം വളരെ അവ്യക്തങ്ങളായിരിക്കും. പക്ഷേ അതിൽ നോക്കി രൂപത്തെക്കുറിച്ച് പറയാൻ ശ്രമിക്കും. നിരീക്ഷണവും അതിലൂടെ ലഭിക്കുന്ന അറിവുകളുടെ വ്യാപ്തിയും വർദ്ധിക്കുന്നതോടെ ചിത്രങ്ങൾക്ക് കൂടുതൽ തെളിമ കൈവരുന്നു. അതുകൊണ്ടാണ് കുഞ്ഞുണ്ണിമാഷ് പറഞ്ഞത് കുട്ടികൾ 'വരയിൽ വിരിയട്ടെ'യെന്ന്.

കുട്ടികളുടെ സ്വാഭാവിക ചിത്രരചനകളെ വിശകലനം ചെയ്യുമ്പോൾ പഠനബോധനരീതികൾ എങ്ങനെയാകണം എന്നതുസംബന്ധിച്ച് ചില സുപ്രധാന സൂചനകൾ ലഭിക്കുന്നുണ്ട്. കുട്ടികൾ ഒരു വസ്തുവിന്റെ

മുന്നിൽ ചടഞ്ഞിരുന്ന് അതുനോക്കി വരയ്ക്കുന്നവരല്ല. അവരുടെ മനസ്സിനെ സ്പർശിച്ച വസ്തുക്കൾ, സംഭവങ്ങൾ തുടങ്ങിയവയെക്കുറിച്ചുള്ള മനോചിത്രങ്ങളുടെ ശേഖരം അവരുടെ ഓർമ്മയിലുണ്ട്. അതാണ് അവർ വരച്ചുകാട്ടുന്നത്. ഇതാണ് ഛായാപടമെടുക്കൽ (Snapshot Drawing).

ഒരു കുട്ടിയുടെ മുന്നിൽ ഒരു മാതൃകാ എഞ്ചിൻ വച്ചിട്ട് വരയ്ക്കാൻ പറഞ്ഞാൽ എന്താണ് സംഭവിക്കുക? അത് അവനെ സംഭ്രമിപ്പിക്കാം. ചിത്രരചനയിലുള്ള നൈസർഗ്ഗിക കഴിവിനെ നിരുത്സാഹപ്പെടുത്തും. എന്തു ചെയ്യണമെന്നറിയാതെ കുട്ടി കുഴങ്ങും. ആ എഞ്ചിൻ കുട്ടിക്ക് ചിന്താസ്പർശിയായും ഹൃദയസ്പർശിയായും മാറുന്ന അവസരത്തിൽ കുട്ടിയുടെ മനസ്സിൽ ഒരു മനോചിത്രം ഉണ്ടാകും. അതിന്റെ അടിസ്ഥാനത്തിൽ മാത്രമേ കുട്ടിക്ക് ചിത്രീകരിക്കാൻ കഴിയുകയുള്ളൂ.

കുട്ടികൾ ജന്മനാ ജിജ്ഞാസുക്കളാണ്. കർമ്മനിരതരാണ്. നിർമ്മാണപ്രവർത്തനങ്ങളിൽ ഏർപ്പെടുന്നവരാണ്. ചുറ്റുമുള്ള ലോകത്തെ കണ്ടുരസിച്ചും ഉത്സാഹത്തോടെ അതിലെ പ്രക്രിയകളെക്കുറിച്ചന്വേഷിച്ചും കടന്നുപോകുമ്പോൾ അവർ ധാരാളം ചോദ്യങ്ങൾ ചോദിക്കാറുണ്ട്. ഈ യാത്രയിൽ അറിയാൻ കൊതിച്ച കാര്യങ്ങൾ തങ്ങൾ അറിഞ്ഞുവെന്ന് പ്രകടിപ്പിക്കുവാൻ ചിത്രത്തിലൂടെയല്ലാതെ മറ്റേതു സ്വാഭാവിക മാർഗ്ഗമാണുള്ളത്? വസ്തുക്കളും അതു സ്ഥിതിചെയ്യുന്ന ഇടങ്ങളും പ്രവർത്തനസംഘാടനരീതികളും ഓരോന്നും തമ്മിലുള്ള ഇഴയടുപ്പവും വർണ്ണവ്യത്യാസങ്ങളും വൈവിദ്ധ്യങ്ങളും ഒക്കെ തിരിച്ചറിഞ്ഞാണ് കുട്ടികൾ ചിത്രങ്ങങ്ങൾ വരയ്ക്കുന്നത്. രൂപങ്ങളെ നിരീക്ഷിക്കുകയും ആസ്വദിക്കുകയും ചെയ്യുക വഴി സ്വാഭാവികമായുണ്ടാകുന്ന വളർച്ചയാണ് ക്രമമായ രൂപങ്ങൾ (Pattern Making) ഉണ്ടാക്കുക എന്നത്. കുട്ടികളിൽ ക്രമേണ പതിഞ്ഞുവരേണ്ട ഉൾക്കാഴ്ചയോടുകൂടിയ ക്രമമായ വിന്യാസമാണത്.

നിറം സംബന്ധിച്ച ബോധവും കുട്ടികൾക്കുണ്ടാകേണ്ടതുണ്ട്. വാട്ടർകളർ, ചായക്കോൺ എന്നിവ ഉപയോഗിച്ചുകൊണ്ടുള്ള ചിത്രീകരണത്തിന് കുട്ടികൾ വലിയ താല്പര്യം കാണിക്കാറുണ്ട്. നിറബോധമുണ്ടാക്കാൻ വർണ്ണക്കടലാസ് ഉപയോഗിച്ചുകൊണ്ടുള്ള പാറ്റേൺ നിർമ്മാണം, വർണ്ണക്കടലാസുകൾകൊണ്ടുള്ള അലങ്കാരം എന്നീ പ്രവർത്തനങ്ങളിൽ ഏർപ്പെടാൻ അവസരം ലഭിക്കണം. ക്ലേ മോഡലിങ്, കാർഡ് ബോർഡ് മോഡലിങ്, പേപ്പർ കട്ടിങ് തുടങ്ങിയവ അടിസ്ഥാന രൂപനിർമ്മാണത്തിന് ഉപയോഗിക്കാവുന്നതാണ്.

ചിത്രീകരണത്തിനടിസ്ഥാനം വസ്തുക്കളുടെ പൊതു ആകൃതിയെ പഞ്ചേന്ദ്രീയങ്ങളിലൂടെ ദർശിക്കുക എന്നതാണ്. ഇങ്ങനെയുണ്ടാകുന്ന മനോചിത്രങ്ങളെ വിശദാംശലേഖ്യമായി പ്രകടിപ്പിക്കാനുള്ള നൈസർഗ്ഗിക തൃഷ്ണയ്ക്ക് തൃപ്തിവരുന്നത് ഭാവനാപരമായ ചിത്രീകരണം വഴിയാണ്. അതുകൊണ്ട് കാഴ്ചയിലൂടെ നേടുന്ന മനോചിത്രങ്ങളെ ജൈവ ഓർമ്മകളാക്കാൻ കേട്ട് വരയ്ക്കൽ (Dictation), ഹ്രസ്വ നിരീക്ഷണം (Short Observation), കണ്ണടച്ച് വരയ്ക്കൽ (Shut eye drawing), ഛായാപടമെടുക്കൽ (Snapshot drawing) തുടങ്ങിയ തന്ത്രങ്ങളിലൂടെ കുട്ടികളെ കടത്തിവിടുന്നു. പ്രകൃതിദത്തങ്ങളായ രൂപങ്ങളുടെ ചിത്രീകരണത്തിന് ആസൂത്രണം വേണം. ഇതിന് രൂപങ്ങളെ സംബന്ധിച്ച ജ്ഞാനം ഉണ്ടാകണം. ക്ലേ മോഡലിങ് വഴി ഘടന സംബന്ധിച്ച അവബോധം ലഭിക്കും. പ്രകൃതി ചിത്രീകരണത്തിന് ആവശ്യമായ നിരീക്ഷണത്തിനുള്ള വിലയേറിയ ഉപാധിയാണ് ക്ലേമോഡലിങ്.

"എന്റെ മകന് വരയ്ക്കാൻ കഴിവില്ല. പിന്നെന്തിന് ഞാനവനെ വരയ്ക്കാൻ പഠിപ്പിക്കണം?" രക്ഷിതാക്കൾ സാധാരണ ചോദിക്കുന്ന ചോദ്യമാണ്. എല്ലാവർക്കും വരയ്ക്കാൻ കഴിയും. ശ്രദ്ധ കേന്ദ്രീകരിക്കാനുള്ള ശ്രമം പരാജയപ്പെടുന്നതു മൂലമോ, നിരീക്ഷണത്തിന് വേണ്ടത്രസമയമോ പ്രോത്സാഹനമോ ലഭിക്കാത്തതുകൊണ്ടോ കാണുന്ന കാര്യങ്ങളെക്കുറിച്ച് മനോചിത്രങ്ങളുണ്ടാക്കാൻ കുട്ടിക്ക് കഴിയാത്തതുകൊണ്ടോ ആണ് കുട്ടിക്ക് പലപ്പോഴും ചിത്രീകരണത്തിൽ മുന്നേറാൻ കഴിയാത്തത്. നിരീക്ഷിക്കാനും ഓർമ്മിച്ചെടുക്കാനും അവസരം ലഭിക്കുമ്പോൾ ഭാവനാചിത്രീകരണത്തിനുള്ള സാമർത്ഥ്യം കുട്ടികൾ സ്വാഭാവികമായി കൈവരിക്കുന്നു. ഇത് കുഞ്ഞിന്റെ ബുദ്ധിവൈഭവത്തെ വളർത്തുന്നു. വരയ്ക്കാൻ അറിയില്ല എന്നു പറയുന്നവരോട് സ്വന്തം വീടിനെ ഒന്നു ചിത്രീകരിക്കാമോ എന്നുപറഞ്ഞാൽ അവർ വരയ്ക്കും. ചിത്രം മോശമാകുമോ എന്ന ആശങ്ക മൂലം ആത്മവിശ്വാസം നഷ്ടപ്പെടുന്നതാണ് ചിത്രരചനയിലെ പിന്നോട്ടടിക്കു കാരണമായി പലരും പറയുന്നത്.

ഓരോ അക്ഷരവും ഓരോ ചിത്രമാണ്. അതുകൊണ്ട് വരയ്ക്കുവാൻ കഴിയുമെങ്കിൽ എഴുതുവാനും കഴിയും. അതുപോലെ എഴുതുവാൻ കഴിയുമെങ്കിൽ വരയ്ക്കുവാനും കഴിയും. ഒരു കുട്ടി എഴുതുവാനും വായിക്കുവാനും തുടങ്ങുന്നതിനുമുമ്പ് ചിത്രങ്ങൾ വരയ്ക്കുവാനുള്ള ധാരാളം അവസരങ്ങൾ നല്കണമെന്ന് മഹാത്മാഗാന്ധി പറഞ്ഞത് അതുകൊണ്ടാണ്. അക്ഷരങ്ങളിലേക്ക് കടക്കുമ്പോൾ അതിന്റെ വരയിൽ ധാരാളം വളവുകളും തിരിവുകളും വരുന്നുണ്ട്. അക്ഷരങ്ങളുടെ ആകൃതി വേഗത്തിൽ തിരിച്ചറിയാൻ ചിത്രരചന കുട്ടികളെ സഹായിക്കും. അക്ഷരങ്ങളുടെ വലിപ്പം, വളവും തിരിവും, അതിന്റെ അകലം, വളവും തിരിവും തമ്മിലുള്ള ബന്ധം എന്നിവ പെട്ടെന്ന് ചിത്രരചന നടത്തുന്ന കുട്ടികൾ സ്വായത്തമാക്കുമെന്ന് പഠനങ്ങൾ തെളിയിക്കുന്നു. തിരശ്ചീനവര, കുത്തനെയുള്ള വര, വൃത്തം, ത്രികോണം, ചതുരം തുടങ്ങിയ രൂപങ്ങൾ കണ്ട് ഭൗതികരൂപങ്ങളിലുള്ള വൈവിദ്ധ്യം കുട്ടികൾ തിരിച്ചറിയുന്നു.

അക്ഷരങ്ങളുടെ ആകൃതി സങ്കീർണ്ണമാണല്ലോ. അക്ഷരങ്ങളുടെ ആകൃതി സംബന്ധിച്ച മനോചിത്രങ്ങൾ കുട്ടികളിൽ ഉണ്ടാകണം. അക്ഷരങ്ങൾ തമ്മിലുള്ള സവിശേഷവ്യത്യാസങ്ങൾ കുട്ടികൾ തിരിച്ചറിയണം. ഓരോ അക്ഷരവും എങ്ങനെയാണ് കാണപ്പെടുന്നത്? കുട്ടികൾ എഴുതുന്ന അക്ഷരങ്ങളുടെ ബാഹ്യരൂപങ്ങൾ ഓർമ്മയിലുള്ള ആകൃതികളുമായി താരതമ്യം ചെയ്യണം. രണ്ടും ഒന്നാകുമ്പോൾ കുട്ടികൾ സംതൃപ്തരാകുന്നു. സംഖ്യകളുടെ കാര്യത്തിൽ ആകൃതി മാത്രമല്ല ഗണിത

ക്രിയകളെയും ഭാവനയിൽ ചിത്രീകരിക്കാൻ കുട്ടികൾ കഴിവുകൾ നേടണം. ചരിത്രമായാലും ഭൂമിശാസ്ത്രമായാലും ജീവശാസ്ത്രമായാലും ഊർജ്ജതന്ത്രമായാലും രസതന്ത്രമായാലും കുട്ടി നിർമ്മിക്കുന്ന അറിവുകളെ ഭാവനയിൽ ചിത്രീകരിച്ച് മനോചിത്രങ്ങളാക്കി മാറ്റുവാൻ സമയവും സന്ദർഭങ്ങളും ലഭിക്കണം. മനോചിത്രീകരണത്തിനുള്ള മാർഗ്ഗമാണ് ഛായാപടം വരയ്ക്കൽ.

ഒരു പ്രശ്നത്തിന്റെ മൗലികപ്രമാണങ്ങൾ ഭാവനയിൽ ചിത്രീകരിക്കാൻ കഴിയുന്നതും കഴിയാത്തതും സമൂഹത്തിന്റെ ക്ഷേമത്തെയും സന്തോഷത്തെയും സ്വാധീനിക്കും. അതുകൊണ്ടാണ് നല്ല ഭാവനാധനന്മാർ സമൂഹത്തിൽ ഉണ്ടാകണമെന്ന് പറയുന്നത്. സമൂഹത്തിന്റെ ക്രമാനുഗതമായ വളർച്ച ഉറപ്പാക്കുവാൻ ക്രിയാത്മക ഇടപെടൽ നടത്താൻ കഴിയുന്ന ഭാവനാധനന്മാരെ സൃഷ്ടിക്കുക എന്നത് വിദ്യാഭ്യാസത്തിന്റെ മുഖ്യലക്ഷ്യമാകണമെന്ന് ബർട്രാൻഡ്റസ്സൽ ചൂണ്ടിക്കാട്ടുന്നു. ചിത്രീകരണം എഴുത്തുപോലെ വളരെ വേഗം ആശയവിനിമയം ചെയ്യുന്നതിനുള്ള മാർഗ്ഗമാണല്ലോ. അതുകൊണ്ട് ശാസ്ത്രജ്ഞന്മാരും, എഞ്ചിനീയർമാരും വാസ്തുശില്പികളും എഴുത്തിനേക്കാൾ ചിത്രങ്ങളെയാണ് ആശ്രയിക്കുന്നത്.

ബ്രൂണോയും ഗലീലിയോയും ഐൻസ്റ്റീനും സർ ജയിംസ് ജീൻസും ചാൾസ് ഡാർവിനും റഥർഫോർഡും നീൽസ് ബോറും സ്റ്റീഫൻ ഹോക്കിങ്ങും ഉൾപ്പെടെയുള്ള എല്ലാ ശാസ്ത്രജ്ഞന്മാരും ഭാവനയിൽ വസ്തുതകൾ ചിത്രീകരിക്കുന്നതിനുള്ള കഴിവ് ഏറ്റവും ഉയർന്ന തലത്തിൽ കൈവരിച്ചിട്ടുള്ളവരാണ്. അവർ അകക്കണ്ണുള്ളവരാണ്. ആഴത്തിൽ ഇറങ്ങുന്നതും അസാധാരണവുമായ ഉൾക്കാഴ്ചയുള്ളവരാണ്. ഗണിതകാരനല്ലെങ്കിലും ചിത്രകാരന്റെ മനസ്സ് ഗണിതാത്മകമാണ്. ചിത്രരചനയിൽ ഗണിതം ഉൾച്ചേർന്നിട്ടുണ്ട്. ചിത്രീകരണം നടക്കുമ്പോൾ ഗണിതം കാവ്യാത്മകമായി ചിത്രകാരന്റെ വിരൽത്തുമ്പിൽ ഒഴുകിയെത്തുന്നു. "ഒരു ചിത്രകാരന് അളവുപകരണങ്ങൾ കൈയിലല്ല വേണ്ടത്, കണ്ണിലാണ്" എന്ന് മൈക്കലാഞ്ചലോ പറഞ്ഞത് ശ്രദ്ധേയമാണ്.

ഡാർവിൻ പലപ്പോഴും വളരെ ഖേദത്തോടെ പറഞ്ഞിട്ടുള്ള കാര്യമുണ്ട്. "ശാസ്ത്രവസ്തുതകളെ ഭാവനയിൽ ചിത്രീകരിച്ച് സിദ്ധാന്തങ്ങൾ രൂപീകരിക്കാൻ എനിക്കു കഴിയുമെങ്കിലും എനിക്ക് നന്നായി വരയ്ക്കാൻ കഴിയുമായിരുന്നില്ല." അതുകൊണ്ട് ചിത്രരചനയുടെ പരമമായ പ്രാധാന്യത്തെക്കുറിച്ച് അദ്ദേഹം എപ്പോഴും എടുത്തുപറയുമായിരുന്നു. അദ്ദേഹത്തിന്റെ വാക്കുകൾ കേൾക്കാം. "കുട്ടികൾ ചിത്രകല അഭ്യസിച്ചു വളരണം. അതവരുടെ ബുദ്ധിവൈഭവങ്ങളെ മൂർച്ചയുള്ളതാക്കും. ഭാവിയിൽ ഏതുമേഖലയിൽ ചെന്നാലും അവർ നല്ല ആശയാവതാരകരും ആസൂത്രകന്മാരുമാകും."

മൈക്കൽ ഫാരഡെയെക്കുറിച്ച് പ്രൊഫസർ ആർതർ തോംസൺ പറഞ്ഞത് എന്താണെന്ന് നോക്കാം. "ഗണിതകാരനല്ലാത്ത മൈക്കൽ ഫാരഡെയുടെ മനസ്സ് ഗണിതാത്മകമാണെന്നുള്ളതാണ് അദ്ദേഹത്തിന്റെ

ഏറ്റവും വലിയ സവിശേഷത. അതിനുകാരണം ഭാവനാചിത്രങ്ങൾ രൂപീകരിക്കുന്നതിനുള്ള അദ്ദേഹത്തിന്റെ കഴിവാണ്. ഭാവന ഉൾപ്പെടുന്ന അസാധാരണ കൂർമ്മതയുള്ള ഉൾക്കാഴ്ചയാണത്.

"എന്റെ മനസ്സിൽ ആശയങ്ങൾ പിറവിയെടുക്കണമെങ്കിൽ വസ്തുതകളുടെ ബാഹ്യചിത്രീകരണം നടത്തേണ്ടതുണ്ടായിരുന്നു. ചിത്രങ്ങൾ എന്റെ അകക്കണ്ണ് തുറപ്പിക്കുമായിരുന്നു." മൈക്കൽ ഫാരഡെയുടെ ഈ വാക്കുകൾ തെളിയിക്കുന്നത് എന്താണ്? ആശയങ്ങളെ ചിത്രീകരിക്കുവാൻ കഴിയുക എന്നത് ഒരു നല്ല ഭാവനാധനന് അത്യന്താപേക്ഷിതമായ കാര്യമാണ്. "ഒരു കടലാസിൽ രൂപംകൊള്ളുന്ന ദർശനമാണ് ചിത്രരചന"യെന്ന് ആൻഡ്രൂലൂമിസ് പറയാനുള്ള കാരണവും ഇതാണ്.

ജൂലിയെറ്റെ അരിസ്റ്റഡസിന്റെ അഭിപ്രായത്തിൽ "നിങ്ങൾക്ക് ഈ ലോകം എങ്ങനെ അനുഭവവേദ്യമാകുന്നു എന്നതിന്റെ പ്രതിഫലനമാണ് നിങ്ങൾ എങ്ങനെ വരയ്ക്കുന്നുവെന്നത്." അവർ വീണ്ടും കൂട്ടിച്ചേർക്കുന്നത് നോക്കൂ. "നിങ്ങൾ അതിനെ പിടിച്ചടക്കുകയല്ല വ്യാഖ്യാനിക്കുകയാണ് ചിത്രരചനയിലൂടെ ചെയ്യുന്നത്." ലോകത്തെക്കുറിച്ചുള്ള കുട്ടികളുടെ ദർശനങ്ങളും വ്യാഖ്യാനങ്ങളുമാണ് അവർ വരയ്ക്കുന്ന ചിത്രങ്ങൾ. അത് വായിച്ചെടുക്കാനും പ്രോത്സാഹിപ്പിക്കാനും കഴിയണം.

ചലനമാണ് വരയ്ക്കാനുള്ള കുട്ടിയുടെ ത്വരയെ ഏറ്റവുമധികം പ്രോത്സാഹിപ്പിക്കുന്ന കാര്യങ്ങളിലൊന്ന്. വസ്തുതകളുടെ ചലനസൗന്ദര്യം ആവോളം ആസ്വദിക്കുന്നവരാണ് കുട്ടികൾ. വസ്തുക്കളുടെ ചലനം, അത് ജീവനുള്ളതോ ഇല്ലാത്തവയോ ആയിക്കോട്ടെ, അത് ചിത്രീകരിക്കാനുള്ള കുട്ടികളുടെ നൈപുണികൾ ശ്രദ്ധേയമാണ്. കുട്ടി അവനെത്തന്നെ പ്രകാശിപ്പിക്കുകയാണ് ചിത്രരചനയിലൂടെ. കണ്ടും കേട്ടും ചെയ്തും അവനുണ്ടായ മനോചിത്രങ്ങൾ വരയിലൂടെ പ്രകടിപ്പിച്ച് ആഘോഷിക്കുകയാണ്. എഴുതാനും നന്നായി സംസാരിക്കാനും പഠിക്കുന്നതിനു മുമ്പേ വരയിലൂടെ പ്രകടിപ്പിക്കുന്നത് ഒരു സ്വാഭാവിക പ്രവർത്തനമാണ്.

അമ്പരപ്പ് മൂളുന്ന കുട്ടികളുടെ മാനസികാവസ്ഥ കൂടുതൽ കൂടുതൽ അറിവുകൾ നിർമ്മിക്കുന്നതിലൂടെ ശാന്തമാകുന്നുവെന്ന് ഹെൻറി ജെയിംസ് പറയുന്നു. എന്ത്? എന്തിന്? തുടങ്ങിയ ചോദ്യങ്ങൾ ചോദിച്ച് അന്വേഷണത്തിന്റെ പ്രക്രിയ തുടങ്ങുന്ന കുട്ടികൾ ഇന്ദ്രിയാനുഭവങ്ങളിലൂടെ പുതിയ അനുഭവമേഖലകളിലേക്ക് കടക്കുന്നു. ഈ അനുഭവങ്ങൾ കുട്ടിയുടെ മനോചിത്രങ്ങളെ കൂടുതൽ കൂടുതൽ സമ്പന്നമാക്കുമെന്ന് അദ്ദേഹം നിരീക്ഷിക്കുന്നു. "നക്ഷത്രങ്ങളുടെ കാഴ്ച എപ്പോഴും സ്വപ്നം കാണാനുള്ള മനസ്സെനിക്ക് സമ്മാനിച്ചു"വെന്ന് വാൻഗോഗ് അഭിപ്രായപ്പെടുന്നു. കാഴ്ചകളാണ് ചിത്രകലാകാരനെ സ്വപ്നലോകത്ത് എത്തിക്കുന്നത്.

മേൽ ചർച്ചചെയ്ത ചിന്തകളുടെയും, കുട്ടിയുടെ ബൗദ്ധികവും വൈകാരികവുമായ വികസനം സംബന്ധിച്ച ശാസ്ത്രീയപഠനങ്ങളുടെയും അടിസ്ഥാനത്തിൽ പഠനബോധനതന്ത്രങ്ങളിൽ വലിയ മാറ്റങ്ങൾ വന്നിട്ടുണ്ട്. ചിത്രകലാപഠനത്തിലും ഈ മാറ്റങ്ങൾ ദൃശ്യമാണ്.

ദൃഢമായ പരമ്പരാഗത രീതി മാറിയിട്ടുണ്ട്. കുട്ടിയുടെ സ്വാഭാവിക രചനകൾക്ക് പ്രാധാന്യം ലഭിച്ചുതുടങ്ങിയിട്ടുണ്ട്.

അദ്ധ്യാപകർക്കും രക്ഷിതാക്കൾക്കും കുട്ടിയുടെ ബൗദ്ധികവികാസം, വൈകാരികവികാസം തുടങ്ങിയ വികാസമേഖലകളെക്കുറിച്ച് ശരിയായ ധാരണകൾ ലഭിക്കേണ്ടതുണ്ട്. സൂക്ഷ്മപേശികളെ നിയന്ത്രിക്കുന്നതിനും കണ്ണും കൈകളും തമ്മിലുള്ള സമന്വയം ഉണ്ടാകുന്നതിനും കുട്ടികൾ ധാരാളം വരയ്ക്കട്ടെ. ചിത്രരചന എഴുതുന്നതിനുള്ള സന്നദ്ധതയിലേക്ക് കുട്ടിയെ നയിക്കും. പാറ്റേണുകൾ വരയ്ക്കാനും കുത്തുകൾ യോജിപ്പിച്ച് അതിലെ ചിത്രം ദർശിക്കാനും കുട്ടികൾക്ക് ഏറെ കൗതുകമുണ്ട്. പ്രകൃതിയെ പക്വതയോടെ നോക്കിക്കാണാനും വൈവിദ്ധ്യങ്ങളുടെ സൗന്ദര്യം ദർശിക്കാനും കുട്ടികൾക്ക് ധാരാളം അവസരം നല്കണം. ചോദ്യങ്ങൾ ചോദിച്ച് അവർ ധീരരാകണം. ഈ യാത്രയിൽ അവർ വസ്തുക്കളിൽ ഉൾച്ചേർന്ന നീളം, വീതി, ഉയരം, ദൂരം, ഭാരം തുടങ്ങിയ ഗണിതാശയധാരണകൾ കൈവരിക്കുന്നു. മനോചിത്ര രൂപീകരണത്തിന് ഈ ഗണിതാശയങ്ങൾ അത്യന്താപേക്ഷിതമാണ്. പ്രകൃതിചിത്രരചനകൾ പ്രാപഞ്ചികവീക്ഷണം വളർത്തിയെടുക്കുന്നതിൽ മുഖ്യപങ്ക് വഹിക്കുന്നു.

വൈവിദ്ധ്യമാണ് പ്രകൃതിയിലെ അന്തസത്തയെന്ന് തിരിച്ചറിയുന്ന കുട്ടി തന്റെ ചിത്രങ്ങളിലും വൈവിദ്ധ്യത്തിന്റെ വിവിധതലങ്ങൾ കൊണ്ടുവരാൻ ശ്രമിക്കുന്നു. കുട്ടി എന്നും ഒരു ചുറ്റുപാട് മാത്രം കണ്ടാൽ മതിയോ? കുട്ടികൾക്ക് പ്രകൃതിയിലെ വിവിധങ്ങളായ കാഴ്ചകൾ കാണാൻ വേണ്ടുവോളം അവസരം ലഭിക്കണം. ചിത്രകാരന്മാരുമായി സംവദിക്കാനും, അവരുടെ ചിത്രകലാപ്രദർശനം കാണാനും കുട്ടികൾക്ക് കഴിയണം. അതുകൊണ്ടുതന്നെ ചിത്രകലാപഠനം കൂടുതൽ അനുഭവാധിഷ്ഠിതവും, ആസ്വാദ്യകരവുമാക്കാൻ സഹായകരമായ പാഠപദ്ധതി വിഭാവന ചെയ്യേണ്ടതുണ്ട്. ചിത്രശില്പകലകളെക്കുറിച്ചുള്ള പൊതുവായ കാര്യങ്ങളും ചിത്രകലയുടെ ഉത്ഭവം, വളർച്ച, വികാസം എന്നിവ സംബന്ധിച്ചുള്ള ധാരണകളും കുട്ടികൾക്ക് ഉണ്ടാകേണ്ടതുണ്ട്. വിവിധ മാധ്യമങ്ങൾ, ഉപകരണങ്ങൾ, പ്രതലങ്ങൾ എന്നിവ സംബന്ധിച്ചും കാലാനുസൃതമായി ഈ മേഖലയിൽ വരുന്ന മാറ്റങ്ങളെക്കുറിച്ചുള്ള ധാരണകളും കുട്ടികൾ കൈവരിക്കേണ്ടതുണ്ട്. ലോകപ്രശസ്തരായ ചിത്രകാരന്മാരുടെ സംഭാവനകളെക്കുറിച്ച് കുട്ടികൾ അറിയണം. ദേശീയ, സംസ്ഥാന, പ്രാദേശിക ചിത്രകാരന്മാരെക്കുറിച്ചും അറിയണം. ചിത്രകലാപഠനവുമായി ബന്ധപ്പെട്ട എല്ലാ ആശയങ്ങളെയും കണക്കിലെടുത്തുകൊണ്ടാണ് 'പൂത്തുമ്പികൾ' എന്ന പ്രവർത്തനം 'ലിറ്റിൽ ആർട്ടിസ്റ്റ്' എന്ന പദ്ധതിയുടെ ഭാഗമായി സംഘടിപ്പിച്ചത്.

കേരളത്തിൽ ഇന്ന് നിലവിലുള്ള ചിത്രകലാപാഠ്യപദ്ധതിയെ ഈ മേഖലയിൽ നടക്കുന്ന ഗവേഷണപഠനങ്ങളുടെ അടിസ്ഥാനത്തിൽ പരിഷ്കരിക്കുകയും നിർവ്വഹണം ഉറപ്പുവരുത്തുകയും വേണം.

ദൃശ്യസാക്ഷരത

കലാപഠനത്തിന്റെ ഗുണനിലവാരം ഉയർത്തുന്നതിനാണ് ഇന്ന് കലാവിദ്യാഭ്യാസം ശ്രദ്ധ ചെലുത്തുന്നത്. അത്തരത്തിലുള്ള പ്രവണതയാണ് ലോകമെമ്പാടും കണ്ടുവരുന്നത്. അദ്ധ്യാപകർ അവരുടെ കലാനൈപുണികളെ വികസിപ്പിക്കുന്നതിനുള്ള ഇടങ്ങൾ തേടുന്നു. അതിനുള്ള ശില്പശാലകളിൽ പങ്കെടുക്കുന്നു. കലാപഠനത്തിൽ ഉയർന്ന ഗുണനിലവാരം ഉറപ്പുവരുത്തി പാഠങ്ങൾ ആസൂത്രണം ചെയ്യുന്നു. കൂടുതൽ സമയവും വിഭവസമ്പത്തും കണ്ടെത്തുവാൻ ശ്രമിക്കുന്ന വിവിധ വിഷയങ്ങൾ കൈകാര്യം ചെയ്യുന്നവരുടെ കൂട്ടായ്മകൾ സ്കൂളിൽ നിലവിൽ വരുന്നു. അതുപോലെതന്നെ കലാപഠനത്തിന് സ്കൂളും പ്രാദേശികഭരണകൂടങ്ങളും പ്രാദേശിക കലാകാരന്മാരും തമ്മിൽ സഹകരിച്ച് പ്രവർത്തിക്കുവാൻ ശ്രമിക്കുന്നു. ഇതിന്റെ പ്രതിഫലനങ്ങൾ കേരളത്തിലും ഉണ്ടായിത്തുടങ്ങേണ്ടതുണ്ട്.

ശാസ്ത്രസാങ്കേതികവിദ്യയുടെ സഹായത്താൽ ലോകം മുന്നേറുകയാണ്. അതിനെത്തുടർന്ന് സ്കൂളുകളിലും അതിന്റെ സാദ്ധ്യതകൾ വ്യാപകമായി പ്രയോജനപ്പെടുത്തുന്നുണ്ട്. കലാപഠനത്തിനും ശാസ്ത്രസാങ്കേതിക വിദ്യയുടെ പ്രയോജനം ലഭ്യമാക്കേണ്ടതുണ്ട്. ക്ലാസുകളിൽ ഐ സി റ്റി കടന്നുവന്നതോടെ പഠനപിന്നാക്കാവസ്ഥയിലുള്ള കുട്ടികൾ വളരെ മെച്ചപ്പെട്ട നിലയിലേക്ക് നീങ്ങുന്നതായി പഠനങ്ങൾ തെളിയിക്കുന്നു. അവർ കൂടുതൽ ക്രിയാത്മകമാവുകയും സ്കൂളിലും പുറത്തും നടക്കുന്ന കലാപ്രവർത്തനങ്ങൾ ഉൾപ്പെടെയുള്ള എല്ലാ പ്രവർത്തനങ്ങളിലും സജീവമാകുകയും ചെയ്യുന്നുണ്ട്. ജീവിതവെല്ലുവിളികൾ നേരിടുന്ന കുട്ടികളുടെ കലാപരമായ നൈപുണിവികാസത്തിലും ഈ

മാറ്റം ദൃശ്യമാണ്. ഇക്കാര്യങ്ങളും കലാപഠനത്തിൽ കാണുന്ന പുതിയ പ്രവണതകളാണ്.

സാങ്കേതികവിദ്യയുടെ സഹായത്തോടെയുള്ള പഠനബോധന ശാസ്ത്രം കലാപഠനത്തിനും വെല്ലുവിളികൾ ഉയർത്തുന്നുണ്ട്. ഇക്കാര്യത്തിൽ കാണുന്ന പ്രധാന വെല്ലുവിളികളിലൊന്ന് ദൃശ്യസാക്ഷരത സംബന്ധിച്ച വിചാരമാതൃകയിൽ മാറ്റം വരുന്നുവെന്നുള്ളതാണ്. എന്താണ് ദൃശ്യസാക്ഷരത? എഴുതുവാനും എഴുതിയത് അല്ലെങ്കിൽ അച്ചടിച്ച കാര്യങ്ങൾ വായിക്കുവാനുമുള്ള കഴിവിനാണ് സാക്ഷരത എന്നു പറയുന്നത്. ദൃശ്യസാക്ഷരത എന്നത് അത്തരം കഴിവുകൾക്കപ്പുറം പോകുന്നു. ചിത്രത്തിൽ അവതരിപ്പിക്കപ്പെട്ടിട്ടുള്ള വിവരങ്ങളെ കണ്ടെത്താനും വ്യാഖ്യാനിക്കാനും ചർച്ച ചെയ്യുവാനും അതിന്റെ പൊരുൾ കണ്ടെത്താനുമുള്ള കഴിവാണ് ദൃശ്യസാക്ഷരത.

ദൃശ്യസാക്ഷരത എന്ന പദം രൂപംകൊള്ളുന്നതിനുമുമ്പുതന്നെ അതിന്റെ ആശയതലങ്ങൾ എക്കാലത്തും എല്ലാ സമൂഹങ്ങളിലും നിലനിന്നിരുന്നു. ഇന്ത്യയുടെ കലാചരിത്രമെടുത്താൽ തുടക്കം മുതൽ തന്നെ കലാവിഷ്കാരത്തിന്റെ അടിസ്ഥാനം സൗന്ദര്യദർശനത്തിലധിഷ്ഠിതമായി വികസിച്ചുവന്ന ആശയതലങ്ങളുടെ അടിസ്ഥാനത്തിലായിരുന്നുവെന്ന് കാണാം. ബാഹ്യവും ആന്തരികവുമായ സൗന്ദര്യദർശനങ്ങളിൽ ആന്തരികസൗന്ദര്യത്തെ അത്യുത്തമമാതൃകയായി കാണാനും ശ്രമിച്ചിരുന്നു.

പതിനേഴാം നൂറ്റാണ്ടിൽ ജീവിച്ചിരുന്ന ജഗന്നാഥ എന്ന സൗന്ദര്യശാസ്ത്ര എഴുത്തുകാരൻ സൗന്ദര്യവും കലയും തമ്മിലുള്ള ബന്ധത്തെക്കുറിച്ചും കലയിലെ ദൃശ്യവിരുന്നിന്റെ പൊരുളിനെ വ്യാഖ്യാനിക്കുന്നതു സംബന്ധിച്ചും വിശദീകരണങ്ങൾ നല്കിയിട്ടുണ്ട്. തന്റെ കലാസൃഷ്ടികളിൽ കാളിദാസനും സൗന്ദര്യത്തിന്റെ ദൃശ്യതലങ്ങളെക്കുറിച്ച് കാവ്യാത്മകമായി വ്യാഖ്യാനിക്കുന്നുണ്ട്. ഉദാഹരണത്തിന് സ്ത്രീസൗന്ദര്യദർശനവുമായി ബന്ധപ്പെട്ട് അവരുടെ അംഗലാവണ്യത്തെ കാഴ്ചയുടെ അളവുകോലുകൾ വച്ചും പ്രകൃതിയിലെ സുന്ദരബിംബങ്ങളോടുപമിച്ചും ചിത്രീകരിക്കാൻ അന്ന് കലാകാരന്മാർ ശ്രമിച്ചിട്ടുണ്ട്.

ചിത്രശാസ്ത്ര, വിഷ്ണുധർമ്മപുരാണം തുടങ്ങിയ പുരാതന കലാഗ്രന്ഥങ്ങളിൽ കലയും സൗന്ദര്യവും തമ്മിലുള്ള ബന്ധത്തെക്കുറിച്ച് ചർച്ച ചെയ്യുന്നുണ്ട്. കലയിലൂടെ പ്രകാശിതമാകുന്ന സൗന്ദര്യത്തെ ആസ്വദിക്കുവാനും സൗന്ദര്യത്തിലധിഷ്ഠിതമായ സർഗ്ഗസൃഷ്ടികളിലേർപ്പെടാനും വ്യക്തികളെ പ്രാപ്തരാക്കുന്നതിനാണ് അത്തരം പ്രമാണങ്ങൾ രചിക്കപ്പെട്ടിട്ടുള്ളത്. സൗന്ദര്യമെന്നത് സവിശേഷമായൊരു ആനന്ദമായിട്ടാണ് കരുതപ്പെട്ടിരുന്നത്. ഭക്ഷണം കഴിക്കുക, വസ്ത്രം ധരിക്കുക, ഇണചേരുക തുടങ്ങിയ പ്രവൃത്തികൾ പ്രദാനം ചെയ്യുന്ന ആനന്ദങ്ങൾക്കപ്പുറം നിലകൊള്ളുന്ന ആനന്ദമാണ് സൗന്ദര്യം. അതിന് അതീന്ദ്രിയമായ ഗുണവിശേഷമുണ്ടെന്നാണ് അത്തരം ഗ്രന്ഥങ്ങളിൽ ചൂണ്ടിക്കാട്ടുന്നത്. മനസ്സിൽ സർഗ്ഗാത്മകചലനങ്ങൾ സൃഷ്ടിക്കുന്നതും ഇന്ദ്രീയാനുഭവങ്ങളുടെ

സ്വരച്ചേർച്ച ഉൾക്കൊള്ളുന്നതുമായ ഒരനുഭൂതിയാണ് സൗന്ദര്യം. അത്തരം അനുഭൂതിയുടെ തലങ്ങൾ പല രൂപങ്ങളിലാകും വ്യക്തികളിൽ ചലനങ്ങൾ സൃഷ്ടിക്കുന്നത്. അതുകൊണ്ട് സൗന്ദര്യദർശനം വ്യക്ത്യാധിഷ്ഠിതമാണ്.

സൗന്ദര്യം ഉളവാക്കിയ ആനന്ദത്തിന്റെ ഉൾപ്പുളകത്തിൽ സർഗ്ഗസൃഷ്ടിക്കുള്ള വൈകാരികത്വര കലാകാരനുണ്ടാകുന്നു. സർഗ്ഗസൃഷ്ടിയിലൂടെ സനാതനത്വത്തിന്റെ തലങ്ങളിലേക്കുയരുന്നു. ആസ്വാദകർക്ക് കലയുടെ അർത്ഥവും സവിശേഷതകളും അതിലെ സൗന്ദര്യവും കണ്ടെത്തണമെങ്കിൽ അതിനു പര്യാപ്തമായ 'സാക്ഷരത' ദൃശ്യ ശബ്ദതലങ്ങളിൽ കൈവരിക്കേണ്ടതുണ്ട്.

കലാസൃഷ്ടിയുടെ അർത്ഥവും കലാകാരന്റെ അമർത്യതയും വെളിവാക്കുന്ന ഒരു ചൈനീസ് കഥയുണ്ട്. ചിത്രകാരനായ ലാവോകുങ്ങിന്റെ കഥ. ധാരാളം ശിഷ്യന്മാരുണ്ടായിരുന്ന പ്രതിഭാശാലിയായ കലാകാരനായിരുന്നു അദ്ദേഹം. വാർദ്ധക്യത്തിൽ വരയുടെയും നിറക്കൂട്ടിന്റെയും ലോകത്ത് വീണ്ടും വിരാജിക്കാൻ കഴിയാത്ത അവസ്ഥയിൽ എത്തിച്ചേർന്നപ്പോൾ അദ്ദേഹം തന്റെ ശിഷ്യഗണങ്ങളെ ഒരുവട്ടംകൂടി കാണാൻ ആഗ്രഹിച്ചു. ശിഷ്യന്മാർ അദ്ദേഹത്തെ കാണാനെത്തി. അവർ കണ്ടത് ശയ്യാവലംബിയായ ഗുരുവിനെയായിരുന്നില്ല. തന്റെ കലാസൃഷ്ടികളുടെ നടുവിൽ പെയ്ന്റും ബ്രഷുമായിരിക്കുന്ന ഗുരുവിനെയാണ് അവർ കണ്ടത്.

"ഗുരോ അങ്ങ് വിശ്രമിക്കാൻ ശ്രമിച്ചാലും." ശിഷ്യന്മാർ പറഞ്ഞു.

"എനിക്ക് സന്തോഷത്തോടെ മരിക്കണം. മരണസമയത്ത് ഞാൻ ഏറ്റവും സ്നേഹിച്ചവയെല്ലാം എന്റെ ചുറ്റുമുണ്ടാകണം." അദ്ദേഹം പ്രതികരിച്ചു.

ശിഷ്യന്മാർ ചില കാര്യങ്ങൾ പറയാൻ ശ്രമിച്ചു.

"പ്രിയ ഗുരോ അങ്ങ് ജീവിതം മുഴുവൻ കലാസൃഷ്ടികളിൽ ഏർപ്പെട്ടു. മികച്ച സൃഷ്ടികൾ മനുഷ്യനേകി. പക്ഷേ, അങ്ങ് ഇപ്പോഴും ദാരിദ്ര്യത്തിൽ കഴിയുന്നു. തിരിച്ച് ആരുംതന്നെ അങ്ങേക്ക് ഒരു സഹായവും ചെയ്തില്ല. ഈ അനീതിയിൽ ഞങ്ങൾ അസന്തുഷ്ടരാണ്. ഈ അവസരത്തിൽ ഞങ്ങൾ അങ്ങയോട് ചോദിക്കുകയാണ് ഒരു കലാകാരൻ അദ്ദേഹത്തിന്റെ ജീവിതത്തിൽ ആഗ്രഹിക്കുന്ന ഏറ്റവും മഹത്തായ കാര്യം എന്തായിരിക്കണം?"

ലാകുങ് ഓരോരുത്തരുടെയും മുഖത്തേക്കുനോക്കി. അദ്ദേഹം തന്റെ ഇരിപ്പിടത്തിൽ നിന്നെഴുന്നേറ്റു. വേച്ചുവേച്ച് മുറിയുടെ ഒരറ്റത്തേക്ക് നീങ്ങി. താൻ വരച്ച ഒരു ചിത്രമെടുത്തുകൊണ്ടുവന്നു. ഒരു പുൽക്കൊടിയുടെ ചിത്രം. വളരെ ആദരവോടെ ആ ചിത്രത്തിലേക്ക് നോക്കിക്കൊണ്ട് അദ്ദേഹം പറഞ്ഞു.

"ഈ ചിത്രം വരച്ചപ്പോൾ ഞാൻ ദൈവതുല്യനായി." ഇത്രയുംപറഞ്ഞശേഷം അദ്ദേഹം വികാരം കടിച്ചമർത്തി കിടക്കയിലേക്ക് ചാഞ്ഞു.

അല്പനേരം കഴിഞ്ഞ് അദ്ദേഹം അന്ത്യശ്വാസം വലിച്ചു. ശിഷ്യന്മാർക്ക് കൃത്യമായ ഉത്തരമാണ് അദ്ദേഹം നല്കിയത്. ആ ചിത്രത്തിലൂടെ അദ്ദേഹം വരച്ചുകാട്ടിയത് ഒരു പുൽക്കൊടിയെ മാത്രമല്ല. ഭൂമിയിൽ വളരുന്ന ഓരോ പുൽക്കൊടിയുടെയും ആത്മാവും ജീവിതവുമാണ് വരച്ചുകാട്ടിയത്. അദ്ദേഹത്തിനുള്ളതെല്ലാം അതുൾക്കൊണ്ടിരുന്നു.

എല്ലാ ആസ്വാദകർക്കും ആ ചിത്രകാരന്റെ 'കാഴ്ച' ഉണ്ടാകണമെന്നില്ല. ഓരോന്നിലും നിർണ്ണായകമായി കുടികൊള്ളുന്നതെന്തോ അത് കാണാനും ആവിഷ്കരിക്കാനും തന്റെ സൃഷ്ടി നല്കുന്ന ആനന്ദത്തിലൂടെ മറ്റൊരു ലോകത്തിലേക്ക് കടക്കാനും ഒരു യഥാർത്ഥ കലാകാരന് കഴിയുന്നു. ചിത്രം വെറുതെ കാണാനുള്ളതല്ല. മറിച്ച് അതുൾക്കൊണ്ടുള്ള ഭാവനിലയും ആശയവും തിരഞ്ഞ് അനുഭവിച്ചറിയാനാണ് കലാകാരൻ നമ്മോട് ആവശ്യപ്പെടുന്നത്.

ചിത്രങ്ങളെ വായിക്കാനാകുമെന്നും ആ പ്രക്രിയയിലൂടെ അതിന്റെ അർത്ഥതലങ്ങളിൽ എത്തിച്ചേരാനും കഴിയുമെന്ന ചിന്തയാണ് അതിന്റെ അടിസ്ഥാനം.

വായന നമുക്ക് ഒഴുക്കോടെ നടത്താൻ കഴിയുന്നതെന്തുകൊണ്ടാണ്? വാക്കുകളുടെയും വരികളുടെയും ദൃശ്യരൂപഘടന മനസ്സിലേക്ക് വിവരങ്ങൾ കൈമാറുന്നു. അവിടെ നടക്കുന്ന മനനത്തിലൂടെ അറിവിന്റെ നിർമ്മിതിയിലേക്ക് കടക്കുന്നു. കൈയെഴുത്തിന്റെയും അച്ചടിയുടെയും സങ്കേതങ്ങളിലൂടെയുള്ള ഇന്ദ്രിയപരിശീലനം ലഭിച്ചതുകൊണ്ടാണ് വായന ഒഴുക്കോടെ നടത്താനാകുന്നത്.

കഥകളും കവിതകളും കുറിപ്പുകളുമൊക്കെ തയ്യാറാക്കുമ്പോൾ ചില കുട്ടികൾ ചിത്രങ്ങൾ വരച്ചുചേർത്തുകൊണ്ട് എളുപ്പത്തിൽ ആശയവിനിമയം സാദ്ധ്യമാകുന്നതരത്തിൽ ആകർഷകമായി അവതരിപ്പിക്കാറുണ്ട്. ഇതിനെ പ്രോത്സാഹിപ്പിക്കേണ്ടതുണ്ട്. എഴുത്തിന്റെയും അച്ചടിയുടെയും അക്ഷരലോകത്തിലെ വായനക്കൊപ്പം കുട്ടികൾ പട്ടികകളും ഗ്രാഫുകളും രൂപങ്ങളും തയ്യാറാക്കാനും വായിക്കാനും പഠിക്കണം. സ്വാഭാവികചിത്രരചനയ്ക്കൊപ്പംതന്നെ ഇതരവിഷയങ്ങളുമായി ബന്ധപ്പെട്ട് ഇതിനുള്ള അവസരങ്ങളും കുട്ടികൾക്ക് ലഭിക്കണം. ഇക്കാര്യങ്ങളെല്ലാം ദൃശ്യസാക്ഷരതയിൽ ഉൾപ്പെടുന്നുണ്ട്.

പത്തൊമ്പതാം നൂറ്റാണ്ടിൽ അമേരിക്കയിലും യൂറോപ്പിലും അവരുടെ ദേശീയ വിദ്യാഭ്യാസ സമ്പ്രദായത്തിലെ മുഖ്യഘടകങ്ങളിലൊന്നായിരുന്നു ദൃശ്യസാക്ഷരത. വിദ്യാഭ്യാസപരിഷ്കർത്താവായ സർ ജോൺ ലബോക്കും ദൃശ്യസാമഗ്രികളായ മാതൃകകളും രേഖാചിത്രങ്ങളും ഗ്രാഫുകളുമൊക്കെ ക്ലാസുകളിൽ ഉപയോഗിക്കണം എന്ന് നിഷ്കർഷിച്ചിരുന്നു.

"ദൃശ്യസാക്ഷരത എന്നത് ഭാവനാപരമായ ഉൾക്കാഴ്ച സംബന്ധിച്ച ഒരുകൂട്ടം നേത്രേന്ദ്രീയ ശേഷികളാണെ"ന്ന് അന്തർദ്ദേശീയ ദൃശ്യസാക്ഷരതാ അസോസിയേഷൻ സഹസ്ഥാപകനായ ജോൺ ഡെബസ്

പറയുന്നു. കാഴ്ച സംബന്ധിച്ചും കാഴ്ചയെ മറ്റു ഇന്ദ്രിയങ്ങളുമായി ഉദ്ഗ്രഥിച്ചും മനുഷ്യൻ വികസിപ്പിച്ചെടുത്തതാണ് അത്തരം ശേഷികൾ. വ്യക്തികൾ വസ്തുക്കളെ എങ്ങനെയാണ് ദർശിക്കുന്നത്? ഇതു സംബന്ധിച്ചുള്ള അന്വേഷണവും ദൃശ്യസാക്ഷരതയിൽ ഉൾപ്പെടുന്നു. അങ്ങനെ നോക്കുമ്പോൾ ഭാഷാപരമായ സാക്ഷരതപോലെ തന്നെ ദൃശ്യസാക്ഷരതയ്ക്കും ഈ നൂറ്റാണ്ടിലും വരും നൂറ്റാണ്ടിലുമൊക്കെത്തന്നെ വലിയ സ്ഥാനമുണ്ടെന്ന് വിദ്യാഭ്യാസവിചക്ഷണന്മാർ ചൂണ്ടിക്കാട്ടുന്നു.

ആധുനിക ശാസ്ത്രസാങ്കേതിക വിദ്യയിലും, ബഹുജനമാധ്യമങ്ങളിലും മാത്രം ഒതുങ്ങുന്നതല്ല ദൃശ്യസാക്ഷരത. ഗുഹകളിൽ കാണുന്ന ചിത്രങ്ങൾ ദൃശ്യസാക്ഷരതയുടെ പ്രാഗ്‌രൂപങ്ങളാണ്. ഇത് ചൂണ്ടിക്കാണിക്കുന്നത് ചിഹ്നങ്ങളും രൂപങ്ങളും വരകളും കുറികളും ഉപയോഗിച്ചുള്ള വായന പുരാതനകാലം മുതൽ തന്നെ നിലവിലുണ്ടായിരുന്നുവെന്നാണ്. ആശയവിനിമയത്തിന് സഹായകരമായ ദൃശ്യപ്രതിപാദന രീതി സൃഷ്ടിക്കാനും പ്രയോഗിക്കാനും വികസിപ്പിക്കാനും വിലയിരുത്താനുമുള്ള കഴിവ് പണ്ടേ മനുഷ്യൻ നേടിയിരുന്നു.

ചിത്രങ്ങളെ കുട്ടികൾ വ്യാഖ്യാനിക്കാൻ ശ്രമിക്കുമ്പോഴാണ് ദൃശ്യസാക്ഷരത കൈവരിക്കുന്നത്. അതിന് വ്യത്യസ്ത രീതികളുണ്ട്. കുട്ടികളോട് ചോദ്യങ്ങൾ ചോദിക്കേണ്ടതുണ്ട്. "എന്താണ് നിങ്ങൾ ഈ ചിത്രത്തിൽ കാണുന്നത്? ഇതു കണ്ടപ്പോൾ നിങ്ങളുടെ മനസ്സിലെത്തിയ ആശയമെന്താണ്? ഏതൊക്കെ വരകൾ, കുറികൾ, അടയാളങ്ങൾ, പ്രത്യേകതകളിൽ നിന്നാണ് ഈ വിവരം ലഭിച്ചത്?" ഇതു കേൾക്കുമ്പോൾ കുട്ടികൾ ചിത്രങ്ങളെ അപഗ്രഥിക്കാൻ തുടങ്ങും. അവരും ചിത്രിതമായി ആശയവിനിമയത്തിന് തയ്യാറാകും. ബാല്യകാലത്തു തന്നെ ചിത്രിതമായി ആശയവിനിമയം നടത്തുന്നതിനുള്ള നൈപുണികൾ കുട്ടികൾ നേടേണ്ടതാണ്. ജന്മനാതന്നെ ഇതിനുള്ള ശേഷിയും കുട്ടികൾക്കുണ്ട്. എങ്ങനെയാണ് ആശയങ്ങളും വികാരങ്ങളും പ്രകടിപ്പിക്കുന്നതെന്ന് കുട്ടികൾ പഠിക്കണം. വൈകാരികതലങ്ങളെ പ്രകാശത്തിന്റെ ഏറ്റക്കുറച്ചിലുകളിലൂടെ എങ്ങനെ സൃഷ്ടിക്കാമെന്നവർ മനസ്സിലാക്കണം. ചിത്രവിധാനം, ബിംബകല്പന, ദൃശ്യപ്രതിനിധീകരണം, സാങ്കേതികവിദ്യ എന്നിവ വളർന്നുവരുന്ന കാലഘട്ടമാണിത്.

അർത്ഥവത്തായതും ഭാവാവിഷ്കാരസമർത്ഥവുമായ ചിത്രങ്ങൾ വരയ്ക്കുന്നതിനുള്ള കഴിവ് പ്രായത്തെ ആശ്രയിച്ചിരിക്കുന്നുവെന്ന് പഠനങ്ങൾ തെളിയിക്കുന്നു. പ്രായം കൂടുന്നതിനനുസരിച്ച് കുട്ടികളുടെ ചിത്രരചനയിലെ സങ്കേതങ്ങളിൽ മാറ്റംവരുന്നു. ഏറ്റവും ലഘുവായ സാങ്കേതികങ്ങളിൽ നിന്നും കൂടുതൽ പദാനുപദ (Literal) രചനയിലേക്കും രൂപഭേദം (Metamorphical) വരുന്ന രചനയിലേക്കും കടന്ന് അവർ ആവിഷ്കാരങ്ങൾ നടത്തും. ഉദാഹരണത്തിന് വായുടെ ആകൃതി സന്തോഷത്തിന്റെ അല്ലെങ്കിൽ ദുഃഖത്തിന്റെ ഭാവനിലയ്ക്കായി വരയ്ക്കാറുണ്ട്. ഇതൊരു പദാനുപദ ആവിഷ്കാരമാണ്. ഒരു പ്രതീകത്തിലൂടെ അർത്ഥം

പ്രകടമാക്കുന്ന രീതിയാണിത്. സന്തോഷത്തിന്റെയും ദുഃഖത്തിന്റെയും ഭാവങ്ങൾ ആവിഷ്കരിക്കുവാൻ കുട്ടികൾ മറ്റുചില സങ്കേതങ്ങളിലേക്കും കടക്കുന്നതു കാണാം. ഉദാഹരണത്തിന് ഒരു നാടിന്റെ ദൃശ്യത്തിൽ സൂര്യ പ്രകാശവും പൂക്കളും പക്ഷികളുമൊക്കെ ചിത്രീകരിക്കുന്നുവെന്നിരിക്കട്ടെ. അത് സന്തോഷത്തിന്റെ ഭാവമല്ലേ സൂചിപ്പിക്കുന്നത്? ഇനി കുട്ടി ഒരു ഗ്രാമത്തിന്റെ ചിത്രത്തിൽ ഉണങ്ങിയ മരങ്ങളും, ഒടിഞ്ഞ മരങ്ങളുമൊക്കെ ചേർക്കുന്നുവെന്നിരിക്കട്ടെ. ഇത് ദുഃഖഭാവമല്ലേ പ്രകടിപ്പിക്കുന്നത്? ഒരേ ചിത്രത്തിനുതന്നെ വിവിധ ഭാവങ്ങൾ വരാം. ഇത്തരം ദൃശ്യങ്ങളാണ് രൂപഭേദം വരുന്ന ആവിഷ്കാരങ്ങൾ. ഈ ആവിഷ്കാരങ്ങൾ പിന്നീട് കൂടുതൽ നിഗൂഢമായ ആവിഷ്കാരങ്ങളിലേക്ക് കടക്കുന്നു.

വിവിധ ഘടകങ്ങളുടെ വലിപ്പം, അകലം, സ്ഥലക്രമീകരണം, നിറങ്ങളുടെ തെരഞ്ഞെടുപ്പ് എന്നിവയിലൂടെ ചിത്രമിശ്രണത്തിലേക്കു കുട്ടി കടക്കുന്നു. ഊഷ്മളം, തിളക്കം, ഇരുട്ട്, മങ്ങിയത്, കടുപ്പം എന്നിങ്ങനെ നിറങ്ങൾ തെരഞ്ഞെടുക്കാം. വരകൾ നേർരേഖകളോ വളഞ്ഞും പുളഞ്ഞും പോകുന്നതോ ആകാം. വരകൾ മുകളിലേക്കോ താഴേക്കോ വളയുന്നതാകാം. ലോലമായതോ, ഇഴയടുപ്പമില്ലാത്തതോ, കനത്തതോ, സാന്ദ്രമായതോ ഒക്കെ ആകാം. ഉള്ളടക്കത്തിലെ ആശയം ചിത്രത്തിൽ പ്രതിഫലിപ്പിക്കുന്നതിനാവശ്യമായ സവിശേഷ ലക്ഷണങ്ങൾ ഭാഗികമാകാം. വളരെ അമൂർത്തങ്ങളാകാം. ഒരേ ചിത്രത്തിൽ തന്നെ പലരീതികൾ അവലംബിക്കാം. ഇതെല്ലാം വിരൽചൂണ്ടുന്നത് ദൃശ്യസാക്ഷരത എന്നത് എഴുത്തിനും വായനയ്ക്കും അപ്പുറം നില്ക്കുന്ന ഒന്നാണ് എന്നതാണ്. വിവരങ്ങളെ ഉല്പന്നമാക്കി മാറ്റാൻ ചലനം, അർത്ഥം എന്നിവ സംബന്ധിച്ച വിവിധതലങ്ങളിലേക്ക് കടക്കാൻ ദൃശ്യസാക്ഷരത വ്യക്തിയെ പ്രേരിപ്പിക്കുന്നു.

ദൃശ്യപ്രതിപാദനമില്ലാതെ ഒരു വിഷയം പഠിക്കാനും പ്രകടിപ്പിക്കാനും പ്രയാസമാണ്. ചിത്രരചനയിലൂടെ ദൃശ്യ ഓർമ്മ ശക്തിപ്പെടുത്താൻ കഴിയുമെന്ന് പഠനങ്ങൾ തെളിയിക്കുന്നുണ്ട്. കുട്ടികൾ വരയ്ക്കുമ്പോൾ പ്രകടിപ്പിക്കേണ്ട ആശയവും, ഉൾപ്പെടുത്തേണ്ട ഘടകങ്ങളുടെ അർത്ഥവ്യാപ്തി സംബന്ധിച്ച ലക്ഷണങ്ങളും ജാഗ്രതയോടെ അവർക്ക് വിപുലപ്പെടുത്തേണ്ടിവരുന്നു. അകക്കണ്ണിൽ ചിത്രം കാണേണ്ടിവരുന്നു. വരയ്ക്കുന്നതിന് സൗകര്യപ്രദമായ തരത്തിൽ കൈകൾ ചലിപ്പിക്കേണ്ടിവരുന്നു. വരച്ച ചിത്രത്തെ ദൃശ്യപരമായി പരിശോധിച്ചു മിനുക്കുപണികൾ നടത്തേണ്ടിവരുന്നു. ഈ പ്രക്രിയകൾ ന്യൂറോണുകൾ തമ്മിലുള്ള വലക്കണ്ണികളെ ശാക്തീകരിക്കുന്നു. ഓർമ്മ എന്നത് ന്യൂറോണുകളുടെ വലക്കണ്ണികളെ ആശ്രയിച്ചിരിക്കുന്നു. എത്രത്തോളം നാഡീകോശത്തിലെ സിനാപ്റ്റിക് ബന്ധങ്ങൾ കൂടുന്നുവോ അത്രത്തോളം ഓർമ്മ പുഷ്ടിപ്പെടുന്നു.

മൂന്നു തരത്തിലുള്ള ദൃശ്യവിവരങ്ങളാണ് ദൃശ്യ ഉല്പന്നത്തിന്റെ നിർമ്മിതിയുടെ പ്രക്രിയകൾക്ക് വിധേയമാക്കേണ്ടിവരുന്നതെന്ന് ഗവേ

ഷകർ ചൂണ്ടിക്കാട്ടുന്നു. അതിലൊന്ന് ഘടനാപരമായ വിവരണ (Structural description) ത്തിനുള്ള വിവരങ്ങളുടെ വിശകലനമാണ്. വരകൾ, ആകൃതി, രൂപം തുടങ്ങിയവ സംബന്ധിച്ച മാനസികദൃശ്യനിർമ്മിതിയാണ് ഇവിടെ നടക്കുന്നത്. ഇതിൽ നിന്നാണ് ചിത്രരചനയുമായി ബന്ധപ്പെട്ട ഉയർന്ന മാനസിക പ്രക്രിയകളിലേക്ക് കടക്കുന്നത്.

രണ്ടാമതായി സൂചിക വിവരണ (Denotative description) മാണ്. വസ്തു സംബന്ധിച്ച ആശയം, ധർമ്മം, ഉപയോഗം, പ്രതികരണം തുടങ്ങി അർത്ഥസംബന്ധിയായ വിവരങ്ങളാണ് വിശകലനത്തിനു വിധേയമാക്കുന്നത്. മൂന്നാമതായി മാനസികവിന്യാസ വിവരണ (Configural mental description) മാണ്. വസ്തുക്കൾ തമ്മിലും അവയുടെ ഭാഗങ്ങൾ തമ്മിലുള്ള സ്ഥലസംബന്ധിയായ ബന്ധങ്ങളെക്കുറിച്ചുമുള്ള ഗ്രഹണമാണ് ഇതിലൂടെ നടക്കുന്നത്. ഇങ്ങനെയുണ്ടാകുന്ന ചിത്രവിധാനം അല്ലെങ്കിൽ മാനസികകല്പനകൾ ചിട്ടയിൽ ദൃശ്യ ഉല്പന്നമായി മാറുന്നു. ദൃശ്യസാക്ഷരതയിലെ ഓരോ ഘടകങ്ങളെക്കുറിച്ചും അദ്ധ്യാപകർ ബോധവാന്മാരാകേണ്ടതുണ്ട്. ഇതിനനുയോജ്യമായ വിധത്തിലുള്ള പഠനബോധന തന്ത്രങ്ങൾ ആവിഷ്കരിക്കേണ്ടിവരും. വിവരശേഖരണത്തിന് ചോദ്യങ്ങളുടെ പ്രസക്തി വളരെ വലുതാണ്. അദ്ധ്യാപകരുടെ ചോദ്യങ്ങളിലൂടെ സ്വയം ചോദ്യങ്ങൾ ചോദിക്കുന്നതിനുള്ള പ്രാപ്തി കുട്ടികൾ കൈവരിക്കുമെന്ന് പഠനങ്ങൾ വെളിപ്പെടുത്തുന്നു.

യഥാർത്ഥ നിരുപിതമായ ചിത്രങ്ങൾ വരയ്ക്കുന്നതിനുള്ള കഴിവ് മൂന്നു ഘടകങ്ങളെ ആശ്രയിച്ചിരിക്കുന്നുവെന്നും ഗവേഷകർ വെളിപ്പെടുത്തുന്നുണ്ട്. യാഥാർത്ഥ്യത്തെ എങ്ങനെയാണ് ഒരു വ്യക്തി നിരീക്ഷിച്ചറിഞ്ഞ് അതിനെ ജ്ഞാനമാക്കി മാറ്റുന്നത് എന്നതാണ് ഒന്നാമത്തെ ഘടകം. ഇങ്ങനെ നേടിയെടുക്കുന്ന ദൃശ്യവിവരങ്ങളെ എങ്ങനെയാണ് ഒരു അവസരത്തിൽ നിന്ന് മറ്റൊരവസരത്തിലേക്ക് മാറ്റുന്നത് എന്നതാണ് രണ്ടാമത്തെ ഘടകം. നിരീക്ഷണവിധേയമാക്കിയവയുടെ ഏതൊക്കെ അംശങ്ങളാണ് വരയ്ക്കാൻ വേണ്ടി തെരഞ്ഞെടുക്കുന്നത് എന്നുള്ളതാണ് മൂന്നാമത്തെ ഘടകം. കുട്ടികളെ സംബന്ധിച്ചിടത്തോളം ഇങ്ങനെയൊരു പ്രക്രിയകളിലൂടെ കടന്നുപോകുമ്പോൾ തെറ്റായ വിവരങ്ങൾ സ്വാംശീകരിക്കുന്നതിന്റെ ഭാഗമായി മിഥ്യാബോധങ്ങൾ ഉണ്ടാകാറുണ്ട്. നിരീക്ഷണം സംബന്ധിച്ച ശരിയായ പ്രക്രിയകളിലൂടെ കുട്ടികളെ കടത്തിവിടാത്തതുകൊണ്ടാണ് ഇങ്ങനെ സംഭവിക്കുന്നത്. ഉദാഹരണത്തിന് അകലം കൂടുന്തോറും വസ്തുക്കൾ ചെറുതായി വരുന്നു എന്ന അനുഭവം കുട്ടികൾക്ക് ലഭിക്കാതെ വന്നാൽ അവർ വരയ്ക്കുന്ന ചിത്രങ്ങളിൽ ചില പിശകുകൾ കടന്നുകൂടാം.

മൊത്തത്തിൽ ചിലതു വീക്ഷിക്കുമ്പോൾ അതിലെ ഏകകങ്ങൾ തമ്മിൽ ഗണിതപരമായി നിലനില്ക്കുന്ന ബന്ധങ്ങളെ കാണാനായില്ല എങ്കിൽ എന്താണ് സംഭവിക്കുക? ഇനി അതിലൊന്നിനെ മാത്രം കേന്ദ്രീകരിക്കുമ്പോൾ അതിൽ നിലനില്ക്കുന്ന അളവുബന്ധങ്ങൾ ദർശിക്കാ

നായില്ലെങ്കിലോ? പരിസരപഠനത്തിലും ശാസ്ത്രപഠനത്തിലും ഗണിത ബന്ധങ്ങൾ നിരീക്ഷിക്കുന്നതിൽ വരുന്ന പോരായ്മകൾ ചിത്രരചനയിലെ തന്മയത്വത്തെ ബാധിക്കും. പ്രകൃതിയെയും വസ്തുക്കളെയുമൊക്കെ നിരീക്ഷിക്കുമ്പോൾ വലിപ്പം, ആകൃതി, അകലം, ഉയരം, നിറം, തിളക്കം തുടങ്ങിയവ സ്പഷ്ടമായി നിർണ്ണയിക്കുന്നതിനുള്ള അവസരങ്ങൾ കുട്ടികൾക്ക് ലഭിക്കണം.

ശാസ്ത്രസാങ്കേതിക ചിത്രങ്ങളെയും സംജ്ഞാരൂപത്തിലുള്ള ചിത്രങ്ങളെയും രൂപരേഖകളെയും മനസ്സിലാക്കാനും ശരിയായ രീതിയിൽ വിശകലനം ചെയ്യാനുമുള്ള ശേഷികൾ ദൃശ്യസാക്ഷരതയുടെ ഭാഗമായി കുട്ടികളിൽ വളർത്തേണ്ടതുണ്ട്. കുട്ടികൾ അവർക്കിഷ്ടപ്പെട്ട ചിത്രങ്ങൾ വരച്ചുതുടങ്ങുന്ന കാലം മുതൽ ദൃശ്യസാക്ഷരതയുടെ പടവുകൾ ചവിട്ടിക്കയറുന്നുണ്ട്. അതിനോടൊപ്പം ചെറുപ്രായത്തിൽ ശാസ്ത്രസാങ്കേതിക വിഷയങ്ങൾ ഔപചാരികമായി പഠിച്ചുതുടങ്ങുംമുമ്പുതന്നെ സംജ്ഞാരൂപത്തിലുള്ള ചിത്രങ്ങളും വിശകലനം ചെയ്യുന്നതിനുള്ള അനുഭവങ്ങൾ നല്കിത്തുടങ്ങണം. ഉദാഹരണത്തിന് കുട്ടികൾ മഴമാപിനി നിർമ്മിച്ച് ഓരോദിവസവും മഴ അളക്കുന്നുവെന്നിരിക്കട്ടെ. ഈ അളവുകളെ ഈർക്കിൽ കൊണ്ടോ വരകൾകൊണ്ടോ കുട്ടികൾക്ക് പേപ്പറിൽ രേഖപ്പെടുത്താവുന്നതാണ്. ഇങ്ങനെ കിട്ടുന്ന ലഘുഗ്രാഫുകളെ കുട്ടികൾക്ക് വിശകലനം ചെയ്യാമല്ലോ. പരിസരപഠനം, ഗണിതം, ശാസ്ത്രം തുടങ്ങിയ വിഷയങ്ങളിൽ ചിത്രങ്ങൾ വരയ്ക്കാനും ഭാഗങ്ങൾ രേഖപ്പെടുത്താനും രൂപരേഖ തയ്യാറാക്കാനും സംജ്ഞാരൂപത്തിലുള്ള ചിത്രങ്ങൾ വരയ്ക്കാനും വിശകലനം ചെയ്യാനും വിനമയം ചെയ്യാനും ധാരാളം സന്ദർഭങ്ങൾ കുട്ടികൾക്ക് ലഭിക്കണം. ഇതിലൂടെ ഗ്രാഫ്, ഡയഗ്രം എന്നിവ സംബന്ധിച്ചുള്ള സമ്പ്രദായങ്ങൾ സൂചിപ്പിക്കുന്ന വിവരങ്ങളെ വ്യാഖ്യാനിക്കാനും അവർ പഠിക്കുന്നു.

ദൃശ്യപ്രപഞ്ചത്തിലധിഷ്ഠിതമായ യുഗത്തിൽ ശാസ്ത്രസാങ്കേതിക വിവരങ്ങൾ കൈമാറുന്നതിന് കൂടുതൽ ആശ്രയിക്കുന്നത് ചിത്രങ്ങളെയാണ്. ദൃശ്യബിംബങ്ങളാൽ കുത്തിനിറച്ച വിവരാന്തരീക്ഷത്തിലാണ് കുട്ടികളിന്ന് ജീവിക്കുന്നത്. പഠനസാമഗ്രികൾക്കും ദൃശ്യസമ്പന്നമായ അന്തരീക്ഷവുമായി മത്സരിക്കേണ്ടിവരുന്നുണ്ട്. പരമ്പരാഗത പാഠപുസ്തകങ്ങൾ തുടങ്ങി വിദ്യാഭ്യാസ സാങ്കേതികവിദ്യകൾ വരെയുള്ള എല്ലാ പഠനവിഭവസ്രോതസ്സുകളും ചിത്രപ്രതിപാദന രീതികൊണ്ട് സമ്പന്നമാകേണ്ടതുണ്ട്. ലഘുവായ ഫോട്ടോകളും ചിത്രങ്ങളും മുതൽ സങ്കീർണ്ണ ഗ്രാഫുകളും രേഖാചിത്രങ്ങളും വരെ അതിൽ ഉൾപ്പെടുന്നു. ശാസ്ത്രജ്ഞന്മാരും സാങ്കേതികവിദഗ്ദ്ധരും മാത്രമല്ല എല്ലാ മേഖലകളിലേക്കും സാങ്കേതികചിത്രങ്ങൾ ഇന്ന് ഉപയോഗിച്ചുവരുന്നു.

ചിത്രങ്ങളെ പഠനകാര്യങ്ങളിൽ ഉപയോഗിക്കുന്നത് പുതുമയുള്ള കാര്യമല്ല. ഗുഹാചിത്രങ്ങൾ കാണിക്കുന്നത് ആശയവിനിമയത്തിന് ചിത്രങ്ങൾ പ്രയോജനപ്പെടുത്തുന്ന രീതി പുരാതനകാലം മുതൽതന്നെ നില

നിന്നിരുന്നുവെന്നാണ്. ഇക്കാര്യം നേരത്തേ ചൂണ്ടിക്കാട്ടിയല്ലോ. ആധുനികകാലത്ത് സവിശേഷരീതിയിലുള്ള എണ്ണമറ്റ ചിത്രീകരണരീതികളുടെ വിസ്ഫോടനംതന്നെ നടക്കുന്നു. ഇതുവഴി ലോകത്തെ സംബന്ധിച്ച നിർണ്ണായക വിവരങ്ങൾ നല്കാനാകുന്നു. ഉദാഹരണത്തിന് അന്തരീക്ഷവിജ്ഞാനിയത്തിന്റെ കാര്യമെടുക്കുക. വിദൂരതലങ്ങളിലെ ആകാശചിത്രങ്ങളും ഡയഗ്രങ്ങളും ആധുനിക റിമോട്ട് സെൻസിങ് ഇമേജറി ടെക്നോളജി പ്രയോജനപ്പെടുത്തിക്കൊണ്ട് എടുക്കുകയും അതിലെ ഗുപ്തസന്ദേശങ്ങളെ സാധാരണഭാഷയിൽ വിവർത്തനം ചെയ്യുകയും ചെയ്യുന്നു.

കാലികമായ മറ്റൊരുദാഹരണം കൂടിയെടുക്കാം. കോവിഡ് 19 മഹാമാരിയെ പ്രതിരോധിക്കാൻ ദൃശ്യകലയെ ലോകത്തെമ്പാടും ഫലപ്രദമായി പ്രയോജനപ്പെടുത്തുന്നത് നാം കണ്ടു. രോഗപ്പകർച്ച സംബന്ധിച്ച് ശേഖരിക്കുന്ന വിവരങ്ങളെ വിശകലനം ചെയ്ത് വിവിധ ഗ്രാഫിക് രൂപങ്ങളിൽ പ്രസിദ്ധീകരിക്കുന്നതും നാം ശ്രദ്ധിച്ചു. ഇത് വായിച്ചെടുക്കാനുള്ള ദൃശ്യസാക്ഷരതയും ലോകജനത കൈവരിക്കുന്നതും നാം കണ്ടു. കോവിഡ് രോഗനിർണ്ണയത്തിന് വിവിധ ടെസ്റ്റുകൾ നടത്തുമ്പോൾ അതിനുള്ള സാമഗ്രികളും ഉപകരണങ്ങളും നല്കുന്ന സൂചനകളെ നിരീക്ഷിച്ചും വ്യാഖ്യാനിച്ചുമാണ് ആരോഗ്യപ്രവർത്തകർ രോഗം കണ്ടെത്തുന്നത്. ടെസ്റ്റുകളുമായി ബന്ധപ്പെട്ട സൂചനകളെ വ്യാഖ്യാനിക്കുന്നതും അതുമായി ബന്ധപ്പെട്ട ദൃശ്യസാക്ഷരതയെ അടിസ്ഥാനമാക്കിയാണ്.

എല്ലാ മേഖലകളിലും ചിത്രങ്ങളും ഡയഗ്രമുകളും ഗ്രാഫുകളും വച്ചുകൊണ്ട് വിവരങ്ങളെ വിശകലനം ചെയ്ത് അറിവ് പൊതുസമൂഹത്തിലേക്ക് വിനിമയം ചെയ്യുന്നുണ്ട്. ഇക്കാര്യങ്ങൾ ചൂണ്ടിക്കാട്ടുന്നത് ഗ്രാഫിക് സമ്പ്രദായങ്ങളിലേക്കും ശാസ്ത്രഡയഗ്രമുകൾ ഉപയോഗിക്കുന്ന സമ്പ്രദായങ്ങളിലേക്കും ചിത്രകലാഭ്യാസത്തിന്റെ ഭാഗമായി കുട്ടികളെ കടത്തിക്കൊണ്ടുപോകണമെന്നുള്ളതാണ്.

ബാഹ്യമായി നിലനില്ക്കുന്ന സവിശേഷതകളെയാണ് കൂടുതലും ചിത്രത്തിലൂടെ കുട്ടികൾ വെളിവാക്കുന്നത്. ആന്തരികമായി നിലനില്ക്കുന്ന സവിശേഷതകളെയും കുട്ടികൾക്ക് ചിത്രീകരിക്കാൻ കഴിയണം. ദൃശ്യസാക്ഷരതയുടെ ഉയർന്നപടവുകളിലേക്ക് നടന്നുകയറാൻ ഇതത്യാവശ്യമാണ്. കുട്ടികൾ നിത്യവും ബന്ധപ്പെടുന്ന പാഠ്യവസ്തുക്കളുമായി ബന്ധപ്പെട്ട് അതിലേക്ക് കടക്കാവുന്നതാണ്.

ഉദാഹരണത്തിന് ഒരു ഫലമെടുക്കാം. മാങ്ങയാണെന്നിരിക്കട്ടെ. മാങ്ങയെ എങ്ങനെയൊക്കെ ചിത്രീകരിക്കാൻ കഴിയും? കുട്ടികൾ വരയ്ക്കട്ടെ. ഓരോരുത്തരും വരച്ച മാങ്ങകൾ പ്രദർശിപ്പിക്കട്ടെ. ടീച്ചർക്കും വരയ്ക്കാം. പലതരം മാങ്ങകൾ കാണാൻ കുട്ടികൾക്ക് അവസരം നല്കണം. മാവിൽ മാങ്ങ എങ്ങനെയാണ് കാണപ്പെടുന്നത്? കുട്ടികൾ വരയ്ക്കട്ടെ. മാങ്ങകൾക്ക് നിറവും നല്കാം. ഇനി ഒരു വശം പൂളിയെടുത്ത മാങ്ങ എങ്ങനെ ചിത്രീകരിക്കും? വെല്ലുവിളി ഉയർത്തുന്ന പ്രവർത്തനം.

ഇവിടെ കുട്ടിക്ക് മാങ്ങയുടെ ആന്തരികഭാഗങ്ങളിലേക്ക് കടക്കേണ്ടിവരുന്നു. ഇതുപോലെ പലതരം ഫലങ്ങളുടെ ആന്തരികഘടന വരയ്ക്കാം. പിളർന്നുവച്ചിരിക്കുന്ന ചക്ക, പയറിന്റെ മേൽപാളി ഇളക്കിയാൽ ഉള്ളിൽ കാണുന്ന വിത്തുകളുടെ ക്രമീകരണം. അങ്ങനെ പലതും. പയറിനുള്ളിലെ വിത്തുകളുടെ ക്രമീകരണം നിരീക്ഷിക്കുമ്പോൾ വിത്തുകളുടെ ഇരിപ്പിടം, വലിപ്പം, അതിലുണ്ടാകുന്ന ഏറ്റക്കുറച്ചിലുകൾ, അകലം, എണ്ണം തുടങ്ങി നിരവധി കാര്യങ്ങൾ കുട്ടികൾ തിരിച്ചറിയണം. പലതരം പുഷ്പങ്ങൾ, അവയിലെ ദളങ്ങളുടെ ക്രമീകരണം, ഇലകളുടെ ക്രമീകരണം, വേരുകളുടെ വിന്യാസം ഇതെല്ലാം കുട്ടികൾ നിരീക്ഷിച്ച് വരയ്ക്കണം. വിശ്വവിശ്രുതനായ മൈക്കലാഞ്ജലോക്ക് ശരീരഘടനാ ശാസ്ത്രത്തോടുണ്ടായ ജിജ്ഞാസ വളരെ പ്രസിദ്ധമാണ്. "മൈക്കലാഞ്ജലോ ജിജ്ഞാസ" കുട്ടികളിലും വളർത്തിയെടുക്കണം.

പലപ്പോഴും പാഠപുസ്തകങ്ങളിലും അതുപോലുള്ള മറ്റു സ്രോതസ്സുകളിലുമാണ് കുട്ടികൾ ഇക്കാര്യങ്ങൾ കാണുന്നത്. ഈ ചിത്രങ്ങൾ കുട്ടികൾക്ക് ശരിയായ അനുഭവങ്ങൾ പ്രദാനം ചെയ്യുന്നില്ല. അത്തരം ചിത്രങ്ങളെ എങ്ങനെയാണ് വ്യാഖ്യാനിക്കേണ്ടത് എന്നതുസംബന്ധിച്ച് കുട്ടികൾക്ക് അനുഭവങ്ങളില്ലാത്തതുകൊണ്ടാണ് അങ്ങനെ സംഭവിക്കുന്നത്. അദ്ധ്യാപകർക്ക് ഒരുപക്ഷേ, കഴിഞ്ഞെന്നിരിക്കും. ദൃശ്യസാക്ഷരത എന്നത് വിവിധവിഷയങ്ങളുടെ പഠനത്തിന് ഏറ്റവും അത്യാവശ്യഘടകങ്ങളിലൊന്നായി മാറുന്നു. ടീച്ചർമാർ കരുതുന്നത് പാഠപുസ്തകത്തിലെ ചിത്രങ്ങൾക്ക് സ്വയം വിശദീകരണസ്വഭാവങ്ങളുണ്ടെന്നാണ്. പക്ഷേ, ആശയങ്ങൾ വിനിമയം ചെയ്യാൻവേണ്ടി പ്രയോജനപ്പെടുത്തുന്ന പല സവിശേഷചിത്രങ്ങളും കുട്ടികൾക്ക് വ്യാഖ്യാനിക്കാൻ കഴിയുന്നില്ല. ഇത്തരം ചിത്രങ്ങൾ വായിക്കുന്നതിന് സാധാരണ ചിത്രങ്ങൾ വായിക്കാനെടുക്കുന്ന നൈപുണികൾ പോരാ. ശാസ്ത്ര സാങ്കേതിക വിഷയങ്ങളുമായി ബന്ധപ്പെട്ട ചിത്രങ്ങൾ വിശകലനം ചെയ്യുന്നതിന് അതിന്റേതായ ദൃശ്യസാക്ഷരത നേടേണ്ടതുണ്ട്. ഇത്തരം ചിത്രങ്ങൾ വിശകലനം ചെയ്യുന്നതിനുള്ള ദൃശ്യസാക്ഷരത അദ്ധ്യാപകരും നേടേണ്ടതുണ്ട്. ഇത് സഹായകരമായ സ്രോതസ്സുകൾക്ക് പരിമിതിയുണ്ടെങ്കിൽ അത് പരിഹരിക്കപ്പെടേണ്ടതുണ്ട്.

ഒരു പ്രദേശത്തെ ഭൂപടം തയ്യാറാക്കുമ്പോൾ അതിൽ ഉപയോഗിക്കുന്ന ദൃശ്യഭാഷയുടെ കാര്യം നമുക്കറിയാം. സ്കൂൾ, ആശുപത്രി, ആരാധനാലയങ്ങൾ, ഗതാഗതമാർഗ്ഗങ്ങൾ, വനം, നദീതടങ്ങൾ തുടങ്ങിയവയ്ക്കെല്ലാം ചില ചിഹ്നങ്ങൾ ഉപയോഗിക്കുന്നുണ്ടല്ലോ. അതുമാത്രമല്ല അതിനൊരു തോതും ഉണ്ട്. എല്ലാ മേഖലകളിലും ഇത്തരം ഗുപ്തഭാഷകൾ പ്രയോജനപ്പെടുത്തുന്ന സമ്പ്രദായങ്ങളുണ്ട്. ഇവയെ സാധാരണഭാഷയിൽ വിവർത്തനം ചെയ്ത് അർത്ഥം വ്യാഖ്യാനിക്കേണ്ടതുണ്ട്.

സ്കൂൾ മുതൽ സർവ്വകലാശാലവരെ ഏതു തലത്തിലുള്ള കുട്ടി

കൾക്കും സാങ്കേതിക ചിഹ്നങ്ങളെ മനസ്സിലാക്കാനും ഉല്പാദിപ്പിക്കാനുമുള്ള കഴിവ് നേടേണ്ടതുണ്ട്. ഈ കഴിവ് സാങ്കേതികസാക്ഷരതയുടെ അടിസ്ഥാനഘടകമാണ്. ശാസ്ത്രസാങ്കേതിക ചിത്രങ്ങളെ വായിക്കാനും സൃഷ്ടിക്കാനുമുള്ള ഈ കഴിവ് ദൃശ്യസാക്ഷരതയുടെ ഭാഗമാണ്. ശാസ്ത്രവിഷയങ്ങളിൽ ശാസ്ത്രസാങ്കേതിക സാക്ഷരതയുടെ ദൃശ്യസംബന്ധിയായ ഘടകങ്ങളെ വികസിപ്പിക്കുക എന്നത് പ്രധാനപ്പെട്ട കാര്യമാണ്.

ഓരോ കലയ്ക്കും അതിന്റേതായ ദൃശ്യസാക്ഷരതയുണ്ട്. ദൃശ്യസാക്ഷരതയും ശബ്ദസാക്ഷരതയും ഒന്നുചേർന്നുവരുന്ന കലകളുമുണ്ട്. കലാപഠനത്തോടൊപ്പം ദൃശ്യശബ്ദ സാക്ഷരതാ തലങ്ങളിലേക്ക് കൂടി കടന്നുപോകുന്ന കുട്ടികൾ ശാസ്ത്രസാങ്കേതിക രംഗങ്ങളിൽ പ്രയോജനപ്പെടുത്തുന്ന ഉയർന്ന തലത്തിലുള്ള സങ്കീർണ്ണമായ ചിത്രങ്ങളെ വ്യാഖ്യാനിക്കാനും, അവ വിനിമയം ചെയ്യുന്ന ഗുപ്തഭാഷകളെ വിവർത്തനം ചെയ്യാനും സൃഷ്ടിക്കാനുമുള്ള പ്രാപ്തി വളരെവേഗം കൈവരിക്കും. ശാസ്ത്രരംഗത്ത് പ്രശസ്തരായ പലരുടെയും ഗവേഷണചരിത്രം പരിശോധിച്ചാൽ കുഞ്ഞുന്നാൾ മുതലുള്ള കലാപഠനം അവർ പ്രവർത്തിക്കുന്ന മേഖലകളിൽ മികച്ച സംഭാവനകൾ നല്കാൻ ഇടയാക്കിയിട്ടുണ്ട് എന്നു കാണാൻ കഴിയും.

കലാപഠന സമീപനം

കലാവിദ്യാഭ്യാസ പ്രവർത്തകർ കലയുടെ പ്രാധാന്യത്തെക്കുറിച്ച് പലവിധത്തിൽ വിശദീകരിക്കുവാൻ ശ്രമിക്കുന്നുണ്ട്. എല്ലാ കുട്ടികൾക്കും കലാപരമായ നൈസർഗ്ഗിക കഴിവുകളുണ്ട്. എല്ലാ കുട്ടികളിലുമുള്ള ഈ സർഗ്ഗപ്രതിഭ തിരിച്ചറിഞ്ഞ് അത് പൂർണ്ണരൂപത്തിൽ വികസിപ്പിച്ചെടുക്കുന്നതിനും സമൂഹത്തിന്റെ ആവശ്യവും പ്രതീക്ഷയുമനുസരിച്ച് വളർത്തിക്കൊണ്ടുവരുന്നതിനും കലാവിദ്യാഭ്യാസത്തിലൂടെ കഴിയുന്നു. അക്കാദമിക നേട്ടങ്ങൾ കൈവരിക്കുന്നതിന് കല സഹായിക്കുന്നു. ഇതര വിഷയങ്ങളിലൂടെ വിനിമയം ചെയ്യുവാനാകാത്ത കാര്യങ്ങൾ കലയിലൂടെ വിനിമയം ചെയ്യുവാനാകുന്നു. മറ്റു വിഷയങ്ങൾക്ക് നല്കുവാൻ കഴിയാത്ത ചിന്താപ്രക്രിയകൾ കലയ്ക്ക് പ്രദാനം ചെയ്യുവാൻ കഴിയും. അതുകൊണ്ട് ഇതരവിഷയങ്ങളിലെ വിവിധ പ്രവർത്തനങ്ങൾക്ക് സ്വീകരിക്കാവുന്ന ശക്തമായ മാധ്യമമാണ് കല എന്നിങ്ങനെ പോകുന്നു വിശദീകരണങ്ങൾ.

കലയും അക്കാദമിക നേട്ടങ്ങളും

കലാവിദ്യാഭ്യാസത്തെക്കുറിച്ചും അക്കാദമിക നേട്ടങ്ങളെക്കുറിച്ചും ഗവേഷണപഠനങ്ങൾ എന്താണ് വെളിവാക്കുന്നത്? ഹാർവാർഡ് സർവ്വകലാശാലയുടെ അക്കാദമികപിന്തുണയോടെ നടന്ന Reviewing Education and Art Preoject (REAP-2000) ലൂടെ കലാപഠനവും അക്കാദമിക നേട്ടങ്ങളും തമ്മിലുള്ള ബന്ധത്തെക്കുറിച്ച് 72 ഗവേഷണപഠനങ്ങൾ നടക്കുകയുണ്ടായി. സംഗീതം, നാടകം, ഡാൻസ്, ദൃശ്യകലകൾ എന്നിവയുമായി ബന്ധപ്പെട്ടാണ് പഠനങ്ങൾ നടന്നത്. പരീക്ഷണ പഠന രീതിയാണ് അവലംബിച്ചത്. ഓരോ പഠനത്തിനും നിശ്ചിത പഠനലക്ഷ്യ

ങ്ങളുണ്ടായിരുന്നു. കലാപഠനം കുട്ടികളുടെ അക്കാദമിക മികവുകളെ പരിപോഷിപ്പിക്കുന്നു എന്നതായിരുന്നു പൊതുവിൽ കണ്ട പഠനഫലം. കുട്ടികളുടെ ബൗദ്ധിക വികാസത്തിന്റെ സൂക്ഷ്മതല പഠനങ്ങളായിരുന്നു അവയെല്ലാം.

REAP പഠനറിപ്പോർട്ട് ഒരു മുന്നറിയിപ്പ് നല്കുന്നുണ്ട്. കലാപഠന നേട്ടങ്ങളെ സംബന്ധിച്ച അവകാശവാദങ്ങൾ ഇരുതലവാളാണ്. അക്കാദിക നേട്ടങ്ങൾ കൈവരിക്കുന്നതിന് കഴിയും എന്ന വിശ്വാസത്തിന്റെ അടിസ്ഥാനത്തിൽ കലയുടെ പങ്കിനെ കാണുവാൻ ശ്രമിച്ചാൽ കലാപഠനം വഴി അക്കാദമികനേട്ടം കൈവരിക്കാതെ വന്നാൽ കലയുടെ സ്ഥാനം സ്കൂളുകളിൽ നഷ്ടപ്പെടും. കലയുടെ പ്രാധാന്യത്തെക്കുറിച്ച് വിശദീകരിക്കുമ്പോൾ ജാഗ്രത ഉണ്ടാകണമെന്നാണ് ഇത് സൂചിപ്പിക്കുന്നത്. കുട്ടിയുടെ സമഗ്രവികസനം എന്ന കാഴ്ചപ്പാടിന്റെ അടിസ്ഥാനത്തിൽ കല വഹിക്കുന്ന പങ്കിനെക്കുറിച്ച് ചിന്തിക്കേണ്ടതുണ്ട്.

“കലയില്ലാത്ത ജീവിതം മാനവികത നഷ്ടപ്പെട്ട ജീവിതമായിരിക്കു”മെന്ന് ജോൺ ഡ്യൂയി നിരീക്ഷിക്കുന്നു. *In releasing the imagination* എന്ന പുസ്തകത്തിൽ മാക്സിന ഇങ്ങനെ പറയുന്നു.

“നമ്മൾ കല സൃഷ്ടിച്ച് അതുമായി സംവദിക്കുമ്പോൾ ലോകയാഥാർത്ഥ്യങ്ങൾ അടുത്തറിഞ്ഞ് നാം നമ്മുടെ വിചാരങ്ങൾക്കും വികാരങ്ങൾക്കും കാഴ്ചപ്പാടിനും ആസ്വാദനത്തിനും തിരികൊളുത്തുന്നു. നമ്മൾ അതിലൂടെ ലോകത്തെ രുചിച്ചുനോക്കുകയാണ്. മറ്റു മുന്നേറ്റ സാദ്ധ്യതകളെക്കുറിച്ചു ചിന്തിക്കുമ്പോൾ ലോകത്തെക്കുറിച്ചുള്ള ജൈവത്തായ ജിജ്ഞാസ നാം നട്ടുവളർത്തുകയാണ്.” ഈ നിരീക്ഷണങ്ങൾ വിലയിരുത്തുമ്പോൾ ചില കാര്യങ്ങൾ ബോദ്ധ്യപ്പെടുന്നുണ്ട്. അത്ഭുതവും ജിജ്ഞാസയും വളരുമ്പോൾ വ്യക്തിപരവും സാമൂഹ്യപരവുമായ അവബോധം സൃഷ്ടിക്കപ്പെടുകയാണ്. സാംസ്കാരികമായി വൈവിദ്ധ്യമുള്ള ലോകത്ത് ജീവിക്കുന്നതിന് അത്തരമൊരു അവബോധം അത്യന്താപേക്ഷിതമാണ്. കുട്ടികൾക്ക് സമൂഹത്തെക്കുറിച്ചുള്ള അവബോധം വളർത്തിയെടുക്കുവാൻ അവർക്ക് കലയുമായുള്ള ആജീവനാന്ത ബന്ധം ഉണ്ടാക്കിയെടുക്കണം. അതിലൂടെ മനുഷ്യബന്ധങ്ങളിൽ നാം കാണുവാൻ ആഗ്രഹിക്കുന്ന നന്മകൾ പൂത്തുലയണം. അതിന്റെ നറുമണം ആസ്വദിക്കുവാൻ വരുംതലമുറയെ പ്രോത്സാഹിപ്പിക്കുകയാണ് അതിലൂടെ നമ്മൾ ചെയ്യുന്നത്.

കുട്ടികളുടെ അക്കാദമിക ആവശ്യങ്ങൾ നേടിയെടുക്കുന്നതിനും കലാപഠനം സഹായിക്കുന്നുണ്ട്. കല പ്രത്യേക വിഷയമായും മറ്റു വിഷയങ്ങളുമായി ഉദ്ഗ്രഥിച്ച് പഠിക്കുന്നതും അക്കാദമിക മികവ് നേടുന്നതിന് സഹായിക്കുന്നുവെന്ന് പഠനങ്ങൾ തെളിവുകൾ നിരത്തുന്നു. ഭാഷാനൈപുണികൾ, ഗണിതനൈപുണികൾ എന്നിവ മാത്രമല്ല ബഹുമുഖ ബുദ്ധിയുടെ വികാസത്തിന് അനുയോജ്യമായ നൈപുണികളും ആർജ്ജിക്കുന്നതിന് കലാപഠനം സഹായിക്കുന്നുണ്ട്. കെൻഡൽ (2008) പ്രൈമറി

വിദ്യാർത്ഥികളിൽ നടത്തിയ 'സർഗ്ഗാത്മക പങ്കാളിത്തം' എന്ന പഠനവും, കോസ്റ്റാജിയോവി (2007) പിയാനോപഠനവുമായി ബന്ധപ്പെട്ട് നടത്തിയ പഠനവും നാടകവുമായി ബന്ധപ്പെട്ട് ഫ്ളെമിങ് നടത്തിയ പഠനവും, സംഗീതം, വാദ്യോപകരണങ്ങൾ, നൃത്തം എന്നിവയുമായി ബന്ധപ്പെട്ട് ബിൽഹാർട്സ് (1995) നടത്തിയ പഠനങ്ങളും ഈ മേഖലയിൽ തെളിവ് നല്കുന്നു. ഇത്തരം നിരവധി പഠനങ്ങളാണ് നടന്നിട്ടുള്ളത്. സ്കൂൾ വിദ്യാഭ്യാസത്തിന് കലാപഠനവുമായി ബന്ധപ്പെട്ട് ഗവേഷണമേഖലയിൽ നമുക്ക് എത്രത്തോളം മുന്നോട്ടുപോകുന്നതിന് കഴിഞ്ഞിട്ടുണ്ടെന്ന് നമ്മൾ പരിശോധിക്കേണ്ടതാണ്. ഈ രംഗത്ത് സൂക്ഷ്മതലപഠനങ്ങൾ അനിവാര്യവുമാണ്.

അമേരിക്കയിൽനടന്ന ഗവേഷണപഠനങ്ങളും കലാപഠനത്തിന്റെ സ്വാധീനം വെളിപ്പെടുത്തുന്നുണ്ട്. അക്കാദമികവിഷയങ്ങളെ കലാമാധ്യമം ഉപയോഗിച്ച് വിനിമയം ചെയ്തപ്പോൾ കുട്ടികളിൽ ഉണ്ടാകുന്ന മാറ്റങ്ങൾ അമേരിക്കൻ അക്കാദമികസമൂഹത്തിൽ ചർച്ചാവിഷയമായി.

വിവിധ വിഷയങ്ങളിൽ പ്രയാസം നേരിടുന്ന കുട്ടികൾ കല ഉൾച്ചേർത്ത പഠനബോധപ്രക്രിയകളിലൂടെ കടന്നുപോയി പാഠ്യവസ്തുതകളെ സമീപിച്ചപ്പോൾ പഠനം അനായാസം നടക്കുകയും കുട്ടികളുടെ ഉള്ളടക്ക ഗ്രഹണം മെച്ചപ്പെടുകയും ചെയ്തു. പ്രശ്നപരിഹരണം, സഹകരണം, പ്രതിസന്ധികളെ നേരിടുന്നതിനുള്ള കഴിവ് എന്നിവയിൽ അനുകൂലമാറ്റങ്ങൾ ഉണ്ടായി. കല ഉൾച്ചേരുമ്പോൾ കുട്ടി കടന്നുപോകുന്ന പഠനസന്ദർഭങ്ങളിലെ പ്രക്രിയകളെ പിന്തുടരുന്നതിന് കുട്ടിക്ക് എളുപ്പം കഴിയുന്നു.

ആരോഗ്യപൂർണ്ണമായ വിധിനിർണ്ണയം നടത്തുക, വ്യത്യസ്ത ആശയങ്ങളെയും കാഴ്ചപ്പാടുകളെയും പരിഗണിക്കുക, വിധിനിർണ്ണയത്തിൽ വ്യത്യസ്ത നിലപാടുകളെടുക്കുക തുടങ്ങിയ കാര്യങ്ങളിലും പുരോഗതിയുണ്ടായി.

'പഠനത്തിൽ കല ചെലുത്തുന്ന സ്വാധീനം' എന്ന വിഷയത്തെ അധികരിച്ചുനടന്ന പഠനത്തിലെ താഴെ പറയുന്ന പ്രധാന കണ്ടെത്തലുകളും പരിഗണിക്കേണ്ടതുണ്ട്.

വീട്ടിൽനിന്നും സ്കൂളിൽനിന്നും സമൂഹത്തിൽനിന്നും കലാപ്രവർത്തനങ്ങളിൽ പങ്കെടുക്കാത്ത കുട്ടികൾ പഠനത്തിലും സാമൂഹ്യ ഇടപെടലിലും പിന്നാക്കം പോകുന്നതിനുള്ള സാദ്ധ്യത വലിയ അളവിൽ നിലനില്ക്കുന്നു.

ക്ലാസിൽ പ്രശ്നകാരികളായി കാണുന്ന കുട്ടികൾ കലാപഠനക്ലാസുകളിൽ ഉയർന്നനേട്ടം കൈവരിക്കുന്നതായി കാണുന്നു. കലാപ്രവർത്തനങ്ങളിലെ നിരന്തരപങ്കാളിത്തവും അതിലെ വിജയവും ഇതരവിഷയങ്ങളിലെ പഠനത്തിലേക്ക് വഴിതുറക്കുന്നു. അവർ പഠനത്തിന്റെ വിവിധ മേഖലകളിൽ കടന്നുകയറുന്നതിൽ വിജയിക്കുന്നു.

സ്വന്തം കഴിവുകളെയും മറ്റുള്ളവരുടെ കഴിവുകളെയും കണ്ടെത്തുന്നതിന് ഇടയാക്കുന്നു. അങ്ങനെ കല ഓരോരുത്തരെയും എന്നപോലെ എല്ലാവരെയും ബന്ധിപ്പിക്കുന്നു.

കലാപ്രവർത്തനം വ്യക്തിഗത അനുഭവങ്ങളാണ്. ഒരു കുട്ടി അതിൽ സമ്പൂർണ്ണമായി പങ്കെടുക്കുമ്പോൾ ഉത്തരം അറിയുക എന്നതിനെക്കാൾ ആഴത്തിൽ അതിൽ സ്വയം അർപ്പിതമായതായി അനുഭവപ്പെടുന്നു.

കലാപ്രവർത്തനങ്ങളിൽ കുട്ടിക്ക് സ്വാതന്ത്ര്യം ലഭിക്കുമ്പോൾ കലാപരമായി മെച്ചപ്പെട്ട പ്രകടനങ്ങൾ ഉണ്ടാകുന്നു.

പഠനാന്തരീക്ഷത്തിന് വലിയ മാറ്റങ്ങൾ വരുന്നു. പഠനാന്തരീക്ഷത്തിലെ കേന്ദ്രമായി കല മാറുമ്പോൾ സ്കൂളും സജ്ജീകരണങ്ങളും കണ്ടെത്തൽ പഠനത്തിന്റെ കളരിയായി മാറുന്നു. സ്കൂളിന്റെ സംസ്കാരത്തിലും പഠനവ്യവസ്ഥകളിലും മാറ്റങ്ങൾ വരുന്നു.

കുട്ടികൾക്കൊപ്പം മുതിർന്നവരും കലാപഠനത്തിൽ ഏർപ്പെടുമ്പോൾ ഏതുമേഖലയിലും പഠനമെന്നത് ജീവിതാന്ത്യംവരെ നിലനില്ക്കുന്ന പ്രക്രിയയാണെന്ന് കുട്ടി തിരിച്ചറിയുന്നു

കല കുട്ടികൾക്ക് വെല്ലുവിളി ഉയർത്തുന്നു. കലയിൽ വിജയം വരിക്കുന്നവരുടെ മുന്നിലും വെല്ലുവിളി ഉണ്ടാകുന്നു. വ്യവസ്ഥാപിത പഠനപരിസരത്തിൽ വളരുന്ന കുട്ടികൾക്കും കല പരിധിയില്ലാത്ത വെല്ലുവിളികളാണ് പ്രദാനം ചെയ്യുന്നത്.

കല പഠനാനുഭവങ്ങളെ യഥാർത്ഥ പ്രവർത്തിലോകവുമായി ബന്ധിപ്പിക്കുന്നു. ആശയങ്ങളല്ല പ്രധാനം. ആശയങ്ങൾ ഉല്പാദിപ്പിക്കുവാനുള്ള കഴിവ്, അവയെ ജീവിതവുമായി ബന്ധിപ്പിക്കുന്നതിനുള്ള നൈപുണി, വിനിമയം ചെയ്യുന്നതിനുള്ള കഴിവ് ഇതൊക്കെയാണ് വിജയത്തിന്റെ പ്രമാണമെന്ന തലത്തിൽ കുട്ടി എത്തിച്ചേരുന്നു.

കുട്ടിയുടെ മനോധർമ്മപ്രകാശനത്തിനും സർഗാത്മകതയ്ക്കും ഉതകുന്ന സമീപനമാകണം സ്വീകരിക്കേണ്ടതെന്ന് ഇക്കാര്യങ്ങൾ വ്യക്തമാക്കുന്നു.

കലാപ്രവർത്തനങ്ങളിലൂടെ ലോകത്തിന്റെ സമ്പന്നവും വൈവിദ്ധ്യമാർന്നതുമായ സംസ്കാരങ്ങളെ പൂർണ്ണ അളവിൽ കുട്ടികൾ ഉൾക്കൊണ്ടാൽ, അതിലൂടെ അവർ അവരുടെ പൂർണ്ണ ബൗദ്ധിക ശേഷികൾ ആർജ്ജിച്ചാൽ, സാങ്കേതിക മികവിനാൽ നയിക്കപ്പെടുന്ന ഈ ലോകത്ത് ജീവിക്കുന്നതിനും പ്രവർത്തിക്കുന്നതിനും അവർ പ്രാപ്തരായാൽ, ഇനിയും കണ്ടെത്തേണ്ട സാദ്ധ്യതകൾക്കു വേണ്ടി ജീവിക്കുവാനും അതിനുവേണ്ടി വിശാലതലത്തിൽ ഉണർന്നിരിക്കുവാനും അവർ തയ്യാറായാൽ അടിസ്ഥാനവിദ്യാഭ്യാസമെന്ന നിലയിൽ കല അതിന്റെ പ്രതിജ്ഞ നിറവേറ്റിയെന്നും പറയാം.

കലയും സ്കൂൾ ആകർഷകത്വവും

കലയും സ്കൂൾ ആകർഷകത്വവും തമ്മിലുള്ള ബന്ധവും പരിശോധിക്കേണ്ടതല്ലേ? സ്കൂളിന് അതിന്റെ ആവശ്യകതകൾ നിറവേറ്റു

ന്നതിന് കലയുടെ സംഭാവന വേണ്ടതുണ്ടോ? കല സ്കൂൾ ആകർഷകത്വം വർദ്ധിപ്പിക്കുമോ? ഇത്തരം ചോദ്യങ്ങൾ തങ്ങളുടെ കുട്ടിയുടെ പഠനത്തിനു വേണ്ടി സ്കൂൾ തെരഞ്ഞെടുക്കുന്നതിൽ രക്ഷിതാക്കളെ സ്വാധീനിക്കുന്നുണ്ടോ?

സ്കൂളിന്റെ ആകർഷകത്വം കാണുന്നത് പലരും പല വിധത്തിലായിരിക്കും. പലരും അതിനെ അളക്കുന്നത് പല രീതിയിലാണ്. കുട്ടികളുടെ ക്ഷേമം, സുരക്ഷ, അവർക്ക് ലഭിക്കുന്ന പ്രചോദനങ്ങൾ എന്നിവയുടെ അടിസ്ഥാനത്തിൽ കാണുന്നവരുണ്ട്. മികച്ച അദ്ധ്യാപകർ, കൂടുതൽ കുട്ടികൾ എന്നിവ അളവുകോലായി എടുക്കുന്നവരുണ്ട്. മികച്ച റിസൾട്ടിന്റെ അടിസ്ഥാനത്തിൽ വിലയിരുത്തുന്നവരുണ്ട്. സ്കൂൾ അഡ്മിഷന്റെ തിരക്കിനെ മാനദണ്ഡമാക്കുന്നവരുമുണ്ട്.

രക്ഷിതാക്കളും കുട്ടികളും സ്കൂൾ തെരഞ്ഞെടുക്കുന്നതിന് താഴെ പറയുന്ന സവിശേഷതകൾ പരിഗണിക്കാറുണ്ടോ?

- കുട്ടിയുടെ സ്വയംനിർമ്മിതിക്കും സർഗ്ഗാത്മകത പരിപോഷണത്തിനും സഹായകരമായ പാഠ്യപദ്ധതി നിലനില്ക്കുന്ന സ്കൂൾ.
- കുട്ടിയുടെ സാമൂഹ്യനൈപുണികളും ആശയവിനിമയനൈപുണികളും ഉൾപ്പെടെയുള്ള സാമൂഹ്യ ആവശ്യങ്ങൾ നിറവേറ്റുന്ന സ്കൂൾ.
- കുട്ടിയുടെ വൈകാരികാവശ്യങ്ങൾ നിറവേറ്റുന്ന, സന്തോഷകരമായസ്കൂൾ അനുഭവങ്ങൾ പ്രദാനം ചെയ്യുന്ന സ്കൂൾ.
- കുട്ടിയുടെ അക്കാദമിക ആവശ്യങ്ങൾ നിറവേറ്റുന്ന സ്കൂൾ അന്തരീക്ഷം. ഉയർന്ന അക്കാദമികനേട്ടങ്ങൾ കൈവരിക്കുന്ന സ്കൂൾ.

മേല്പറഞ്ഞ ഘടകങ്ങളാണ് സ്കൂൾ ആകർഷകത്വത്തിന്റെ ഘടകങ്ങളായി പരിഗണിക്കപ്പെടുന്നതെങ്കിൽ കലയ്ക്ക് അതിൽ എന്ത് പങ്കുവഹിക്കുവാനാകും? ഇതുമായി ബന്ധപ്പെട്ട് നിരവധി പഠനങ്ങൾ പല രാജ്യങ്ങളിലും നടന്നിട്ടുണ്ട്.

അമേരിക്കയിൽ വിദ്യാഭ്യാസ പ്രവർത്തകനായ കാറ്ററാൾ (2007) "കുട്ടിയുടെ സ്വയംനിർമ്മിതിയും സർഗ്ഗാത്മകതയും : നാടകം, ദൃശ്യകല എന്നിവ അടിസ്ഥാനമാക്കിയുള്ള പഠനം" നടത്തുകയുണ്ടായി. ഈ പഠനം സ്കൂൾ ആകർഷകത്വത്തിൽ കലയുടെ പങ്ക് വെളിപ്പെടുത്തുന്നു. സ്കൂൾ നാടകപ്രോജക്ടിൽ പങ്കെടുത്ത കുട്ടികൾക്ക് അതിൽ പങ്കെടുക്കാത്ത കുട്ടികളെക്കാൾ വളരെ ഉയർന്ന സ്വയംനിർമ്മിതി സ്കോറുകൾ ലഭിച്ചു. ദൃശ്യകലാപരിശീലനം ലഭിച്ച കുട്ടികൾക്കും അതിൽ പങ്കെടുക്കാത്ത കുട്ടികളെക്കാൾ ഉയർന്ന സ്വയംനിർമ്മിതി സ്കോറുകൾ ലഭിച്ചു. അമേരിക്കയിലെ രണ്ടു പട്ടണങ്ങളിലെ സ്കൂളുകളിലാണ് പഠനം നടത്തിയത്. ഈ പഠനങ്ങൾ തെളിയിക്കുന്നത് കുട്ടിയുടെ സ്വയം നിർമ്മിതിയും സൃഷ്ടിപരതയും വളർത്തുന്നതിന് കലയ്ക്ക് നിർണ്ണായക പങ്ക് വഹിക്കുവാനാകും എന്നതാണ്.

കുട്ടികളുടെ സാമൂഹ്യ ആവശ്യങ്ങൾ നിറവേറ്റുന്നതിനും കലയ്ക്ക് പങ്കുണ്ട്. മേല്പറഞ്ഞ പഠനങ്ങളിൽ കുട്ടികളുടെ സാമൂഹ്യനൈപുണികളും കാറ്ററാൾ പഠനവിധേയമാക്കി. കലാപ്രവർത്തനങ്ങളിൽ പങ്കെടുക്കുന്ന കുട്ടികളുടെ ആശയവിനിമയശേഷി ഉൾപ്പെടെയുള്ള സാമൂഹ്യ നൈപുണികൾ കലാപഠനത്തിൽ പങ്കെടുക്കാത്ത കുട്ടികളെക്കാൾ വികസിച്ചുവരുന്നതായി കണ്ടു. സമാന പഠനങ്ങൾ കിം (2008), ഫ്രീമാൻ (2001) തുടങ്ങിയവരും നടത്തിയിട്ടുണ്ട്. നേതൃത്വപാടവവും ആശയവിനിമയശേഷിയും പ്രശ്നപരിഹരണശേഷികളും കലാപഠനത്തിൽ പങ്കെടുക്കുന്ന കുട്ടികൾ ഉയർന്നതലത്തിൽ ആർജ്ജിക്കുന്നതായി അവർ കണ്ടെത്തി.

കുട്ടികളെ ആകർഷിക്കുന്ന സ്കൂൾ ഘടകങ്ങളെ സംബന്ധിച്ചും ചില രാജ്യങ്ങളിൽ പഠനങ്ങൾ നടന്നിട്ടുണ്ട്. തങ്ങളെ ആകർഷിക്കുന്ന ധാരാളം സ്കൂൾഘടകങ്ങളെക്കുറിച്ച് കുട്ടികൾ ചിന്തിക്കുന്നുണ്ട്. അവർ പട്ടികപ്പെടുത്തിയ പ്രധാനപ്പെട്ട ഘടകങ്ങൾ നമുക്ക് പരിശോധിക്കാം.

- കളിക്കുവാനും പഠിക്കുവാനും സഹായിക്കുന്നു. പ്രചോദിപ്പിക്കുന്നു.
- തങ്ങളുടെ പഠനരീതി പരിഗണിക്കുകയും തങ്ങൾക്കിഷ്ടപ്പെട്ട സങ്കേതങ്ങളിലൂടെ പഠിപ്പിക്കുകയും ചെയ്യുന്നു.
- തങ്ങളുടെ ദൈനംദിന ജീവിതവുമായി പാഠ്യവസ്തു ബന്ധപ്പെടുത്തുന്നു.
- കലാപ്രവർത്തനങ്ങളിൽ പങ്കെടുപ്പിച്ചുകൊണ്ട് തങ്ങളെ ശാക്തീകരിക്കുന്നു.
- വ്യക്തിപരവും സാംസ്കാരികവുമായ പശ്ചാത്തലത്തെ കൊണ്ടുവരുന്നതിന് കഴിയുന്നു
- ലിംഗപദവികൾ സാംസ്കാരികമായി ചർച്ച ചെയ്യപ്പെടുന്നു.

കലയും മാനസികാരോഗ്യവും

കുട്ടിയുടെ വൈകാരികാവശ്യങ്ങൾ നിറവേറ്റുന്നതിൽ കല വഹിക്കുന്ന പങ്കിനെക്കുറിച്ച് പഠനങ്ങൾ നടന്നിട്ടുണ്ട്. മെറൽ (2005) നടത്തിയ പഠനം ഉദാഹരണമായെടുക്കാം. എല്ലാ കുട്ടികളും അംഗീകാരം ആഗ്രഹിക്കുന്നു. അതുപോലെ സ്നേഹവും. പല കാരണങ്ങളാൽ അവഗണന നേരിടുന്ന കുട്ടികൾ ക്ലാസിൽ അന്തർമുഖരായി കാണുകയോ അല്ലെങ്കിൽ പ്രശ്നം സൃഷ്ടിക്കുന്നവരോ ആയിത്തീരും. മെറൽ ഇത്തരം കുട്ടികളെ അടുത്തറിഞ്ഞ് അവരിലെ നൈസർഗിക കഴിവുകളെ തിരിച്ചറിഞ്ഞു. ഈ കഴിവുകൾ പരിപോഷിപ്പിക്കുന്നതിന് അവർക്കുവേണ്ടി കലാപഠന മൊഡ്യൂളുകൾ തയ്യാറാക്കി. കുട്ടികളിൽ ധനാത്മക മാറ്റങ്ങൾ ഉണ്ടായി. കുട്ടികൾക്ക് കലാകാരൻ അല്ലെങ്കിൽ കലാകാരി എന്ന അംഗീകാരം സ്കൂളിൽ നിന്നും ലഭിച്ചതോടെ അവരുടെ പെരുമാറ്റത്തിലും മാറ്റം വന്നു.

കുട്ടികളുടെ വികാരങ്ങൾ ഉദാത്തവല്ക്കരിക്കപ്പെട്ടു. സ്കൂളിൽ

സന്തോഷകരമായ അന്തരീക്ഷം നിലവിൽ വന്നു. കുട്ടികൾ സ്വതന്ത്ര മായി കലാപ്രവർത്തനങ്ങളിൽ ഏർപ്പെടുമ്പോൾ അവരുടെ പ്രതിഭ പ്രക ടിപ്പിക്കുവാൻ അവർക്ക് അവസരം ലഭിക്കുന്നു. കലാപഠനത്തിലൂടെ അവ രുടെ സർഗ്ഗാത്മകത പരിപോഷിപ്പിക്കപ്പെടുന്നു. ആസ്വാദനശേഷി വിക സിപ്പിക്കുന്നു. മാനസികാരോഗ്യം അഭിവൃദ്ധിപ്പെടുന്നു. വിദ്യാഭ്യാസത്തെ ക്കുറിച്ച് ടാഗോർ പറയുന്നത് 'സഫലീകരണം' എന്നാണ്. അതാണ് ആന ന്ദം. കല കുട്ടിയെ ആനന്ദത്തിന്റെ ഉയർന്ന തലത്തിൽ നിർത്തുന്നു.

കലാപഠനവും വൈകാരിക മേഖലയും ബന്ധപ്പെടുത്തിയുള്ള പഠ നങ്ങൾ തെളിയിക്കുന്നത് കലാപഠനത്തെ മാനസികാരോഗ്യത്തിന്റെ അടി സ്ഥാനത്തിലും വിശകലനം ചെയ്യപ്പെടേണ്ടതുണ്ടെന്നാണ്. മാനസികാ രോഗ്യമെന്നത് വികാരങ്ങളെ അടിച്ചമർത്തുന്നതുവഴിയുണ്ടാകുന്ന ന്യൂറോ -സൈക്കോട്ടിക് പ്രവണതകളിൽനിന്നും ഒഴിവാക്കപ്പെടുക എന്നതിൽ മാത്രം ഒതുങ്ങുവാൻ പാടുണ്ടോ? ഒരു വ്യക്തിയുടെ ബൗദ്ധികതയു ടെയും ആനന്ദത്തിന്റെയും ഏറ്റവും ഉയർന്ന തലമായി അതിനെ കാണേ ണ്ടതില്ലേ? മാനസികാരോഗ്യമുള്ള വ്യക്തിക്ക് വികാരങ്ങളെയും വസ്തു തകളെയും വേർതിരിച്ചറിയുന്നതിനുള്ള കഴിവുണ്ടായിരിക്കും. അത്തരം വ്യക്തി യുക്തിപരമായി യാഥാർത്ഥ്യബോധത്തോടെ ചിന്തിക്കുകയും പ്രവർത്തിക്കുകയും ചെയ്യുന്ന ഒരാളായിരിക്കും. മാനസികസംഘർഷ ങ്ങളെ നിയന്ത്രണത്തിൽ കൊണ്ടുവരുന്നതിന് കഴിവുള്ളയാളായിരിക്കും.

മാനസികാരോഗ്യത്തിന്റെ സാമൂഹ്യലക്ഷ്യം എന്താണ്? ഒരു വ്യക്തിയെ സന്തോഷവാനാക്കുക എന്നതുതന്നെയാണ്. വെല്ലുവിളികൾ നേരിടുന്ന, എപ്പോഴും മാറ്റങ്ങൾക്ക് വിധേയമായിക്കൊണ്ടിരിക്കുന്ന, സമൂ ഹത്തിന്റെ പൊതുനന്മയ്ക്ക് തന്റേതായ സംഭാവനകൾ നല്കുന്നതിന് പ്രാപ്തിയുള്ള വ്യക്തിക്ക് സംഘർഷങ്ങളെ തൃപ്തികരകമായ നിലയിൽ നേരിടുന്നതിന് കഴിയും. കല അനുഭവങ്ങളെ പുനഃസൃഷ്ടിക്കുന്നു. കലാ പ്രവർത്തനങ്ങളിൽ പങ്കെടുക്കുമ്പോൾ ഇന്ദ്രിയാനുഭവങ്ങൾ കലാകാര ന്റെയും പ്രേക്ഷകരുടെയും കാഴ്ചപ്പാടുകളെ നവീകരിക്കും. ദർശനപര മായ നിലപാടുകൾ സ്വീകരിക്കുന്നതിന് പ്രേരിപ്പിക്കും. ഇത് സന്തോഷ കരമായ ഒരു നിലയിലേക്ക് അവനെ നയിക്കും. കല അങ്ങനെ മാനസി കാരോഗ്യത്തിന്റെ സാമൂഹ്യലക്ഷ്യം നിറവേറ്റുന്നു.

കലാസൃഷ്ടി രൂപംകൊള്ളുന്നതിൽ അനുഭവങ്ങൾ പ്രധാന പങ്ക് വഹിക്കുന്നു. കലാകാരന്മാർ പ്രശ്നങ്ങളെ തേടി അലയുന്നവരാണ്. അവ രുടെ കലാപ്രവർത്തനം പ്രശ്നപരിഹാരങ്ങളുടെ പരമ്പരയാണ്. ഉദാ ത്തീകരണം (Sublimation) എന്ന മാനസികപ്രക്രിയ കലാകാരന്മാരിൽ പ്രവർത്തിക്കുന്നു. വ്യക്തിയും സമൂഹവും നേരിടുന്ന വെല്ലുവിളികളെ സർഗ്ഗാത്മകമായി നേരിടുന്ന പ്രക്രിയയാണത്. കലാകാരന്റെ പ്രതിരോ ധതന്ത്രമാണ് ഉദാത്തീകരണം. മനസ്സിലെ സംഘർഷാത്മകകാര്യങ്ങൾ സ്വതന്ത്രമാക്കപ്പെടണം. അടക്കിവച്ച വികാരങ്ങളുടെ ബഹിർഗമനം നട ക്കുമ്പോൾ മാനസികസംതുതലനം വീണ്ടെടുക്കുന്നു. കലാകാരനും

പ്രേക്ഷകരും ഇത്തരം മാനസികപ്രക്രിയയിലൂടെ കടന്നുപോകുന്നുണ്ട്. കല എങ്ങനെയാണ് കുട്ടികൾക്ക് മാനസികാരോഗ്യം പ്രദാനം ചെയ്യുന്നതെന്ന് ഇക്കാര്യങ്ങൾ നമ്മെ ബോദ്ധ്യപ്പെടുത്തുന്നു.

ഇന്ന് പല രാജ്യങ്ങളും 'ഹാപ്പിനസ് ഇൻഡക്സ്'ന്റെ അടിസ്ഥാനത്തിൽ രാജ്യത്തിന്റെ പുരോഗതിയെ കാണുന്നുണ്ട്. അതിന്റെ സൂചകങ്ങളിൽ കലയും സംസ്കാരവും മാനസികാരോഗ്യവും ഉൾപ്പെടുന്നുണ്ട്.

കുട്ടികൾ കാണുന്ന ആകർഷകഘടകങ്ങൾ വിശകലനം ചെയ്താൽ ബോദ്ധ്യപ്പെടുന്നത് കലയ്ക്കും സംസ്കാരത്തിനും സർഗ്ഗാത്മകതയ്ക്കും നല്കുന്ന സ്കൂളുകളെയാണ് കുട്ടികൾ ഏറെ ഇഷ്ടപ്പെടുന്നത് എന്നാണ്.

ലോകസമ്മേളനങ്ങൾ

കലാവിദ്യാഭ്യാസവുമായി ബന്ധപ്പെട്ട ഗവേഷണങ്ങൾക്കൊപ്പം ലോകസമ്മേളനങ്ങളും നടന്നിട്ടുണ്ട്. യുനസ്കോയുടെ നേതൃത്വത്തിൽ കലാവിദ്യാഭ്യാസവുമായി ബന്ധപ്പെട്ട ലോകസമ്മേളനം 2006 ൽ പോർച്ചുഗലിലെ ലിസ്ബണിൽ വച്ചുനടന്നു. വിദ്യാഭ്യാസ ഗുണമേന്മ വർദ്ധിപ്പിക്കുന്നതിൽ കലാവിദ്യാഭ്യാസത്തിന്റെ പങ്ക് എന്താണ് എന്നതിനെക്കുറിച്ചായിരുന്നു മുഖ്യചർച്ച. ഈ സമ്മേളനത്തിൽ വച്ച് 1948 ലെ അന്തർദ്ദേശീയ മനുഷ്യാവകാശപ്രഖ്യാപനം, 1989 ലെ യു എൻ ജനറൽ അസംബ്ലി പാസ്സാക്കിയ കുട്ടികളുടെ അവകാശപ്രഖ്യാപനം എന്നിവ ചർച്ച ചെയ്തു. ഇതേ സമ്മേളനത്തിൽവച്ച് മറ്റൊന്നുകൂടി നടന്നു. കുട്ടികളുടെ പഠനപിന്നാക്കാവസ്ഥ പരിഹരിക്കുന്നതിനും അവരുടെ ബൗദ്ധിക വികാസം ഉറപ്പുവരുത്തുന്നതിന് കലാപഠനം ആധാരമാക്കി നടത്തിയ ഗവേഷണപ്രബന്ധങ്ങളുടെ അവതരണവും ചർച്ചകളുമാണത്.

സമ്മേളനത്തിൽവച്ച് കലാവിദ്യാഭ്യാസ പാഠ്യപദ്ധതി തയ്യാറാക്കുമ്പോൾ സ്വീകരിക്കേണ്ട സമീപനങ്ങളും ചർച്ച ചെയ്തു. രണ്ടുതരം സമീപനങ്ങളാണ് മുന്നോട്ടുവച്ചത്. കല പ്രത്യേക വിഷയമായി പഠിക്കൽ, കല ഉൾച്ചേർന്നുള്ള പഠനം എന്നിവയാണ് ആ രണ്ടു സമീപനങ്ങൾ.

പഠിതാവിന്റെ സംസ്കാരത്തെ പരിഗണിച്ചുകൊണ്ടാകണം കലാപഠനസമീപനം രൂപീകരിക്കേണ്ടത്. ശിശുകേന്ദ്രീകൃതവും പ്രക്രിയാബന്ധിതവുമായിരിക്കണം സമീപനം. സംസ്കാരത്തെ അടുത്തറിയുന്നതിനും ആസ്വദിക്കുന്നതിനും കഴിയുന്നിടത്തുനിന്നാണ് അന്വേഷണത്തിനുള്ള പ്രയാണം പഠിതാവ് തുടങ്ങുന്നത്. ഇതിലൂടെ മറ്റു സംസ്കാരങ്ങളിലേക്ക് കടക്കുന്നതിനും അവയെ ആദരിക്കുന്നതിനും അംഗീകരിക്കുന്നതിനുമുള്ള സന്നദ്ധത പഠിതാവിൽ ഉടലെടുക്കുന്നു. സാംസ്കാരത്തിന്റെ ആവിർഭാവവും നിരന്തരമായ അതിന്റെ പരിണാമവും വളർച്ചയും അംഗീകരിക്കുന്നതിനും ചരിത്രപരമായും സമകാലീനവുമായ സന്ദർഭങ്ങളോട് മതിപ്പുണ്ടാക്കുന്നതിനും സഹായകരമായ പഠനസന്ദർഭങ്ങൾ ഇതുവഴി കുട്ടികൾക്ക് ലഭിക്കുന്നു.

കല ഉൾച്ചേർന്നുള്ള പഠനത്തിൽ കലാരൂപങ്ങളെയും അതിന്റെ ഘടകങ്ങളെയും വിവിധ വിഷയങ്ങളിൽ ബോധന മാധ്യമമാക്കാവുന്നതാണ്. ഇത് വിഷയങ്ങളുടെ ആഴത്തിലുള്ള അറിവിലേക്ക് കുട്ടികൾക്ക് കടന്നുചെല്ലുന്നതിനുള്ള അവസരമുണ്ടാക്കും. ഒരു പാഠ്യവസ്തുവിനെ വിവിധ മാനങ്ങളിൽ കാണുന്നതിന് അവസരമൊരുക്കും. കല ഉൾച്ചേർന്ന പഠനം ബഹുമുഖ ബുദ്ധികൾ പരസ്പരം പ്രതിപ്രവർത്തിക്കുന്നതിനും ഒരു പ്രശ്നസന്ദർഭത്തെ മുറിച്ചുകടക്കുന്നതിന് ഒരുമിച്ചു പ്രവർത്തിക്കുന്നതിന് സാഹചര്യമൊരുക്കുകയും ചെയ്യുന്നു. ഓരോതരം ബുദ്ധിയുടെയും മികവിനെ അവതരിപ്പിക്കുന്നതിനും നിർണ്ണയിക്കുന്നതിനും കല സന്ദർഭങ്ങളൊരുക്കുന്നു. ഭാഷാപഠനം, രസതന്ത്രം, ഊർജ്ജതന്ത്രം, ബയോളജി, ഗണിതം, ഹിസ്റ്ററി, ജിയോഗ്രഫി തുടങ്ങിയ എല്ലാവിഷയങ്ങളിലും കലയുടെ വിവിധ രൂപങ്ങളെ പഠനബോധനതന്ത്രങ്ങളായി പ്രയോജനപ്പെടുത്തണം.

ബഹുമുഖ ബുദ്ധിസിദ്ധാന്തത്തിന്റെ അടിസ്ഥാനത്തിൽ കലാപഠനസമീപനം എല്ലാ വിഷയങ്ങളുടെയും പഠനത്തിന് പ്രയോജനപ്പെടുത്താവുന്നതാണ്. ഓരോ വിഷയത്തിലും പഠിക്കേണ്ട ആശയങ്ങളെയും സിദ്ധാന്തങ്ങളെയും കലാരൂപങ്ങളുടെ പ്രയോഗത്തിലൂടെ സന്ദർഭോചിതങ്ങളാക്കണം. ശാസ്ത്രഗണിതം, സാമൂഹ്യശാസ്ത്രവിഷയങ്ങൾ, ജിയോഗ്രഫി, ഭാഷ എന്നിവയിലെല്ലാം ചിത്രീകരണം സ്വാഭാവികമായി കടന്നുവരുന്നുണ്ട്. ഇത്തരത്തിലുള്ള സമീപനം സ്വീകരിക്കണമെങ്കിൽ അദ്ധ്യാപകപരിശീലനങ്ങളിലും പഠനബോധനരീതികളിലും മാറ്റം വരണമെന്ന് കലാപഠന ലോകസമ്മേളനം ആഹ്വാനം ചെയ്യുന്നു.

ബോധനശാസ്ത്രപരമായ മാർഗ്ഗങ്ങൾ

കല പ്രത്യേക വിഷയമായി പഠിക്കുമ്പോഴും കല ഉൾച്ചേർന്ന് പഠിക്കുമ്പോഴും ബോധനശാസ്ത്രപരമായി മൂന്ന് മാർഗ്ഗങ്ങളാണ് കലാപഠനത്തിൽ സ്വീകരിക്കേണ്ടിവരുന്നത്. ഒന്നാമതായി കുട്ടി തന്റെ അദ്ധ്യാപിക, കലാകാരൻ, കലാവസ്തു, കലാപ്രകടനം എന്നിവയുമായി നിരന്തരം ഇടപെട്ട് കലാപരമായ അറിവും കഴിവും നേടുന്നു. രണ്ടാമതായി കലാദ്ധ്യാപകർ നല്കുന്ന കലാപരിശീലനത്തിലൂടെ നൈപുണികൾ കൈവരിക്കുന്നു. മൂന്നാമതായി കലകളുടെ വിവിധ മേഖലകളെക്കുറിച്ചും രൂപങ്ങളെക്കുറിച്ചും കുട്ടി നടത്തുന്ന പഠനത്തിലൂടെയും ഗവേഷണങ്ങളിലൂടെയും അറിവ് സമ്പാദിക്കുകയും വിനിമയം നടത്തുകയും ചെയ്യുന്നു. ഈ മൂന്ന് വഴികളെയും സമന്വയിപ്പിച്ചുകൊണ്ടാണ് മിക്ക രാജ്യങ്ങളിലും കലാപഠനം മുന്നേറുന്നത്.

ഉയർന്നനിലവാരത്തിലുള്ള കലാപഠനത്തിന് കലയിൽ ഉയർന്ന നൈപുണികൾ സിദ്ധിച്ച കലാ അദ്ധ്യാപകരുടെയും കലാകാരന്മാരുടെയും സേവനം കുട്ടികൾക്ക് ഉറപ്പാക്കണം. സ്കൂൾ പാഠ്യപദ്ധതി സമീപനവുമായും സാമഗ്രികളുമായും ഇവർക്ക് അടുപ്പമുണ്ടായിരിക്കണം.

സൃഷ്ടിപരമായ പഠനത്തിന് സർഗ്ഗാത്മകബോധനം വേണ്ടതുണ്ട്. അതിന് കലാകാരന്മാർക്കും ബോധനശാസ്ത്രപരമായ തെളിച്ചം വേണം. സ്കൂൾ, അദ്ധ്യാപകർ, കലാകാരന്മാർ, ശാസ്ത്രകാരന്മാർ, സാമൂഹ്യ സാംസ്കാരിക സംഘടനകൾ, പ്രാദേശക ഭരണകൂടങ്ങൾ എന്നിവ തമ്മിൽ താഴെ ത്തട്ടു മുതൽ സൃഷ്ടിപരമായ സഹവർത്തിത്വം പ്രോത്സാഹിപ്പിക്കപ്പെടണം. ഇതിന് വിദ്യാഭ്യാസപ്രവർത്തകരും കലാകാരന്മാരും ഒരുമിച്ചിരുന്ന് വഴികൾ തേടണം. മികച്ച കലാപഠനത്തിന് പ്രധാനമായും രണ്ടു കാര്യങ്ങൾ പരിഗണിക്കണമെന്നാണ് മേല്പറഞ്ഞ ചർച്ചയിലെ സാരം. ഒന്നാമതായി കലാകാരന്മാർക്കും അദ്ധ്യാപകർക്കും കലാപഠന പാഠ്യപദ്ധതി സംബന്ധിച്ച് ഫലപ്രദമായ പരിശീലനം ലഭിക്കണം. രണ്ടാമതായി കലാകാരന്മാരും സാംസ്കാരികസ്ഥാപനങ്ങളും വിദ്യാഭ്യാസ സ്ഥാപനങ്ങളും പ്രാദേശികഭരണകൂടങ്ങളും തമ്മിലുള്ള കൂട്ടായ്മ വികസിപ്പിക്കണം.

പൊതുവിഷയങ്ങൾ പഠിപ്പിക്കുന്ന അദ്ധ്യാപകരും, കലാദ്ധ്യാപകരും തമ്മിൽ വിദ്യാഭ്യാസപരവും സാംസ്കാരികവുമായ പ്രക്രിയകളെക്കുറിച്ചും പ്രവർത്തനരീതികളെക്കുറിച്ചും വ്യത്യസ്തങ്ങളായ അനുഭവങ്ങളും കാഴ്ചപ്പാടുകളും വച്ചുപുലർത്തുന്നവരാണ്. അതുകൊണ്ടുതന്നെ വളരെ ഫലപ്രദമായ പരിശീലനം ഇവർക്ക് നല്കേണ്ടതുണ്ട്.

പ്രഥമാദ്ധ്യാപകർക്കും അദ്ധ്യാപകർക്കും രക്ഷാകർതൃസമൂഹത്തിനും കലാകാരന്മാരുടെ മൂല്യങ്ങളെക്കുറിച്ചും ഗുണങ്ങളെക്കുറിച്ചും ആദരവുണ്ടാകണം. പഠനസന്ദർഭങ്ങളിൽ കല ഉൾച്ചേർക്കുന്നതിന് കലാകാരന്മാരുമായി ഒത്തിണങ്ങിപോകുന്നതിനുള്ള നൈപുണികൾ പൊതുവിഷയങ്ങൾ പഠിപ്പിക്കുന്ന അദ്ധ്യാപകർ നേടേണ്ടതുണ്ട്. ഇത് അദ്ധ്യാപകർക്ക് തങ്ങളുടെ കലാധിഷ്ഠിത കഴിവുകളെ സ്വയം തിരിച്ചറിയുന്നതിനും പഠനബോധനപ്രക്രിയയിൽ കലയുടെ സാദ്ധ്യത പ്രയോജനപ്പെടുത്തുന്നതിനും സാഹചര്യമൊരുക്കുകയും അതിന് അവരെ പ്രാപ്തരാക്കുകയും ചെയ്യും. എങ്ങനെയാണ് കലാരൂപങ്ങൾ സൃഷ്ടിക്കേണ്ടത്? എങ്ങനെയാണ് അവതരിപ്പിക്കേണ്ടത്? എന്നത് സംബന്ധിച്ച ധാരണ അവർക്ക് ലഭിക്കും. ചലനം, ശബ്ദം, താളം, ബിംബങ്ങൾ, പദങ്ങൾ തുടങ്ങി ആവിഷ്കാരം സംബന്ധിച്ചുള്ള കലാകാരന്മാരുടെ അനുഭവങ്ങളും വൈദഗ്ദ്ധ്യവും അദ്ധ്യാപകർക്ക് പുതിയ കാഴ്ചപ്പാടുകൾ പ്രദാനം ചെയ്യും. കലാപ്രകടനത്തെ അപഗ്രഥിക്കുന്നതിനും വ്യാഖ്യാനിക്കുന്നതിനും വിലയിരുത്തുന്നതിനും അതു അവസരം നല്കും. പഠനപ്രക്രിയയിൽ കലയുടെ വിവിധരൂപങ്ങൾ പ്രയോജനപ്പെടുത്തുന്നത് സംബന്ധിച്ച ഉൾക്കാഴ്ച ലഭിക്കും. വിവിധ കാലഘട്ടങ്ങളിലെ വിവിധ സംസ്കാരങ്ങളെയും അതിന്റെ ഭാഗമായി ആവിർഭവിച്ച വിവിധ കലാരൂപങ്ങളെയും ആസ്വദിക്കുന്നതിനും ചരിത്രപരമായ കാര്യങ്ങളെക്കുറിച്ച് അന്വേഷിക്കുന്നതിനും അദ്ധ്യാപകർക്ക് അവസരം നല്കും. ചുരുക്കത്തിൽ സ്കൂളിൽ കലാകാരന്റെ സാന്നിദ്ധ്യംകൊണ്ട് വിദ്യാലയാധിഷ്ഠിത ശില്പ

ശാല തന്നെയാണ് നടക്കുന്നത്. മേല്പറഞ്ഞ രീതിയിൽ കലയുടെ ഉദ്ഗ്രഥനം നടക്കുമ്പോൾത്തന്നെ സമാന്തരമായി കല പ്രത്യേക വിഷയമായുള്ള പഠനവും നടക്കണം. എങ്കിൽ മാത്രമേ കലാപഠനം ഫലപ്രദമാവുകയുള്ളൂ.

കലാപഠനത്തിൽ കലാദ്ധ്യാപകർക്ക് അറിയാവുന്ന അറിവുകളും നൈപുണികളും മാത്രം കുട്ടികളിൽ വളർത്തിയാൽ മതിയോ? പോര. മറ്റു കലാദ്ധ്യാപകരുടെയും കലാകാരന്മാരുടെയും പൊതു അദ്ധ്യാപകരുടേയും സിദ്ധികളെ പഠനസന്ദർഭങ്ങളിൽ പ്രയോജനപ്പെടുത്തണം. കലാപ്രകടനങ്ങളിൽ വിവിധ കലാരൂപങ്ങളുടെ സമന്വയവും നടക്കേണ്ടതില്ലേ? ഉദാഹരണത്തിന് നാടകത്തിൽ സംഗീതവും നൃത്തവും കടന്നുവരുന്നുണ്ട്. അതുപോലെ ചിത്രരചനയും രംഗകലയും കടന്നുവരുന്നുണ്ട്.

കലാപഠനപാഠ്യപദ്ധതി രൂപീകരിക്കുമ്പോൾ കലാപഠനരീതികൾ, വിവിധ വിഷയങ്ങളിൽ കല സന്നിവേശിക്കുന്ന പഠനബോധനതന്ത്രങ്ങൾ, വിലയിരുത്തൽ, സ്കൂൾ കേന്ദ്രീകൃത കലാപഠനം, സാമൂഹ്യകേന്ദ്രീകൃത കലാപഠനം തുടങ്ങിയ കാര്യങ്ങളെക്കുറച്ച് വ്യക്തത ലഭിക്കണം. കലാമ്യൂസിയം, കലാഗാലറി തുടങ്ങിയ ഇടങ്ങളിൽ സന്ദർശനത്തിന് അവസരം ഉണ്ടാകണം. ഇതു കലാസംബന്ധിയായ വിജ്ഞാനവും താല്പര്യങ്ങളും വളർത്തിയെടുക്കും. സമൂഹത്തിലെ വിവിധ കലാകേന്ദ്രങ്ങളുടെയും വ്യക്തികളുടെയും കൂട്ടായ്മ വളർത്തിയെടുക്കേണ്ടതിന്റെ ആവശ്യകതയും രീതിശാസ്ത്രവും ഉണ്ടാകണം. വിവിധ സാദ്ധ്യതകളുടെ പ്രയോഗത്തിന് അവസരമുണ്ടാകണം. ഉദാഹരണത്തിന് ലോകം നേരിടുന്ന ഏറ്റവും വലിയ ഭീഷണിയായി കാലാവസ്ഥാവ്യതിയാനം മാറിക്കഴിഞ്ഞു. ലാഭേച്ഛയും അത്യാർത്തിയുമാണ് ഇതിന്റെ പിന്നിലെന്ന് വിശകലനത്തിൽ നിന്നും മനസ്സിലാകും. പരിസ്ഥിതി പഠനത്തിന് കലയുടെ സാദ്ധ്യതകൾ കണ്ടെത്തി പ്രയോജനപ്പെടുത്തണം.

ആധുനിക ശാസ്ത്രസാങ്കേതികവിദ്യകൾ പ്രയോജനപ്പെടുത്തിക്കൊണ്ടുള്ള കലാപഠനവും സാദ്ധ്യമാക്കണം. കലാപഠനത്തിന് ഓൺലൈൻ ടീച്ചിങ്ങിന്റെ സാദ്ധ്യതകൾ പരിശോധിക്കപ്പെടേണ്ടതില്ലേ? ശാസ്ത്രസാങ്കേതികവിദ്യ പ്രയോജനപ്പെടുത്തുന്നത് കലാകാരന്മാരെയും ശാസ്ത്രജ്ഞന്മാരെയും സാങ്കേതികവിദഗ്ദ്ധരെയും കലാദ്ധ്യാപകരെയും വിദ്യാഭ്യാസപ്രവർത്തകരെയും ഒരേ പ്ലാറ്റ്ഫോമിൽ കൊണ്ടുവരുന്നതിന് അവസരമൊരുക്കും.

'കമ്പ്യൂട്ടർ കല'യെ ഒരു കലാരൂപമായി അംഗീകരിച്ചിട്ടുണ്ട്. കമ്പ്യൂട്ടർ കല ഇന്ന് നമ്മുടെ സ്കൂളുകളിൽ പഠനത്തിൽ ഉൾപ്പെടുത്തിയിട്ടില്ല. ഈ മേഖലയിൽ വിഭവങ്ങളുടെയും ബോധനശാസ്ത്രപരിശീലനത്തിന്റെയും അഭാവം മൂലമാകാം വേണ്ടത്ര ശ്രദ്ധ ലഭിക്കാതെപോകുന്നത്. ശാസ്ത്രം, സാമൂഹ്യശാസ്ത്രം, ഗണിതം, ഭാഷാപഠനം എന്നീ വിഷയങ്ങളുമായി ബന്ധപ്പെട്ട് കമ്പ്യൂട്ടർകലയുടെ സാദ്ധ്യതകൾ തേടേണ്ടതുണ്ട്. അദ്ധ്യാപകവിദ്യാസത്തിൽ സേവനപൂർവ്വകാല പരിശീലനത്തിലാ

യാലും സേവനകാല പരിശീലനത്തിലായാലും കമ്പ്യൂട്ടർ ആർട്ട് പാഠ്യ വിഷയമായി വരണം.

സാംസ്കാരികപ്രവർത്തകരുടെ പങ്ക്

സാംസ്കാരിക പ്രവർത്തകർക്ക് ശിശുബോധനശാസ്ത്രം സംബന്ധിച്ചും കലാപഠന പാഠ്യപദ്ധതി സംബന്ധിച്ചും അവബോധം ഉണ്ടാകേണ്ടതുണ്ട്. വിദ്യാഭ്യാസപ്രവർത്തകരുമായും സ്കൂളുമായും ബന്ധപ്പെട്ട് പ്രവർത്തിക്കേണ്ടതിന്റെ ആവശ്യകതയും ബോദ്ധ്യപ്പെടുത്തേണ്ടതുണ്ട്. അതിനുള്ള രീതിശാസ്ത്രം വികസിപ്പിക്കണം. കലാകാരന്മാർക്കും അദ്ധ്യാപകർക്കും ഒരുമിച്ച് പ്രവർത്തിക്കുവാനുതകുന്ന സന്ദർഭങ്ങളും പദ്ധതികളും പ്രാദേശികതലം മുതൽ രൂപപ്പെടുത്തേണ്ടതുണ്ട്. ഇത് ഭാവിയിൽ അവർ തമ്മിലുള്ള സമന്വയം ഉറപ്പുവരുത്തും. കലാകാരന്മാരുടെ സേവനം കുട്ടികളുടെ കലാഭിരുചികളെ വളർത്തിയെടുക്കുന്നതിന് തടസ്സമായി നില്ക്കുന്നത് സാമ്പത്തികസ്രോതസ്സാണ്. ഇതിനെ എങ്ങനെ മറികടക്കും? സ്കൂളുകളെയും കലാസാംസ്കാരിക സ്ഥാപനങ്ങളെയും കോർത്തിണക്കുവാൻ ഉതകുന്ന തരത്തിൽ വിവിധ വകുപ്പുകൾ തമ്മിലുള്ള കൂട്ടായ്മ സർക്കാരിന്റെ നയങ്ങളിലും ബഡ്ജറ്റ് വ്യവസ്ഥകളിലും ഉണ്ടാകേണ്ടതുണ്ട്.

സ്കൂളും കലാകാരന്മാരും കലാകേന്ദ്രങ്ങളും തമ്മിൽ ദീർഘകാലം നീണ്ടുനില്ക്കുന്ന കൂട്ടുപ്രവർത്തനം പല രാജ്യങ്ങളിലും കാണാവുന്നതാണ്. പട്ടണം, ഗ്രാമം തുടങ്ങിയ പ്രദേശങ്ങളിൽ കുട്ടികളുടെ കലാപഠനത്തിനുവേണ്ടി കലാസാംസ്കാരിക ഇടങ്ങൾ പ്രവർത്തിക്കുന്നുണ്ട്. കലാപരിശീലകർ, കലാപഠനം സംബന്ധിച്ച ഓൺലൈൻ വിഭവങ്ങൾ എന്നിവ ഈ കലാകേന്ദ്രങ്ങൾ സ്കൂളുകൾക്ക് ലഭ്യമാക്കുന്നു. ഇത്തരം കൂട്ടായ്മകൾ നമ്മുടെ നാട്ടിലും ഉണ്ടാകേണ്ടതുണ്ട്. ഇതിനുള്ള മാർഗ്ഗനിർദ്ദേശങ്ങൾ സംസ്ഥാനതലത്തിൽ രൂപപ്പെടുത്തുന്നതിനും പ്രാദേശികഭരണകൂടങ്ങളുടെ നേതൃത്വത്തിൽ നടപ്പിലാക്കുവാനും ശ്രമിക്കുന്നത് കലാവിദ്യാഭ്യാസത്തിന്റെ വളർച്ചയ്ക്കും വികാസത്തിനും അത്യന്താപേക്ഷിതമാണ്. ഇത്തരം കൂട്ടുപ്രവർത്തനങ്ങളിൽ അദ്ധ്യാപകരോടൊപ്പം രക്ഷിതാക്കളും പങ്കാളികളാകണം. സ്കൂളും കലാകാരന്മാരും കലാകേന്ദ്രങ്ങളും തമ്മിൽ നിലനില്ക്കേണ്ട ബന്ധം കേവലം സമ്പത്തികത്തിൽ മാത്രം ഒതുങ്ങിപ്പോകുന്നതിന് ഇടവരരുത്.

കലാപഠനവും ഗവേഷണവും

കലാപഠനത്തിലും കല ഉൾച്ചേർന്നുള്ള പഠനത്തിലും ഗവേഷണം അനിവാര്യമാണ്. സൂക്ഷ്മതല പഠനങ്ങളാണ് ആവശ്യം. ഇങ്ങനെ ലഭിക്കുന്ന തെളിവുകൾ പദ്ധതികൾ സംബന്ധിച്ച് തീരുമാനങ്ങളെടുക്കുന്നതിന് നയരൂപീകരണസമിതികൾക്ക് തെളിച്ചം നല്കും. കലാവിദ്യാഭ്യാസ

പാഠ്യപദ്ധതി വിനിമയത്തിലെ പ്രക്രിയയും ഫലവും സംബന്ധിച്ച് ലിഖിതവും ഡിജിറ്റലുമായ ഡോക്യുമെന്റേഷൻ വേണ്ടിവരും. പലപ്പോഴും ഇതു നടക്കുന്നില്ല. വിദ്യാഭ്യാസപരമായി മുന്നിട്ടുനില്ക്കുന്ന രാജ്യങ്ങളിലെല്ലാം ഗവേഷണത്തോടൊപ്പംതന്നെ വിജയംവരിച്ച കലാപഠനപദ്ധതികളുടെ ഡോക്യുമെന്റേഷനും നടത്താറുണ്ട്. അവ വിനിമയം ചെയ്യാറുണ്ട്. ഗവേഷണവും ഡോക്യുമെന്റേഷനും സ്കൂളിന് ഏറ്റെടുത്ത് നടത്തുവാൻ കഴിയാത്ത അവസ്ഥയുണ്ടെങ്കിൽ ഏതെങ്കിലും വിദ്യാഭ്യാസ ഏജൻസി ഇതേറ്റെടുത്ത് കേസ് സ്റ്റഡികൾ നടത്തേണ്ടിവരും.

സ്കൂൾ കലാപഠനഗവേഷണത്തിൽ കുട്ടികളുടെ കലാസൃഷ്ടികൾ ആസ്വാദനം, നിരീക്ഷണം, വ്യാഖ്യാനം, ഫലപ്രാപ്തി, വിമർശനം, ബോധനശാസ്ത്രപരമായ താത്ത്വീകരണം എന്നിവയെല്ലാം ഉൾപ്പെടണം. നിലവിലുള്ള കലാപാഠ്യപദ്ധതി, വിനിമയ തന്ത്രം, വിലയിരുത്തൽ, രക്ഷാകർത്തൃപങ്കാളിത്തം, തുടങ്ങിയ മേഖലകളിലെ ശക്തിദൗർബല്യങ്ങളും പഠനവിധേയമാക്കണം. കലാവിദ്യാഭ്യാസ ഗവേഷകർ കലയുടെയും ബോധനശാസ്ത്രത്തിന്റെയും കാഴ്ചപ്പാടിൽ നിന്നുകൊണ്ടുവേണം ഗവേഷണപ്രവർത്തനങ്ങളെ നിരീക്ഷിക്കേണ്ടത്. ഗവേഷണടീമിൽ കലാകാരന്മാരും ഉൾപ്പെടണം. ഗവേഷണപഠനത്തിന് സമയബന്ധിതമായ അജണ്ട രൂപപ്പെടുത്തുകയും സാമ്പത്തികപിന്തുണ നല്കുകയും വേണം. കലാപഠനവുമായി ബന്ധപ്പെട്ട സെമിനാറുകൾ സംഘടിപ്പിച്ച് ഗവേഷണമേഖലകൾ നിശ്ചയിക്കാവുന്നതാണ്.

പഠനപ്രക്രിയയിൽ കലയുടെ മൂല്യവും പ്രായോഗികതയും തിരിച്ചറിയേണ്ടതുണ്ട്. ബൗദ്ധികവും സാമൂഹ്യവുമായ നൈപുണികളുടെ വികാസം, ക്രിയാത്മകതയുടെയും നവീനാശയങ്ങളുടെയും പരിപോഷണം തുടങ്ങിയ കാര്യങ്ങളിൽ കലയ്ക്കുള്ള പങ്ക് ഗവേഷണത്തിലൂടെ തിരിച്ചറിയപ്പെടണം. സാമൂഹ്യസഹിഷ്ണുതയും വൈവിദ്ധ്യങ്ങളുടെ ആഘോഷവും മാനവികത അന്തർല്ലീനമായ സ്വഭാവസവിശേഷതകളും മൂല്യങ്ങളും പ്രോത്സാഹിപ്പിക്കുന്നതിനുള്ള കലയുടെ പങ്ക് തിരിച്ചറിയണം. പ്രകൃതിദുരന്തങ്ങൾ, സാമൂഹ്യദുരന്തങ്ങൾ എന്നിവയെ തുടർന്നുണ്ടാകുന്ന മാനസികാവസ്ഥയിൽ നിന്നും കുഞ്ഞുങ്ങളും മുതിർന്നവരെയും മോചിതരാക്കുവാൻ, കലാചികിത്സ അംഗീകരിക്കപ്പെടണം. കുട്ടിയുടെ സമഗ്രവികസനത്തിന് കലാപഠനം ചെലുത്തുന്ന സ്വാധീനം സംബന്ധിച്ച് പൊതുസമൂഹത്തെ ബോധവാന്മാരാകുവാൻ ഗവേഷണത്തിലൂടെ കഴിയണം.

കലാവിദ്യാഭ്യാസം സമഗ്രമാകണം

കലാപഠനത്തിൽ കല മാത്രം പഠിച്ചാൽ മതിയോ? പോര. എല്ലാ മേഖലകളിലും കലയുടെ കൈയൊപ്പ് പതിയുന്നുണ്ട്. ഇവ കുട്ടി കണ്ടെത്തണം. കലയെ അവന്റെ കാഴ്ചപ്പാടിൽ നിന്നും വ്യാഖ്യാനിക്കണം.

കലയുടെ ചരിത്രം പഠിക്കണം. നിലവിലെ സാഹചര്യത്തിൽ അതിന്റെ പ്രസക്തി തിരിച്ചറിയണം. കലയുടെയും ശാസ്ത്രത്തിന്റെയും അറിവും കഴിവും പ്രയോജനപ്പെടുത്തി കുട്ടി പ്രകൃതിയോടും സാസ്കാരത്തിനോടുമുള്ള തന്റെ ബന്ധം നിർവ്വചിക്കണം. സമൂഹത്തിൽ നിലനില്ക്കുന്ന കലാചിഹ്നങ്ങൾ മനസ്സിലാക്കണം. കലയിലും സംസ്കാരത്തിലും നിലനില്ക്കുന്ന മതനിരപേക്ഷ മൂല്യങ്ങൾ തിരിച്ചറിയണം. ഇവയുടെ സ്വാധീനം കരകൗശലത്തിലും ദൃശ്യകലകളിലും വാസ്തുശില്പങ്ങളിലും എത്രത്തോളമുണ്ടെന്ന് കണ്ടെത്തണം.

സമഗ്രമായ കലാവിദ്യാഭ്യാസത്തെക്കുറിച്ചാണ് നമ്മൾ ചിന്തിക്കേണ്ടത്. സമഗ്രമായ കലാവിദ്യാഭ്യാസത്തിന്റെ സവിശേഷതകൾ എന്താണ്? സമ്പന്നമായതും കുട്ടികളുടെ പൂർണ്ണപങ്കാളിത്തം ഉറപ്പുവരുത്തുന്നതുമായ പാഠ്യപദ്ധതി അത് വിഭാവനം ചെയ്യുന്നു. കുട്ടിയുടെ ചിന്താശേഷികളെയും ഭാവനയെയും പരിപോഷിപ്പിച്ച് ലോകത്തെയും സംസ്കാരത്തെയും അതിലെ വൈവിദ്ധ്യങ്ങളെയും ദർശിക്കുവാൻ സഹായിക്കുന്ന പാഠ്യപദ്ധതി. കലാപ്രവർത്തനങ്ങളിൽ പങ്കാളിയാകുന്നതിനും പ്രതികരിക്കുന്നതിനും പ്രകടിപ്പിക്കുന്നതിനും കലാരൂപങ്ങൾ സൃഷ്ടിക്കുന്നതിനും അവസരം നല്കുന്ന പാഠ്യപദ്ധതിയാകണം അത്. അപഗ്രഥനനൈപുണി, പ്രശ്നപരിഹരണനൈപുണി, പ്രതിഭയുടെ ഉയർന്ന തലത്തിലേക്ക് എത്തുന്നതിനുള്ള ത്വര, സുരക്ഷ എന്നിവയെ കുട്ടികളിൽ സന്നിവേശിപ്പിച്ച് അവ ജീവിതകാലംവരെ നിലനിർത്തുന്നതാകണം പാഠ്യപദ്ധതി.

കലയിലൂടെ വളർത്തിയെടുക്കുന്ന സൃഷ്ടിപരമായ കഴിവുകൾ നൂതനാശയങ്ങളിലേക്കും നൂതന അനുഭവങ്ങളിലേക്കും പുതിയ വെല്ലുവിളികൾ നേരിടുന്നതിലേക്കും അതുവഴി ആത്മസംതൃപ്തിയിലേക്കും കുട്ടികളെ നയിക്കണം. ഇത്തരം പഠനാനുഭവങ്ങൾ പ്രദാനം ചെയ്യുന്നതാകണം കലാപാഠ്യപദ്ധതി. കലയിലെ സഹജമായ മൂല്യമാണത്. അതിനെ കുറച്ചുകാണാനാകില്ല.

കുട്ടികളെ ഒരു പരീക്ഷയിൽ ജയിപ്പിച്ച് സ്ഥാനക്കയറ്റം നല്കുന്നതിൽ മാത്രം വിദ്യാഭ്യാസം കേന്ദ്രീകരിച്ചാൽ മതിയോ? പോരാട്ടങ്ങളിലൂടെ ഉയർന്നുവരുന്ന മാനവികതയിൽ അധിഷ്ഠിതമായ മൂല്യങ്ങൾ ഉൾക്കൊള്ളുന്നതിന് കുട്ടികളെ പ്രാപ്തരാക്കുകയല്ലേ വേണ്ടത്? സർഗ്ഗാത്മകമായി ചിന്തിപ്പിച്ച് കുട്ടിയുടെ വിചാരമാതൃകയ്ക്ക് ധനാത്മകമായ മാറ്റം ഉറപ്പുവരുത്തുന്നതിന് കഴിയണം. സ്വന്തം കഴിവുകളെ തിരിച്ചറിയുന്നതിനും അവയെ അതിന്റെ പൂർണ്ണതയിലേക്ക് എത്തിക്കുന്നതിനും അങ്ങനെ സമൂഹത്തിന്റെ ഉന്നമനത്തിന് സംഭാവനകൾ നല്കുന്നതിന് സഹായിക്കുന്ന തലമുറയെ സൃഷ്ടിക്കുന്നതിനും കലാവിദ്യാഭ്യാസത്തിലൂടെ കഴിയണം.

മിക്കരാജ്യങ്ങളിലും സംഗീതം, ഡാൻസ്, നാടകം, ദൃശ്യകല എന്നിവയാണ് കലാപഠനത്തിന് ഉൾപ്പെടുത്തി കാണുന്നത്. ചില കലാരൂപ

ങ്ങൾ നിർബ്ബന്ധമായും പഠിക്കേണ്ടതുണ്ട്. പ്രത്യേക വിഷയങ്ങളായിട്ടുതന്നെയാണ് വിവിധ കലാരൂപങ്ങളെ അവർ കാണുന്നത്. ഇവയ്ക്കെല്ലാം പ്രത്യേക പാഠ്യപദ്ധതികൾ തന്നെയുണ്ട്. കലാവിദ്യാഭ്യാസ പദ്ധതിയുടെ പരിണാമം പരിശോധിച്ചാൽ വിദ്യാഭ്യാസത്തിൽ കല എന്നത് പ്രത്യേക രൂപത്തിലുള്ള അറിവായിട്ടാണ് കണക്കാക്കപ്പെട്ടിരുന്നതെന്ന് പാൾമർ വോൾഫ് (1992) *കലാവിദ്യാഭ്യാസ പാഠ്യപദ്ധതിയുടെ വളർച്ചയും വികാസവും* എന്ന തന്റെ പുസ്തകത്തിൽ ചൂണ്ടിക്കാണിക്കുന്നു. ഈ അറിവ് ഇതര വിഷയങ്ങളിലുള്ള അറിവിൽനിന്നും പല കാര്യങ്ങളിൽ വ്യത്യാസപ്പെട്ടിരിക്കുന്നു. ഗ്രഹണവും നൈപുണികളും പ്രവർത്തനങ്ങളും മാനസികക്ഷമതയും കലാപഠനത്തിന് വലിയ അളവിൽ വേണ്ടിവരുന്നു.

കലാവിദ്യാഭ്യാസത്തിന്റെ ഉദ്ദേശ്യങ്ങൾ എല്ലാ രാജ്യങ്ങളിലും ഒന്നുതന്നെയാണെന്ന് യൂറോപ്യൻ കമ്മീഷൻ റിപ്പോർട്ട് (2009) സൂചിപ്പിക്കുന്നു. അറിവ്, കലാനൈപുണികൾ, ആസ്വാദനം, സാംസ്കാരികവൈവിദ്ധ്യം, സാംസ്കാരിക പൈതൃകം, വ്യക്തിപരമായ പ്രകടനം, സൃഷ്ടിപരത എന്നിവയിലൂന്നിയാണ് പ്രധാന ലക്ഷ്യങ്ങൾ പ്രസ്താവിച്ചിരിക്കുന്നത്. കലയും വിവിധ വിഷയങ്ങളുടെ പാഠ്യപദ്ധതിയും തമ്മിലുള്ള ബന്ധങ്ങളും കാണുവാൻ കഴിയും. സാംസ്കാരികവും കലാപരവുമായ നൈപുണികൾ കൈവരിക്കുക എന്നതാണ് പൊതുലക്ഷ്യം. കല പ്രത്യേക വിഷയമായും കല ഉൾച്ചേർന്നുള്ള കലാപഠനവും ഒരേപോലെ പരിഗണിക്കുന്നുണ്ട്.

ഒരു ദേശത്തിന് അവരുടെ മൂല്യവത്തായ സാംസ്കാരിക സമ്പത്തിനെ സംരക്ഷിക്കുന്നതിനും പ്രാപ്തമായ മനുഷ്യവിഭവങ്ങളെ വളർത്തിയെടുക്കുന്നതിനുമുള്ള മാർഗ്ഗമായിട്ടും കലാപഠനത്തെ കാണേണ്ടതുണ്ട്. സർഗ്ഗാത്മകവും സാംസ്കാരികവുമായ വികസനം വിദ്യാഭ്യാസത്തിന്റെ അടിസ്ഥാനപ്രവർത്തനമാണെന്ന് കണ്ടുകൊണ്ടാകണം കലാപഠനത്തെ സമീപിക്കേണ്ടത്.

കുട്ടികളുടെ അവകാശങ്ങളും കലാപഠനവും

ഐക്യരാഷ്ട്രസഭ കുട്ടികൾക്കായുള്ള അവകാശ ഉടമ്പടി (UNCRC) പ്രഖ്യാപിച്ചിട്ടുണ്ട്. അതിജീവനത്തിനായുള്ള അവകാശം, വികസനത്തിനുള്ള അവകാശം, പങ്കാളിത്താവകാശം, സംരക്ഷണാവകാശം എന്നിവയാണ് കുട്ടികളുടെ അവകാശങ്ങൾ.

യു എൻ സി ആർ സി അനുസരിച്ച് വിദ്യാഭ്യാസം, വിനോദം, വിശ്രമം, സാംസ്കാരികപ്രവർത്തനങ്ങൾ, വിവരങ്ങളുടെ ലഭ്യത, ചിന്തിക്കുവാനുള്ള സ്വാതന്ത്ര്യം, മനഃസാക്ഷി എന്നിവയിലുള്ള കുട്ടികളുടെ അവകാശത്തെയാണ് വികസനത്തിനുള്ള അവകാശം എന്നതുകൊണ്ട് അർത്ഥമാക്കുന്നത്. എല്ലാ കുട്ടികൾക്കും പൂർണ്ണ ആരോഗ്യത്തോടെ ജനിക്കുന്നതിനും, എല്ലാ സാദ്ധ്യതയോടുംകൂടി ജീവിക്കുന്നതിനും ആവശ്യമായ എല്ലാ അടിസ്ഥാനഘടകങ്ങളും അനുഭവിക്കുന്നതിനുള്ള അവകാശമാണ് അതിജീവനത്തിനുള്ള അവകാശം. എല്ലാത്തരത്തിലുമുള്ള ദുരുപയോഗം, കുടുംബം, സ്കൂൾ, സ്ഥാപനങ്ങൾ, സമൂഹം, പൊതുസ്ഥലങ്ങൾ എന്നിവയിലുള്ള അക്രമകരവും അപകടകരവുമായ അവസ്ഥ എന്നിവയിൽ നിന്നുള്ള സുരക്ഷിതത്വത്തിനെയാണ് സംരക്ഷണാവകാശം എന്നതുകൊണ്ട് അർത്ഥമാക്കുന്നത്. പങ്കാളിത്താവകാശം എന്നത് കുടുംബത്തിലും വിദ്യാലയങ്ങളിലും സമൂഹത്തിലും ഭരണനടപടിക്രമത്തിലും കുട്ടികൾക്കു വേണ്ടി എടുക്കുന്നതോ അവരെ ബാധിക്കുന്നതോ ആയ എല്ലാ തീരുമാനങ്ങളിലും നാടിന്റെ വികസനപ്രവർത്തനങ്ങളിലും കലാസാംസ്കാരിക പ്രവർത്തനങ്ങളിലും പങ്കാളികളാകുന്നതിനുള്ള കുട്ടികളുടെ അവകാശമാണ്. കുട്ടികളുടെ ഈ അവകാശങ്ങൾ വിശകലനം ചെയ്യുമ്പോൾ കലാവിദ്യാഭ്യാസം കുട്ടികളുടെ അവകാശമാണെന്നു കാണാം.

പങ്കാളിത്താവകാശം ചൂണ്ടിക്കാണിക്കുന്നത് കുട്ടികൾക്ക് കലാസാഹിത്യപ്രവർത്തനങ്ങൾ ആസൂത്രണം ചെയ്യുന്നതിനും സംഘടിപ്പിക്കുന്നതിനും അത്തരം പ്രവർത്തനങ്ങളിൽ പങ്കെടുക്കുന്നതിനും വിജ്ഞാനനൈപുണി ആർജ്ജിക്കുന്നതിനുമുള്ള പൂർണ്ണസ്വാതന്ത്ര്യം ഉണ്ട് എന്നാണ്. കലാസാംസ്കാരികപ്രവർത്തനങ്ങളെ അതിജീവനത്തിനുള്ള മാർഗ്ഗമായി കുട്ടികൾക്ക് തെരഞ്ഞെടുക്കാം.

വികസനാവകാശം സാക്ഷാൽക്കരിക്കപ്പെടണമെങ്കിൽ കുട്ടികളുടെ സമഗ്രവികസനത്തിന് ശാരീരിക, മാനസിക, വൈകാരികതലങ്ങൾ പരിഗണിക്കപ്പെടണം. കലാവിദ്യാഭ്യാസം കുട്ടിക്ക് പുരോഗമനാത്മകവളർച്ചയും സർഗ്ഗാത്മകശേഷികളുടെ വളർച്ചയും ഉറപ്പുവരുത്തും. വിവിധസംവിധാനങ്ങളെ കൂട്ടിയിണക്കി സമഗ്രമായ രീതിയിൽ കുട്ടികളുടെ വികസനം ഉറപ്പുവരുത്താൻ അവസരമൊരുക്കും. കലാവിദ്യാഭ്യാസ പ്രക്രിയകളിൽ കുട്ടികൾ ഏർപ്പെടുമ്പോൾ കുട്ടികളെയും കൗമരക്കാരെയും എല്ലാവിധ പീഢനങ്ങളിൽനിന്നും അനുചിത പെരുമാറ്റങ്ങളിൽനിന്നും ഉപേക്ഷകളിൽനിന്നും അരക്ഷിതാവസ്ഥയിൽനിന്നും ഇല്ലായ്മകളിൽനിന്നും സുരക്ഷയിലുള്ള ശ്രദ്ധക്കുറവിൽനിന്നും ദുരുപയോഗത്തിൽ നിന്നും ചൂഷണത്തിൽ നിന്നുമൊക്കെ സംരക്ഷിക്കപ്പെടേണ്ടതുണ്ട്. കലാവിദ്യാഭ്യാസത്തിലും കുട്ടിയുടെ സുരക്ഷാവകാശം സംരക്ഷിക്കപ്പെടണം.

അതിജീവനത്തിനുള്ള മാർഗ്ഗമെന്ന നിലയിൽ കലയിൽ അഭയം കണ്ടെത്തുന്ന കുട്ടികളുണ്ട്. വിദ്യാഭ്യാസം, കല, സംസ്കാരം എന്നിവ വികസനാവകാശങ്ങളിൽപെടുന്നു. കുട്ടികളുടെ പങ്കാളിത്താവകാശം കലാസാംസ്കാരികപ്രവർത്തനങ്ങളിൽ പങ്കെടുക്കുന്നതിനും അത്തരം പ്രവർത്തനങ്ങളുടെ ആസൂത്രണത്തിലും നടത്തിപ്പിലും പങ്കാളിയാകുന്നതിനുമുള്ള പൂർണ്ണസ്വാതന്ത്ര്യം കുട്ടികൾക്ക് ഉറപ്പുവരുത്തുന്നുണ്ട്. കുട്ടികളുടെ അവകാശങ്ങളെ നിയമാനുസൃതം സംരക്ഷിക്കേണ്ടതുണ്ട്. കുട്ടിയുടെ ഈ അവകാശങ്ങളിൽ കലാപഠനത്തിന്റെ പ്രാധാന്യവും വിദ്യാഭ്യാസത്തിൽ അത് നിർബ്ബന്ധിതമായി ഉൾപ്പെടുത്തുന്നതിലുമുള്ള അടിസ്ഥാന പ്രസക്തി കുടികൊള്ളുന്നുണ്ട്. കുട്ടികളുടെ സമഗ്രവികാസം ലക്ഷ്യമിടുന്ന വിദ്യാഭ്യാസ സമ്പ്രദായത്തിലെ ഏറ്റവും പ്രധാനപ്പെട്ട അടിസ്ഥാനഘടകങ്ങളാണ് കലയും സംസ്കാരവും. അതുകൊണ്ടാണ് കലാവിദ്യാഭ്യാസം അന്തർദ്ദേശീയ മനുഷ്യാവകാശങ്ങളിൽ ഉൾപ്പെട്ടത്. വിദ്യാഭ്യാസവിഹായസ്സിൽനിന്ന് നിഷ്കാസിതരാകുന്ന പാർശ്വവല്ക്കരിക്കപ്പെടുന്നവരുടെയും ജീവിതവെല്ലുവിളികൾ നേരിടുന്നവരുടെയും അഭയാർത്ഥികളുടെയുമെല്ലാം അവകാശമാണ് കലാപഠനം.

ഓരോ കുഞ്ഞിലും സർഗ്ഗാത്മകതയുണ്ട്. കലാപഠനം ഓരോ കുട്ടിക്കും തന്റെ പ്രതിഭ ജ്വലിപ്പിക്കുന്നതിനും വികസിപ്പിക്കുന്നതിനുമുള്ള സന്ദർഭമൊരുക്കുന്നു. സർഗ്ഗാത്മക അനുഭവങ്ങളിലൂടെയും പ്രക്രിയകളിലൂടെയും കടന്ന് കലാമേഖലയിൽ വികാസം പ്രാപിക്കുന്നതിനുള്ള

പ്രവർത്തനപരിപാടികളിൽ പങ്കെടുക്കുന്നതിനും അത്തരം പരിപാടികൾ ആസൂത്രണം ചെയ്യുന്നതിനും കുട്ടികളുടെ അവകാശങ്ങൾ ഉറപ്പുവരുത്തുന്നതിനും കലാവിദ്യാഭ്യാസ പാഠ്യപദ്ധതിയിലൂടെ കഴിയണം. കുട്ടിയുടെ സാംസ്കാരികഘടകങ്ങളെ വിദ്യാഭ്യാസത്തിൽ ഉൾച്ചേർത്തുകൊണ്ട് കലാപഠനപ്രക്രിയകൾ ആസൂത്രണം ചെയ്യണമെന്ന് കുട്ടികളുടെ അവകാശപ്രഖ്യാപനത്തിൽ എടുത്തുപറയുന്നുണ്ട്. അത്തരം പ്രക്രിയകളിലൂടെ കുട്ടി കടന്നുപോകുമ്പോൾ സ്വതന്ത്രമായി ചിന്തിക്കുന്നതിനും പ്രവർത്തിക്കുന്നതിനുമുള്ള സ്വാതന്ത്ര്യം കുട്ടിക്ക് ലഭിക്കും. സർഗ്ഗാത്മകത സംബന്ധിച്ച ബോധവും സന്നദ്ധതയും ആശയസമൃദ്ധിയുള്ള ഭാവനയും വൈകാരികബുദ്ധിയും അതിജീവനനൈപുണികളും സ്വയംനിയന്ത്രണത്തിനുള്ള ധാർമ്മികമണ്ഡലവും അതിലൂടെ പരിപോഷിപ്പിക്കപ്പെടുമെന്നും ചൂണ്ടിക്കാട്ടുന്നു.

കലാവിദ്യാഭ്യാസത്തിന് വഴികാട്ടി

കലാവിദ്യാഭ്യാസത്തിന് വഴികാട്ടിയായി യുനസ്കോ (2006) തയ്യാറാക്കിയ പദ്ധതി (Road Map for Arts Education) യിൽ മനുഷ്യാവകാശങ്ങൾ, കുട്ടികളുടെ അവകാശങ്ങൾ എന്നിവ സംബന്ധിച്ച ആഗോള പ്രഖ്യാപനങ്ങളും അവകാശരേഖകളും വിശകലനം ചെയ്യുന്നുണ്ട്. ഗുണനിലവാരമുള്ള വിദ്യാഭ്യാസത്തിന്റെ സാമൂഹ്യവും ബോധനശാസ്ത്രപരവും സൈദ്ധാന്തികവുമായ തലങ്ങൾ പരിഗണിക്കുന്നുണ്ട്. ലോകത്തിന്റെ ശക്തി സാംസ്കാരികവൈവിദ്ധ്യമാണെന്ന് തിരിച്ചറിയുന്നുണ്ട്. ഇത്തരം കാഴ്ചപ്പാടുകളെ പരിഗണിച്ചുകൊണ്ടും കലാവിദ്യാഭ്യാസവുമായി ബന്ധപ്പെട്ടുയർന്നുവരുന്ന ചോദ്യങ്ങളെ വിശകലനം ചെയ്തുകൊണ്ടുമാണ് കലാവിദ്യാഭ്യാസലക്ഷ്യങ്ങൾ യുനസ്കോ പ്രഖ്യാപിക്കുന്നത്.

കലാവിദ്യാഭ്യാസവുമായി ബന്ധപ്പെട്ട് വരുന്ന ഏതൊക്കെ പ്രധാന ചോദ്യങ്ങളാണ് വിശകലനത്തിന് വിധേയമാക്കിയതെന്നു നോക്കാം. ആസ്വാദനത്തിനുവേണ്ടി മാത്രമാണോ കല പഠിക്കേണ്ടത്? കല കലയ്ക്കുവേണ്ടി എന്ന ആശയം മുൻനിർത്തി ഒരു പ്രത്യേക വിഷയമായിട്ടാണോ കല പഠിക്കേണ്ടത്? അതോ കലയിലൂടെ ഉരുത്തിരിയുന്ന അറിവുകൾക്കും കഴിവുകൾക്കും മൂല്യങ്ങൾക്കും സാമൂഹ്യബോധത്തിനും വേണ്ടിയാണോ കല പഠിക്കേണ്ടത്? അതോ രണ്ടിനുംകൂടിയാണോ കല പഠിക്കേണ്ടത്? തെരഞ്ഞെടുത്ത കലാമേഖലകളിലെ പ്രതിഭകൾക്കുവേണ്ടിമാത്രമാണോ കലാവിദ്യാഭ്യാസം? അതോ എല്ലാവർക്കും വേണ്ടിയാണോ? ഇത്തരം ചോദ്യങ്ങൾ സജീവ ചർച്ചയ്ക്ക് വിധേയമാക്കിയിട്ടുണ്ട്.

പ്രധാനമായും നാലു ലക്ഷ്യങ്ങളാണ് കലാവിദ്യാഭ്യാസത്തിനായി യുനസ്കോ മുന്നോട്ടു വയ്ക്കുന്നത്.

കലാവിദ്യാഭ്യാസത്തിലൂടെ മനുഷ്യന്റെ വിദ്യാഭ്യാസ അവകാശം ഉയർത്തിപ്പിടിക്കുകയും സാംസ്കാരികപങ്കാളിത്തം ഉറപ്പാക്കുകയും

ചെയ്യുക എന്നതാണ് ഒന്നാമത്തെ ലക്ഷ്യം. മനുഷ്യാവകാശങ്ങളെ സംബന്ധിച്ച ആഗോളപ്രഖ്യാപനങ്ങളെയും കുട്ടികൾക്കായുള്ള അന്താരാഷ്ട്ര ഉടമ്പടികളെയും വിശകലനം ചെയ്തുകൊണ്ടാണ് കലാവിദ്യാഭ്യാസത്തിന്റെ ഇങ്ങനെയൊരു ലക്ഷ്യം പ്രഖ്യാപിച്ചിട്ടുള്ളത്. കുട്ടികളുടെ വികസനത്തിനായുള്ള അവകാശം, അതിജീവനത്തിനായുള്ള അവകാശം, പങ്കാളിത്താവകാശം, സംരക്ഷണത്തിനായുള്ള അവകാശം എന്നിവയെ ഉൾപ്പെടുത്തിക്കൊണ്ട് കലാവിദ്യാഭ്യാസത്തെ കാണേണ്ടി വരുന്നു.

വ്യക്തിഗത കഴിവുകളുടെ വികസനമാണ് രണ്ടാമത്തെ ലക്ഷ്യം. കുട്ടിയുടെ കായികവും ബൗദ്ധികവും സർഗ്ഗാത്മകവും വൈകാരികവും സാമൂഹികവുമായ വികസനമേഖലകളെ ഉദ്ഗ്രഥിക്കുന്ന വിദ്യാഭ്യാസപദ്ധതിക്ക് കലാവിദ്യാഭ്യാസത്തിന് മികച്ച സംഭാവനകൾ നല്കുവാനാകും. വിദ്യാഭ്യാസം, സംസ്കാരം, കല എന്നിവ തമ്മിൽ ജീവസുറ്റതും ചലനാത്മകവും ഫലപ്രദവുമായ ബന്ധങ്ങൾ സൃഷ്ടിച്ചെടുക്കുന്നതിന് ഇതിലൂടെ കഴിയും. വരുംനാളുകളിൽ ഉണ്ടാകുന്ന വെല്ലുവിളികളെ നേരിടുവാൻ ഓരോ രാജ്യവും അതിന്റെ സാംസ്കാരിക സമ്പത്തിനെ ഫലപ്രദമായി പ്രയോജനപ്പെടുത്തേണ്ടി വരും. ഇതിനു തലമുറയെ പ്രാപ്തമാക്കണമെങ്കിൽ വ്യക്തിഗത പ്രതിഭാവൈശിഷ്ട്യങ്ങൾ കണ്ടെത്തുകയും പ്രോത്സാഹിപ്പിക്കുകയുംവേണം. കലാസാംസ്കാരികപ്രവർത്തനങ്ങൾ ആസൂത്രണം ചെയ്തും സംഘടിപ്പിച്ചും പങ്കെടുത്തും അവരുടെ അറിവും കഴിവും സാമൂഹ്യബോധവും പരിസ്ഥിതിബോധവും വളർന്നുവരണം. സാംസ്കാരിക ഉദ്യമങ്ങളുടെ വളർച്ചയ്ക്ക് അനുസൃതമായി വൈവിദ്ധ്യമാർന്ന സാംസ്കാരിക പ്രകടനങ്ങളും വളർന്നുവരണം.

വിദ്യാഭ്യാസഗുണനിലവാരം ഉയർത്തുക എന്നതാണ് കലാവിദ്യാഭ്യാസത്തിന്റെ മൂന്നാമത്തെ ലക്ഷ്യം. ഗുണനിലവാരമുള്ള വിദ്യാഭ്യാസം കുട്ടികളുടെ അവകാശമാണ്. അത് പഠിതാവ് കേന്ദ്രീകൃതമാകണം. ഗുണനിലവാരത്തെ മൂന്ന് തത്ത്വങ്ങളുടെ അടിസ്ഥാനത്തിൽ യുനസ്കോ വിശദീകരിക്കുന്നു. ഒന്നാമതായി, അതു കുട്ടിക്ക് അനുയോജ്യമായതും സാർവ്വികമൂല്യങ്ങളെ വികസിപ്പിക്കുന്നതുമാകണം. രണ്ടാമതായി, അത് അവസരതുല്യതയും സാമൂഹ്യമായ ഉൾച്ചേർക്കലും ഉറപ്പുവരുത്തണം. സാമൂഹ്യമായ പുറന്തള്ളലിനാകരുത്. മൂന്നാമതായി, വ്യക്തിഗത അവകാശങ്ങളെയും ആവശ്യങ്ങളെയും പ്രതിഫലിപ്പിക്കുന്നതും നിറവേറ്റുന്നതുമായിരിക്കണം.

ഓരോ കുട്ടിയെയും ഓരോ യൂണിറ്റായി കണ്ടുകൊണ്ട് എല്ലാ കുട്ടികളെയും ഭാവിയിൽ സാമൂഹ്യപ്രക്രിയകളിൽ ഫലപ്രദമായി പ്രവർത്തിക്കുന്നതിന് സജ്ജരാക്കുന്നതിന് അനുയോജ്യമായ പാഠ്യപദ്ധതി രൂപപ്പെടണം. അതിൽ കലാപഠനം പ്രത്യേക വിഷയമായി കണ്ടുകൊണ്ടും മറ്റു വിഷയങ്ങളിൽ ഉൾച്ചേർത്തുകൊണ്ടും ഗുണനിലവാരം ഉറപ്പുവരുത്തണം. സജീവപഠനം, പ്രാദേശികപ്രസക്തമായ പാഠ്യപദ്ധതി, പ്രാദേശിക സമൂഹം, കല, സംസ്കാരം, സ്വയം പ്രചോദിതരും പരിശീലനം

സിദ്ധിച്ചതുമായ അദ്ധ്യാപകർ തുടങ്ങിയവയെല്ലാം അതിനുള്ള മുന്നുപാധികളാണ്.

സാംസ്കാരിക വൈവിദ്ധ്യങ്ങളുടെ ആവിഷ്കാരങ്ങൾ പരിപോഷിപ്പിക്കുക എന്നതാണ് കലാവിദ്യാഭ്യാസത്തിന്റെ നാലാമത്തെ ലക്ഷ്യമായി യുനസ്കോ കാണുന്നത്. സാംസ്കാരിക അറിവുകളുടെ വിനിമയം, സാംസ്കാരിക നവീകരണം, സാംസ്കാരിക ആവിഷ്കാരങ്ങൾ എന്നിവയുടെ ഉപാധികളാണ് കലകൾ. ഓരോ സംസ്കാരത്തിനും തനതു കലാരൂപങ്ങളും ആവിഷ്കാര രീതികളും, സാംസ്കാരികമായ ആചാരങ്ങളും ഉണ്ട്. ഈ സാംസ്കാരികവൈവിദ്ധ്യങ്ങളെ അംഗീകരിച്ചുകൊണ്ടും മാനിച്ചുകൊണ്ടും അതിന്റെ സൃഷ്ടിപരവും കലാപരവുമായ ഉല്പന്നങ്ങളെ നോക്കിക്കാണണം. സമകാലീനവും പരമ്പരാഗതവുമായ ഇത്തരം ഉല്പന്നങ്ങൾ മനുഷ്യന്റെ സർഗ്ഗാത്മക ഉല്പന്നങ്ങളാണ്. അവയിൽ നവീകരിക്കപ്പെട്ട പരമ്പരാഗത ഉല്പന്നങ്ങളും പുതിയ സൃഷ്ടികളുമുണ്ടാകും. മനുഷ്യന്റെ ഇത്തരം സർഗ്ഗാത്മ ഉല്പന്നങ്ങളുടെ പിറവിക്ക് ആധാരമായി അവന്റെ ചിന്താമണ്ഡലത്തെ സ്വാധീനിച്ച സാംസ്കാരികഘടകങ്ങളെ വിശകലനത്തിന് വിധേയമാക്കണം. മാനവസംസ്കാരത്തിന്റെ സമഗ്രത, ശ്രേഷ്ഠത, പൈതൃകം, ചരിത്രം, സൗന്ദര്യം എന്നിവ സംബന്ധിച്ച് ഈ സാംസ്കാരിക ഘടകങ്ങൾ എന്തൊക്കെ തനതുസംഭാവനകൾ നല്കുന്നുവെന്ന് അപ്പോൾ നമുക്ക് തിരിച്ചറിയുവാനാകും. ഇത്തരം തെളിച്ചങ്ങൾ നമ്മുടെ സാംസ്കാരികാവബോധത്തെ പുഷ്ടിപ്പെടുത്തും.

കലാവിദ്യാഭ്യാസം സാംസ്കാരിക അവബോധത്തെയും സാംസ്കാരിക ഘടകങ്ങളെയും അതിന്റെ ഭാഗമായുള്ള ആവിഷ്കാരങ്ങളെയും പരിപോഷിപ്പിക്കുന്നതിനും അങ്ങനെ സാംസ്കാരിക ഉന്നമനത്തിന് വഴി തെളിക്കുന്നതുമായി മാറണം. മാതൃഭാഷയെ ആദരിക്കുന്നതിനൊപ്പം ഭാഷാവൈവിദ്ധ്യത്തെ അംഗീകരിക്കുന്നതിനും കഴിയണം. മനുഷ്യസംസ്കാരത്തിന്റെ ചാലകശക്തി അതിന്റെ സാംസ്കാരികവൈവിദ്ധ്യമാണെന്ന് കലാവിദ്യാഭ്യാസത്തിലൂടെ കുട്ടികൾ തിരിച്ചറിയണം. സാംസ്കാരികവൈവിദ്ധ്യത്തെ അംഗീകരിച്ചുകൊണ്ട് ആവിഷ്കാരങ്ങളെ പരിപോഷിപ്പിക്കുന്ന ബോധനതന്ത്രങ്ങൾ അറിവിന്റെ വിനിമയത്തിനായി പ്രയോജനപ്പെടുത്തണം.

കലാവിദ്യാഭ്യാസം ഇന്ത്യയിൽ

കുട്ടികളുടെ സമഗ്രവികസനത്തിൽ കലാപഠനത്തിന്റെ സ്ഥാനം സംബന്ധിച്ച് ഇന്ത്യയിലെ വിവിധ വിദ്യാഭ്യാസ കമ്മീഷനുകളും ചിന്തിച്ചിട്ടുണ്ട്. മുതലിയാർ കമ്മീഷൻ എന്താണ് കലാപഠനത്തെക്കുറിച്ച് പറയുന്നതെന്നു നോക്കാം.

"Release of creative energy among the students so that they may be able to appreciate cultural heritage and cultivate rich interest, which may can pursue in their liesure and later in life."

കുട്ടികളുടെ കലാപരമായ ആശയപ്രകടനത്തിനും അന്വേഷണത്തിനും അവസരം നല്കുന്ന പാഠ്യപദ്ധതിയുടെ അനിവാര്യതയെക്കുറിച്ചുള്ള ചിന്തയാണിത്. കുട്ടി തന്റെ ആശയങ്ങളെയോ, ഭാവത്തെയോ, വികാരത്തെയോ ഗ്രഹിച്ച് അത് മറ്റുള്ളവരുമായി കലാരൂപങ്ങളിലൂടെ പങ്കുവയ്ക്കാനാഗ്രഹിക്കുന്നു. അതുകൊണ്ട് ചിത്രരചന, നാടകം, കരകൗശലം, സംഗീതം, ഡാൻസ് തുടങ്ങിയ കലാരൂപങ്ങൾ പാഠ്യപദ്ധതിയിൽ ഉൾപ്പെടുത്തണമെന്നാണ് ഇത് സൂചിപ്പിക്കുന്നത്. ഇതിലൂടെ കുട്ടികൾ നമ്മുടെ സാംസ്കാരികപൈതൃകത്തെക്കുറിച്ച് ഗുണനിരൂപണം നടത്തും. അതിനെ വിലമതിക്കും.

ഇനി കോത്താരി കമ്മീഷന്റെ നിരീക്ഷണങ്ങളിലേക്ക് കടക്കാം.

"Adequate facilities for the training of the teachers in music and the visual art do not exist. The neglect of the arts in education impoverishes the educational process and leads to the decline of aesthetic tastes and values."

വിദ്യാഭ്യാസത്തിൽ കലയ്ക്ക് പ്രമുഖ സ്ഥാനം ഉണ്ടെന്നാണ് കോത്താരി കമ്മീഷൻ നിരീക്ഷിക്കുന്നത്. കലയെ അവഗണിക്കുന്നത്

വിദ്യാഭ്യാസത്തിന്റെ ഗുണനിലവാരത്തെ ബാധിക്കും. ഒട്ടേറെ സൗന്ദര്യാനുഭവങ്ങളുമായിട്ടാണ് കുട്ടികൾ സ്കൂളിൽ എത്തുന്നത്. കുട്ടികളുടെ സാമൂഹ്യ-സാംസ്കാരിക പശ്ചാത്തലങ്ങൾ എത്ര വ്യത്യസ്തമായിരുന്നാലും കലാപരമായ അംശങ്ങളും വസ്തുതകളും വളരെ സർഗ്ഗാത്മകമായ രീതിയിൽ പ്രകടിപ്പിക്കുന്നതിനുള്ള പ്രവണത അവർ പ്രകടിപ്പിക്കുന്നു. വ്യത്യസ്തമായ കലാരൂപങ്ങൾ, മാധ്യമങ്ങൾ, വസ്തുക്കൾ എന്നിവയെല്ലാം ഉപയോഗിച്ച് തന്റെ കലാശയങ്ങൾ പ്രകടിപ്പിക്കുന്നതിനും അതിൽ പരീക്ഷണം നടത്തുന്നതിനും അവർക്ക് കഴിവുണ്ട്. അത്യധികം ആഹ്ലാദമാണ് അതിലൂടെ കുട്ടികൾക്ക് ലഭിക്കുന്നത്. ഇതു കാണിക്കുന്നത് എന്താണ്? കുട്ടികളെ സംബന്ധിച്ചിടത്തോളം കല അവരുടെ ക്ലാസ്റൂം പഠനത്തെ കൂടുതൽ സമ്പുഷ്ടമാക്കുവാൻ സഹായിക്കുന്ന ഒരു ഉപാധിയാണ്. ഇക്കാര്യം അവഗണിക്കുന്നതുകൊണ്ട് എന്താണ് സംഭവിക്കുന്നത്? വിദ്യാഭ്യാസപ്രക്രിയ തികച്ചും യാന്ത്രികമായിത്തീരുന്നു. അതിന്റെ ഗുണത നഷ്ടപ്പെടുന്നു. സ്വന്തം ലോകത്തെക്കുറിച്ച് അറിയുന്നതിനും അന്വേഷിക്കുന്നതിനും തനിക്ക് ലഭിച്ച അനുഭവങ്ങളെയും വൈവിദ്ധ്യമാർന്ന പരിസ്ഥിതിയെയും പ്രയോജനപ്പെടുത്തിക്കൊണ്ട് അവയെ പുനർനിർമ്മിക്കുന്നതിനും കലാപഠനം കുട്ടിയെ സഹായിക്കുന്നു. താളം, ദൃശ്യബിംബങ്ങൾ, പ്രാദേശിക സംഗീതം, നിറങ്ങൾ, താളാത്മ ശരീരചലനങ്ങൾ, പാട്ടുകൾ എന്നിങ്ങനെ പലതിനെയും കുറിച്ചുള്ള അനുഭവങ്ങൾ ഉൾക്കൊള്ളുന്നതാണ് കുട്ടികളുടെ സൗന്ദര്യാനുഭവം.

കോത്താരി കമ്മീഷന്റെ നിർദ്ദേശങ്ങൾ പരിഗണിച്ച് കലാപഠനത്തിന്റെ അവസ്ഥയും സാദ്ധ്യതകളും പഠിക്കുന്നതിന് വിദഗ്ദ്ധരുടെ ഒരു പ്രത്യേക സമിതി രൂപീകരിക്കുകയുണ്ടായി.

ദേശീയ കലാവിദ്യാഭ്യാസ അസോസിയേഷൻ (1973) ഗുണനിലവാരമുള്ള കലാപഠനത്തിന് ചില പഠനരീതികൾ തിരിച്ചറിഞ്ഞ് പ്രസ്താവിച്ചിട്ടുണ്ട്. വസ്തുക്കളെ തിരിച്ചറിയുന്നതിനും കൈകാര്യം ചെയ്യുന്നതിനും സഹായിക്കുന്ന ആശയങ്ങളും വികാരങ്ങളും പ്രകടമാക്കുന്നതിന് സഹായിക്കൽ, വസ്തുക്കളും പ്രക്രിയകളും ഉപയോഗിച്ച് പരീക്ഷണങ്ങളിൽ ഏർപ്പെടുന്നതിന് അവസരം നല്കൽ, സാമൂഹ്യപ്രതികരണങ്ങൾ നടത്തുന്നതിനും പുതുമയുള്ള കലാരൂപങ്ങൾ സൃഷ്ടിക്കുന്നതിനും ഫലപ്രദമായ അവസരം ഒരുക്കൽ, ബൗദ്ധികവും ഭാഷാപരവും ചലനാത്മകവുമായ നൈപുണികളുടെ വികസനം ഉറപ്പുവരുത്തൽ എന്നിവയ്ക്ക് ഇണങ്ങിയ പഠനരീതികളാണ് സ്വീകരിക്കേണ്ടത്. അതിലൂടെ കലാസാമഗ്രികളും അവ സൂക്ഷിക്കുന്ന ഇടങ്ങളും തമ്മിലുള്ള ബന്ധം തിരിച്ചറിയുന്നതിനും, വരകളും കുറികളും, വർണ്ണവ്യത്യാസങ്ങളും, അവ തമ്മിലുള്ള ഇഴയടുപ്പവും മനസ്സിലാക്കുന്നതിനും കുട്ടികൾക്ക് കഴിയണം. കുട്ടികൾ ശ്രദ്ധ കേന്ദ്രീകരിക്കുന്ന സമയം ഉയർത്തുന്നതിനും സഹപാഠികളുമായും അദ്ധ്യാപകരുമായും നടക്കുന്ന ആശയവിനിമയത്തെ

പ്രോത്സാഹിപ്പിക്കുന്നതിനും ഏറ്റെടുക്കുന്ന പ്രവർത്തനങ്ങൾ ആഹ്ലാദ പൂർവ്വം പൂർത്തീകരിക്കുന്നതിനും കലാസൃഷ്ടികളെ വിലയിരുത്തുന്ന തിനും കുട്ടികൾക്ക് അവസരം ലഭിക്കണം. കുഞ്ഞുമനസ്സുകളിലേക്ക് അനുകരണം കടത്തിവിടുന്നതിന് ശ്രമിക്കാറുണ്ട്. ഇത് കുട്ടിയുടെ സർഗ്ഗാത്മകവളർച്ചയ്ക്ക് തടസ്സം സൃഷ്ടിക്കുമെന്ന് ദേശീയ കലാവിദ്യാഭ്യാസ അസോസിയേഷൻ ചൂണ്ടിക്കാട്ടുന്നു.

1986 ൽ നിലവിൽവന്ന ദേശീയ വിദ്യാഭ്യാസനയത്തിന്റെ ഭാഗമായി 1992 ൽ പ്രവർത്തനപരിപാടി ആവിഷ്കരിക്കുകയുണ്ടായി. കലാവിദ്യാഭ്യാസത്തിനായുള്ള കൃത്യമായ നിലപാട് അതിൽ വ്യക്തമാക്കുന്നുണ്ട്.

"An illustrated view on the cultural perspective interlinking education and culture in order to promote the process of child personality develoment particularly in terms of discovering the inherent potentials of the child."

ഒരു കൊച്ചു ക്രയോൺ പെൻസിൽ കുട്ടിക്കുകൊടുത്താൽ എന്താണ് സംഭവിക്കുക? കുട്ടി തന്റെ നൈസർഗ്ഗികകഴിവുകൾ പുറത്തെടുക്കും. കുട്ടി സർഗ്ഗാത്മകത ഉപയോഗിച്ച് ചുറ്റും കാണുന്നവയെ ചില പ്രതീകങ്ങൾ ഉപയോഗിച്ച് വരച്ചുകാണിക്കാൻ ശ്രമിക്കും. കുട്ടികൾക്ക് രൂപകങ്ങളും പ്രതീകങ്ങളും ഉപയോഗിക്കുന്നതിൽ പ്രത്യേകതാല്പര്യം തന്നെയുണ്ട്. ചിത്രരചനയോ, നിറംകൊടുക്കലോ, പാട്ടോ, നാടകമോ, ഡാൻസോ തുടങ്ങി ഏതു കലാരൂപമോ ആകട്ടെ അതിൽ പങ്കെടുക്കുമ്പോൾ കുട്ടിയുടെ ചിന്തയിൽ ജനിക്കുന്ന രൂപകങ്ങളും പ്രതീകങ്ങളും സർഗ്ഗസൃഷ്ടിയായി പുറത്തുവരും. കുട്ടികളുടെ ഇത്തരം കലാസൃഷ്ടികൾ സംസ്കാരത്തിന്റെ പ്രതിഫലനങ്ങളായി അല്ലെങ്കിൽ ആവിഷ്കാരങ്ങളായി കാണേണ്ടതുണ്ട്. അങ്ങനെ കലയിലൂടെ സംസ്കാരം വരും തലമുറയുടെ സാമൂഹികപരിവർത്തനത്തിലും ജീവിതരീതിയിലും നിർണ്ണായകഘടകമായി മാറും. വിദ്യാഭ്യാസവും കലയും സംസ്കാരവും തമ്മിലുണ്ടാകേണ്ട സമഗ്രബന്ധത്തെയാണ് ഇത് സൂചിപ്പിക്കുന്നത്. ഓരോ കുട്ടിയിലും കുടികൊള്ളുന്ന പ്രതിഭാവൈശിഷ്ട്യങ്ങളെ കണ്ടെത്തി പരിപോഷിപ്പിക്കുന്നതിലൂടെ മാത്രമേ ആ സമഗ്രബന്ധം അർത്ഥപൂർണ്ണമായ വിധത്തിൽ വളർന്നുവരികയുള്ളൂ. കുട്ടിയുടെ ചിന്തയെയും ഭാവനയെയും വികാരത്തെയും ഉദ്ദീപിപ്പിക്കുമ്പോഴാണ് കുട്ടിയുടെ അന്തർലീന കഴിവുകൾ പ്രകാശിതമാകുന്നത്.

എൻ സി എഫും കലാപഠന സമീപനവും

2006 ൽ യുനസ്കോ കലാവിദ്യാഭ്യാസപദ്ധതി തയ്യാറാക്കുന്നതിന് മുമ്പുതന്നെ ദേശീയ വിദ്യാഭ്യാസ ഗവേഷണ കൗൺസിൽ (NCERT) ദേശീയപാഠ്യപദ്ധതി ചട്ടക്കൂട് (NCF 2005) രൂപപ്പെടുത്തിയിരുന്നു. അതിൽ കലാവിദ്യാഭ്യാസത്തിന് പ്രത്യേക പൊസിഷൻ പേപ്പർ തന്നെ ഉണ്ടായിരുന്നു. എൻ സി എഫ് (2005) കലാവിദ്യാഭ്യാസത്തെ എങ്ങനെയാണ് നോക്കിക്കാണുന്നത്?

കലകൾ സ്വതന്ത്രമായ ഒരു പഠനമേഖലയായിരിക്കണമെന്ന് എൻ സി എഫ് (2005) പറയുന്നു. ഇക്കാര്യം പ്രാവർത്തികമാക്കുവാൻ കലാപഠനത്തെ സംബന്ധിച്ചുള്ള ധാരണ പുനർനിർവ്വചിക്കുകയും സാദ്ധ്യതകളെ വിപുലീകരിക്കുകയും ചെയ്തിരുന്നു.

ഗണിതം, ശാസ്ത്രം, സാമൂഹ്യശാസ്ത്രം എന്നിവയോടൊപ്പം കലാവിദ്യാഭ്യാസത്തെയും ഒരു കോർ വിഷയമായി അംഗീകരിക്കുന്നു. ഇതോടെ കലകൾ പൊതുവിൽ അക്കാദമികവിഷയങ്ങളുമായി ബന്ധപ്പെട്ട വിജ്ഞാനസമ്പാദന പ്രക്രിയകളെ ത്വരിതപ്പെടുത്തുവാൻ സഹായിക്കുക മാത്രമേ ചെയ്യുന്നുള്ളൂ എന്ന പരമ്പരാഗത ധാരണ തിരുത്തിക്കുറിക്കപ്പെട്ടു. കല എന്നത് ജ്ഞാനതലം, വൈകാരികതലം, ആസ്വാദനതലം എന്നിവയുടെ സങ്കീർണ്ണമായ പ്രതിപ്രവർത്തനം വഴി പുതിയ അർത്ഥങ്ങൾ സൃഷ്ടിക്കുന്ന പ്രക്രിയയായി എൻ സി എഫ് (2005) നോക്കിക്കാണുന്നു. പുതിയ ഗവേഷണാത്മക പഠനപ്രക്രിയകൾ വികസിപ്പിച്ചെടുക്കേണ്ട ഒരു മേഖലയാണ് കലാപഠനം എന്ന കാഴ്ചപ്പാടിന് ഊന്നൽ നല്കുന്നതിനോടൊപ്പംതന്നെ കുട്ടികളുടെ കലാപരമായ അനുഭവങ്ങളുടെ വളർച്ചയും വികാസവും ശരിയാംവിധം പ്രതിഫലിപ്പിക്കുന്നതിന് സഹായകമായ വിലയിരുത്തൽ തന്ത്രങ്ങൾ ആവിഷ്കരിക്കുകയും ചെയ്തിട്ടുണ്ട്.

കലാപഠനം പ്രൈമറി, സെക്കന്ററിതലത്തിൽ നിർബ്ബന്ധമാക്കണമെന്നും എൻ സി എഫ് (2005) ശുപാർശ ചെയ്തിട്ടുണ്ട്. കലാപഠനത്തിന് രണ്ടുതരം സമീപനങ്ങൾ സ്കൂൾതലത്തിൽ നിർദ്ദേശിച്ചിട്ടുണ്ട്. ആഗോളതലത്തിൽ കലാപഠനത്തിന് സ്വീകരിച്ചിട്ടുള്ള സമീപനങ്ങൾ തന്നെയാണ് എൻ സി എഫും സ്വീകരിച്ചത്.

കലാവിദ്യാഭ്യാസം ഒരു പ്രത്യേക വിഷയമെന്ന നിലയിൽ പഠിക്കുന്ന സമീപനമാണ് അതിലൊന്ന്. ഇതിനായി കലാവിദ്യാഭ്യാസ പാഠ്യപദ്ധതി തയ്യാറാക്കേണ്ടതുണ്ട്. പ്രൈമറി ക്ലാസുകളിൽ മറ്റു വിഷയങ്ങളുമായി കലകളെ പരമാവധി ഉദ്ഗ്രഥിക്കുകയും വേണം.

കല ഉൾച്ചേർന്നുള്ള വിദ്യാഭ്യാസം എന്ന സമീപനമാണ് മറ്റൊന്ന്. ഈ സമീപനത്തിൽ പലതരം കലാരൂപങ്ങൾ പഠനബോധനത്തിനുപയോഗിക്കാവുന്ന ഉപാധികളായിട്ടാണ് കണക്കാക്കപ്പെടുന്നത്. അതായത് കലാരൂപങ്ങൾ മറ്റു വിഷയങ്ങളിലെ ഉള്ളടക്കഘടകങ്ങളുമായും പ്രക്രിയകളുമായും ഉദ്ഗ്രഥിക്കപ്പെടുന്നു. മറ്റൊരുതരത്തിൽ പറഞ്ഞാൽ ഭാഷ, ഗണിതം, ശാസ്ത്രം, സാമൂഹ്യശാസ്ത്രം തുടങ്ങിയ വിഷയങ്ങളുടെ അറിവ് നിർമ്മാണപ്രക്രിയകളിൽ ഉചിതമായ ഇടങ്ങളിൽ കലാരൂപങ്ങൾ കടന്നുവരുന്നു. കലാവിദ്യാഭ്യാസത്തെ മറ്റു വിഷയങ്ങളുമായി ഉദ്ഗ്രഥിക്കുന്നത് ഒരു കൊടുക്കൽ വാങ്ങൽ പ്രക്രിയയിലൂടെയായിരിക്കണം.

മേല്പറഞ്ഞ രണ്ടു സമീപനങ്ങളും പഠിതാവ് കേന്ദ്രീകൃതവും അനുഭവാധിഷ്ഠിതവുമായിരിക്കണം. എല്ലാ കലകൾക്കും പൊതുവായ അടിസ്ഥാന ചലനാത്മകപ്രക്രിയയുണ്ട്. ഇതിനോട് കുട്ടികൾ പ്രതിക

രിക്കുന്നുണ്ട്. ഇതിൽ ഒരു ക്രമം കാണാവുന്നതാണ്. കുട്ടി ചുറ്റുപാടുമുള്ള ലോകത്തെ ഇന്ദ്രിയാനുഭവങ്ങളിലൂടെ തിരിച്ചറിഞ്ഞ് അർത്ഥപൂർണ്ണമായ വ്യാഖ്യാനങ്ങൾ നല്കുന്നു. അതിനുശേഷം അങ്ങനെ തിരിച്ചറിഞ്ഞ കാര്യങ്ങളോട് പ്രതികരിക്കുന്നു. തുടർന്ന് ഈ പ്രതികരണങ്ങളെ വിവിധ മാധ്യമങ്ങൾ, സങ്കേതങ്ങൾ, ബിംബങ്ങൾ, സർഗ്ഗാത്മകത എന്നിവ വഴി പ്രകാശിപ്പിക്കുന്നു. കുട്ടി അതിലൂടെ കുട്ടിയുടെ തലത്തിലുള്ള ആത്മസാക്ഷാൽക്കാരം നേടുകയാണ് ചെയ്യുന്നത്. എൻ സി എഫിന്റെ ഭാഗമായി കലയ്ക്കു വേണ്ടി രൂപംകൊടുത്ത ദേശീയ ഫോക്കസ് ഗ്രൂപ്പിന്റെ നിരീക്ഷണത്തിൽ ഏതൊരു കലാരൂപത്തിന്റെയും ഉന്നതലക്ഷ്യം ആത്മസാക്ഷാൽക്കാരം നേടുക എന്നുള്ളതാണ്.

സംവേദനക്ഷമത പരിപോഷിപ്പിച്ചുകൊണ്ട് സർഗ്ഗാത്മകതയ്ക്ക് ചിറകുകൾ നല്കുന്നതാകണം കലാവിദ്യാഭ്യാസം. കുട്ടികളുടെ താല്പര്യത്തിനും കഴിവിനും അനുസരിച്ച് ഭയരഹിതവും വിമർശനരഹിതവും പ്രോത്സാഹനജനകവുമായ അന്തരീക്ഷം കലാപരിശീലനത്തിന് ആവശ്യമാണ്. വളർച്ചയുടെയും വികാസത്തിന്റെയും ഫലമായി കുട്ടികൾ കൂടുതൽ കൂടുതൽ അനുഭവങ്ങൾ ആർജ്ജിക്കുമ്പോൾ നേരത്തെ ഉപയോഗിച്ചിരുന്ന രൂപകങ്ങളും പ്രതീകങ്ങളും വഴിമാറുകയും ആ സ്ഥാനത്തേക്ക് കൂടുതൽ യഥാർത്ഥമായ പ്രതിനിധീകരണങ്ങൾ കടന്നുവരികയും ചെയ്യുന്നു. അതായത് പ്രബുദ്ധമായ ശൈലി അവരുടെ കലാരൂപങ്ങളിൽ വന്നുചേരുന്നു.

കലാവിദ്യാഭ്യാസം പ്രൈമറിതലത്തിൽ

എൻ സി എഫ് (2005) പ്രൈമറിതലത്തിൽ കലയുടെ ലക്ഷ്യങ്ങൾ പ്രസ്താവിക്കുന്നുണ്ട്. കലയിലൂടെ കുട്ടികൾക്ക് ആനന്ദം കണ്ടെത്താനാവുക, വിവിധ കലാരൂപങ്ങളെ വിവേചിച്ചറിയുന്നതിനും അവ ആസ്വദിക്കുന്നതിനും അവരെ പ്രാപ്തരാക്കുക, സംവേദനം, സൗന്ദര്യാസ്വാദനം എന്നിവ സംബന്ധിച്ച് ഉൾക്കാഴ്ച വികസിക്കുക, നിത്യജീവിതവുമായും പാഠ്യവിഷയങ്ങളുമായും കലാപരമായ അറിവുകളെ ഉദ്ഗ്രഥിക്കുക, പഠിതാക്കളെ കൂടുതൽ സർഗ്ഗാത്മക തലത്തിലുയർത്തുക, രാജ്യത്തിന്റെ സമ്പന്നമായ സാംസ്കാരിക പൈതൃകത്തെക്കുറിച്ച് അവബോധമുണ്ടാക്കുക, നിരീക്ഷണം, പര്യവേഷണം, ആവിഷ്കാരം എന്നിവയിലൂടെ ഇന്ദ്രിയാനുഭവങ്ങളെ സമ്പന്നമാക്കുകയും അർത്ഥപൂർണ്ണമായ വ്യാഖ്യാനങ്ങളിലേക്ക് നയിക്കുകയും ചെയ്യുക തുടങ്ങിയവയാണ് പ്രധാന ലക്ഷ്യങ്ങളായി കണ്ടിരിക്കുന്നത്.

പിൻവാങ്ങലിനിടവരുത്തുന്ന തരത്തിൽ കുട്ടികളുടെ സൃഷ്ടികളെയും പ്രകടനങ്ങളെയും നിരീക്ഷിച്ച് പൊരുത്തക്കേട് കണ്ടെത്തി വിമർശനങ്ങൾ നടത്തുവാൻ പാടില്ല. കലാവികസനത്തിന് സഹായിക്കും തരത്തിൽ മെച്ചപ്പെടേണ്ട തലങ്ങളെക്കുറിച്ച് കുട്ടിയുമായി വ്യക്തിപരമായി ചർച്ചചെയ്യുന്നത് കുട്ടിയെ പ്രോത്സാഹിപ്പിക്കുമെന്ന് എൻ സി എഫ് പറയുന്നു.

എൻ സി എഫ് (2005) ആഴ്ചയിൽ രണ്ടു പീരിയഡുകൾ (40-45 മിനിറ്റ്) കലാപഠനത്തിന് മാറ്റിവയ്ക്കുവാൻ നിർദ്ദേശിക്കുന്നു. കലാപഠനത്തിന്റെ മുഖ്യഘടകങ്ങളെക്കുറിച്ചുള്ള ആശയങ്ങളും എൻ സി എഫ് മുന്നോട്ടുവയ്ക്കുന്നുണ്ട്. രണ്ടു മുഖ്യഘടകങ്ങളെക്കുറിച്ചാണ് പറയുന്നത്. ദൃശ്യകലകളും കരകൗശലവിദ്യകളുമാണ് ഒന്നാമത്തെ ഘടകം. രണ്ടാമത്തെ ഘടകം അഭിനയകലയാണ്.

ദൃശ്യകലാപഠനത്തിന് തുടക്കത്തിൽ പല രീതികൾ അവലംബിക്കാം. നിർമ്മാണപ്രവർത്തനങ്ങളിലൂടെയും കളികളിലൂടെയും കുട്ടികളെ നയിക്കാം. പാഴ്‌വസ്തുക്കൾ, ഇലകൾ എന്നിവകൊണ്ടുള്ള കളിപ്പാട്ട നിർമ്മാണം, കൊളാഷ് നിർമ്മാണം, കളിമണ്ണ്, കടലാസ് എന്നിവ കൊണ്ടുള്ള മോഡൽ നിർമ്മാണം, ജ്യാമിതീയ രൂപങ്ങൾ ഉൾപ്പെടെയുള്ള വിവിധ രൂപങ്ങളുടെ നിർമ്മാണം, ചിത്രരചന, നിറംകൊടുക്കൽ തുടങ്ങിയ പ്രവർത്തനങ്ങൾ ഉൾപ്പെടുത്താം. മണ്ണുകൊണ്ടുള്ള കളികൾ, പാവകളി തുടങ്ങിയ കളികൾ പ്രയോജനപ്പെടുത്താം. പലതരം പ്രതലരൂപങ്ങൾ, ആകൃതി, വരകൾ എന്നിവ ഉപയോഗിക്കാം. രൂപങ്ങളെക്കുറിച്ചുള്ള ധാരണകൾ രൂപപ്പെടുന്നതിനാണ് ഇത്തരം പ്രവർത്തനങ്ങൾ ഉദ്ഗ്രഥിച്ചു നല്കുന്നത്.

മൂന്നാംക്ലാസ് എത്തുമ്പോൾ കലാപാഠ്യപദ്ധതി വിഭാവനം ചെയ്യുന്ന മേഖലകളിലൂടെ കടന്നുപോയി ശേഷികൾ ആർജ്ജിക്കുന്നതിന് അവസരം നല്കണം. ഇതിനോടൊപ്പംതന്നെ പഠനയാത്രകൾ സംഘടിപ്പിക്കണം. പ്രാദേശിക കലാകാരന്മാരുടെയോ കരകൗശലവിദഗ്ദ്ധരുടെയോ പ്രവർത്തനസ്ഥലങ്ങൾ, തൊഴിൽശാലകൾ, മേളകൾ, സ്മാരകങ്ങൾ എന്നിവിടങ്ങളിൽ കുട്ടികൾ സന്ദർശിക്കണം. അതുകൊണ്ടുള്ള നേട്ടമെന്താണ്? ഇത്തരം സ്ഥലങ്ങൾ സന്ദർശിക്കുമ്പോൾ കുട്ടികൾക്ക് ക്ലാസിലെ പഠനാനുഭവങ്ങളെ നിത്യജീവിതത്തിലെ യഥാർത്ഥ സാഹചര്യങ്ങളുമായി ബന്ധപ്പെടുത്തുവാൻ കഴിയും. സ്വന്തം പാരമ്പര്യങ്ങളെ പരിചയപ്പെടുന്നതിനു കഴിയും. ഇവയെല്ലാംതന്നെ പ്രാദേശികസമൂഹത്തിന്റെ സാംസ്കാരിക പശ്ചാത്തലമായി ആഴത്തിൽ ബന്ധമുള്ളവയാണ്. ഇവ കുട്ടികളുടെ വീക്ഷണപരവും ബഹുമുഖ ബുദ്ധിപരവുമായ എല്ലാ കഴിവുകളെയും വികസിപ്പിക്കുവാൻ പോന്നവയാണ്.

ഏറെക്കുറെ ഒരേ മാധ്യമങ്ങളും വസ്തുക്കളും തന്നെയാണ് ദൃശ്യകലകളിലും കരകൗശലവിദ്യകളിലും പ്രയോജനപ്പെടുത്തുന്നതെങ്കിലും രണ്ടിലും ഉണ്ടാകുന്ന സൃഷ്ടികൾ വ്യത്യസ്ത അർത്ഥതലങ്ങളിലായിരിക്കും.

പ്രാദേശിക സമൂഹവുമായി ബന്ധപ്പെട്ട പരമ്പരാഗത കരകൗശലവിദ്യകളാണ് പ്രൈമറി സ്കൂളുകളിൽ തെരഞ്ഞെടുക്കേണ്ടത്. കരകൗശലവിദ്യകൾക്ക് നൈപുണികൾ മാത്രമല്ല സർഗ്ഗാത്മകയും ആവശ്യമാണ്. കുട്ടികൾ പ്രാദേശികമായി ലഭ്യമായ വസ്തുക്കൾ പ്രയോജനപ്പെടുത്തിക്കൊണ്ട് കരകൗശലപ്രവർത്തനങ്ങളിൽ ഏർപ്പെടുമ്പോൾ അവർ

തങ്ങളുടെ സ്വന്തം പാരമ്പര്യങ്ങളും പൈതൃകങ്ങളും അടുത്തറിയുകയാണ്. പല കരകൗശലവസ്തുക്കളും ഉണ്ടാക്കുന്നത് കൃഷി, വിളവെടുപ്പ്, ഉല്പന്നവിപണനം, വിവാഹം, ജനനം തുടങ്ങിയവയുമായി ബന്ധപ്പെട്ട ആഘോഷങ്ങളുമായി ബന്ധപ്പെട്ടാണല്ലോ. പല ജനസമൂഹവും നിത്യോപയോഗത്തിനായി നിർമ്മിക്കുന്ന സാധനസാമഗ്രികൾ, വസ്ത്രങ്ങൾ, ആഭരണങ്ങൾ, പാചകത്തിനും സംഭരണത്തിനുമായി ഉപയോഗിക്കുന്ന പാത്രങ്ങൾ എന്നിവയ്ക്കെല്ലാം സാംസ്കാരികവും കലാപരവുമായ പ്രധാന്യമുണ്ട്. ഇതെല്ലാം ഒരു ജനതയ്ക്ക് ശക്തമായ ഒരു സ്വത്വഭാവം നല്കുന്നതിൽ പ്രധാന പങ്കു വഹിക്കുന്നുണ്ട്. ചുരുക്കിപ്പറഞ്ഞാൽ സംസ്കാരം ഒരു ജനസമൂഹത്തിന്റെ ജീവിതരീതിയിൽ എങ്ങനെ നിർണ്ണായകഘടകമായി മാറുന്നു എന്നതിനുള്ള തെളിവുകളാണവ. ഇത് കരകൗശലവിദ്യകളുടെ സാംസ്കാരികപ്രാധാന്യം വിളിച്ചറിയിക്കുന്നു.

നമ്മുടെ പൂർവ്വികരുടെ കരകൗശലവിദ്യകളും അന്നത്തെ കരകൗശല ഉല്പന്നങ്ങളും കുട്ടികൾ പഠനയാത്രകളിൽ നിരീക്ഷിക്കുന്നുണ്ട്. അതിലൂടെ കുട്ടികൾക്ക് നമ്മുടെ പൂർവ്വികരുടെ ജീവിതരീതിയും ഉല്പന്നങ്ങളുടെ സവിശേഷതയും സാംസ്കാരികഘടകങ്ങളുടെ വെളിച്ചത്തിൽ നിരീക്ഷിക്കുവാനാകണം.

“ജനങ്ങളുടെ സംസ്കാരമെന്താണെന്ന് മനസ്സിലാക്കാതെ ചരിത്രം പഠിക്കുവാനാകില്ലെ”ന്ന് പ്രശസ്ത ചരിത്രപണ്ഡിതൻ ഡോ. കെ എൻ പണിക്കർ പറയുന്നു. എന്താണ് ചരിത്രമെന്ന ചോദ്യത്തിന് അദ്ദേഹം നല്കുന്ന മറുപടി “ചരിത്രമെന്നത് ജനങ്ങൾ ജീവിക്കുന്ന രീതി” എന്നാണ്. കരകൗശലവുമായി ബന്ധപ്പെട്ട പഠനത്തിലൂടെ ചരിത്രവും അന്വേഷണവിധേയമാക്കണം.

താളാത്മകചലനങ്ങൾ, നാടോടി – ക്ലാസിക് നൃത്തങ്ങൾ, അഭിനയം, നാടകം, സംഗീതം, ഉപകരണസംഗീതം, പാവകളി, മൈം, തെരുവുനാടകങ്ങൾ തുടങ്ങിയവ ഉൾപ്പെടുന്നതാണ് അഭിനയകലകൾ. അഭിനയകലകളുമായി ബന്ധപ്പെട്ട് വികസിച്ചുവരേണ്ട അടിസ്ഥാനകഴിവുകളെക്കുറിച്ചും എൻ സി എഫ് (2005) വിശദീകരിക്കുന്നുണ്ട്.

കുട്ടികളുടെ കലാസൃഷ്ടികൾക്ക് ഗ്രേഡും മാർക്കും നല്കുന്ന പരമ്പരാഗത സമ്പ്രദായം ഉപേക്ഷിക്കണമെന്ന് എൻ സി എഫ് (2005) നിർദ്ദേശിക്കുന്നു. കലയുടെ മൂല്യനിർണ്ണയം അർത്ഥപൂർണ്ണമാകണമെങ്കിൽ അത് പഠനഫലത്തെ പ്രതിഫലിപ്പിക്കുന്നതിന് പ്രയോജനപ്പെടണം. കുട്ടികൾ പഠിക്കുന്നതും വികാസം നേടുന്നതും ആത്മപ്രകാശനം നടത്തുന്നതും എങ്ങനെ എന്നതിനെക്കുറിച്ചുള്ള വ്യക്തമായ ധാരണയോടുകൂടിയുള്ള മൂല്യനിർണ്ണയമാണ് ഏറ്റവും ഉചിതമെന്ന് എൻ സി എഫ് (2005) പറയുന്നു. ഇതിനായി കൂടുതൽ അയവുള്ളതും ശിശുകേന്ദ്രീകൃതവും പ്രക്രിയാബന്ധിതവുമായ സമീപനം സ്വീകരിക്കണമെന്ന് നിർദ്ദേശിക്കുന്നു. കലാപഠനത്തിന്റെ മൂല്യനിർണ്ണയം പരീക്ഷയെ ആധാരമാക്കി

യുള്ളതോ മത്സരാധിഷ്ഠിതമോ ആകരുതെന്നും അത് സമഗ്രവും നിരന്തരവുമായി കാണണമെന്നും നിർദ്ദേശിക്കുന്നു.

മാനദണ്ഡങ്ങളെ ആധാരമാക്കിയുള്ള വിലയിരുത്തൽ രീതിയാണ് കലാവിദ്യാഭ്യാസത്തിൽ നിർദ്ദേശിക്കുന്നത്. കലാപഠനത്തിൽ കുട്ടികളുടെ നിരീക്ഷണം, അന്വേഷണം, ഇടപഴകൽ, ആശയപ്രകാശനം എന്നിവ നിർണ്ണായകഘടകങ്ങളാണ്. ഇവയെ ആധാരമാക്കിയാണ് നിരന്തര വിലയിരുത്തൽ നടത്തേണ്ടത് എന്ന് എൻ സി എഫ് ചൂണ്ടിക്കാട്ടുന്നു.

കുട്ടി തനിക്ക് ലഭിച്ച പ്രവർത്തനത്തിൽ ശാരീരികമായും മാനസികമായും നടത്തുന്ന ഇടപെടീൽ പ്രവർത്തനം ആരംഭിക്കുന്നതിനുമുമ്പ് എന്താണ് താൻ ചെയ്യുവാൻ പോകുന്നത് എന്നതിനെക്കുറിച്ചുള്ള മുൻധാരണ, പുതുമയ്ക്കുള്ള അന്വേഷണം, ആശയപ്രകടനം, തനിമ, പ്രതിഫലനശേഷി, പ്രതികരണം, ഏർപ്പെടുന്ന പ്രവർത്തനങ്ങളെക്കുറിച്ചുള്ള മൂല്യബോധം തുടങ്ങിയ മാനദണ്ഡങ്ങളും ഓരോന്നിനും മൂന്ന് സൂചകങ്ങളും ഉൾപ്പെടുത്തി നിരന്തര വിലയിരുത്തലിനുള്ള രൂപരേഖ തയ്യാറാക്കുകയും ചെയ്തിട്ടുണ്ട്.

കലാപഠനത്തിന് നിരന്തരവും സമഗ്രവുമായ വിലയിരുത്തൽ സമ്പ്രദായം വികസിപ്പിക്കേണ്ടതുണ്ട്. ഇതിനുപയോഗിക്കുന്ന തന്ത്രങ്ങളെല്ലാം ശിശുകേന്ദ്രീകൃതമായിരിക്കണം. പഠനവേളയിലെ വിലയിരുത്തൽ കുട്ടിയെ ശരിയായ ദിശയിലേക്ക് നയിക്കും. ശക്തിദൗർബല്യങ്ങൾ തിരിച്ചറിയുന്നതിനും ദൗർബല്യങ്ങൾ പരിഹരിക്കുന്നതിനും വിലയിരുത്തലിലൂടെ കഴിയണം. പരിമിതികൾ മുറിച്ചുകടക്കുന്നതിന് കൂടുതൽ അനുഭവാധിഷ്ഠിത പഠനം ആവശ്യമായി വരും. പ്രകടനത്തിൽ മാത്രം ഊന്നിയുള്ള സമീപനം അഭികാമ്യമല്ല. നിരീക്ഷണശേഷി, ആസ്വാദനശേഷി, ആർജ്ജിത അറിവുകളുടെയും നൈപുണികളുടെയും സാന്ദർഭികവിനിയോഗം, പ്രകടനങ്ങളിലെ തന്മയത്വം, സർഗ്ഗാത്മകസൃഷ്ടികൾ എന്നിങ്ങനെ ഒട്ടേറെ ഘടകങ്ങൾ പരിഗണിക്കപ്പെടണം. നിരന്തര വിലയിരുത്തലിനൊപ്പം തന്നെ മുതിർന്ന ക്ലാസുകളിൽ ടേം മൂല്യനിർണ്ണയവും ഉണ്ടാകണമെന്ന് ചിലർ നിർദ്ദേശിക്കുന്നുണ്ട്. കലയുടെയും സംസ്കാരത്തിന്റെയും വളർച്ച, വികാസം, ചരിത്രം, സൈദ്ധാന്തിക കാഴ്ചപ്പാടുകൾ, കലയുടെ സവിശേഷഘടകങ്ങൾ തുടങ്ങി ഉള്ളടക്കസംബന്ധമായ കാര്യങ്ങളെക്കുറിച്ച് കുട്ടി എന്തുനേടി എന്നറിയുന്നതിന് ടേം മൂല്യനിർണ്ണയം വേണമെന്ന് അവർ വാദിക്കുന്നു. മേല്പറഞ്ഞ ഉള്ളടക്ക സംബന്ധമായ കാര്യങ്ങൾ പ്രോജക്ടുകളിൽ ഉൾപ്പെടുത്തി നിരന്തര വിലയിരുത്തലിന്റെ ഭാഗമാക്കിക്കൊണ്ട് ടേം മൂല്യനിർണ്ണയം ഒഴിവാക്കണം എന്ന വാദവും നിലനില്ക്കുന്നുണ്ട്. ഇക്കാര്യങ്ങൾ കലാപഠനവുമായി ബന്ധപ്പെട്ട് വിവിധ വിലയിരുത്തൽ രീതികൾ അവലംബിക്കുന്നുണ്ട് എന്ന് സൂചിപ്പിക്കുന്നു. നിരന്തരവിലയിരുത്തലിനാണ് മുൻതൂക്കം.

കലാവിദ്യാഭ്യാസം കേരളത്തിൽ

കലാവിദ്യാഭ്യാസത്തെ കേരളത്തിൽ കൂടുതൽ ഗൗരവത്തോടെ കാണുവാൻ തുടങ്ങിയത് കേരള പാഠ്യപദ്ധതി ചട്ടക്കൂട് കെ സി എഫ് (2007) നിലവിൽ വന്നതോടുകൂടിയാണ്. കെസിഫ് (2007) തയ്യാറാക്കിയത് എൻ സി എഫിലെ ആശയങ്ങളും കണക്കിലെടുത്തുകൊണ്ടാണ്. അറിവുനിർമ്മാണപ്രക്രിയയിൽ സ്വന്തം കഴിവുകളും അഭിരുചികളും പ്രയോജനപ്പെടുത്തുന്നതിന് പഠിതാവിനെ പ്രാപ്തനാക്കുവാൻ കലാവിദ്യാഭ്യാസത്തിലൂടെ കഴിയുമെന്ന് കെ സി എഫ് (2007) ചൂണ്ടിക്കാണിക്കുന്നു. ഇതനുസരിച്ച് കലാവിദ്യാഭ്യാസ പാഠ്യപദ്ധതി സമീപനരേഖ സംസ്ഥാന വിദ്യാഭ്യാസ ഗവേഷണപരിശീലനസമിതി, കേരളം തയ്യാറാക്കിയിട്ടുണ്ട്. ഇതു സ്കൂൾതലത്തിൽ ലഭ്യമാക്കിയിട്ടുണ്ട്. കലാപഠനത്തിന് എൻ സി എഫ് (2005) സ്വീകരിച്ചിട്ടുള്ള അതേ സമീപനങ്ങൾ തന്നെയാണ് കേരളത്തിലും സ്വീകരിച്ചിട്ടുള്ളത്.

എൻ സി എഫ് (2005), കെ സി എഫ് (2007) എന്നിവയുടെ അടിസ്ഥാനത്തിൽ നടന്ന പാഠ്യപദ്ധതി പരിഷ്കരണത്തിലൂടെയും തുടർന്നുള്ള വിദ്യാഭ്യാസ പ്രക്രിയയിലൂടെയും കലാവിദ്യാഭ്യാസത്തിന് വേണ്ടത്ര പുരോഗതി നേടുവാനായിട്ടുണ്ടോ? ഖാദർകമ്മിറ്റി റിപ്പോർട്ട് (2019) അപ്പർ പ്രൈമറി തലംമുതൽ വളരെ ശാസ്ത്രീയമായ രീതിയിൽ കലാവിദ്യാഭ്യാസം കേരളത്തിൽ നടപ്പിലാക്കണമെന്ന് നിർദ്ദേശിക്കുന്നുണ്ട്. പൊതുവിദ്യാഭ്യാസ സംരക്ഷണയജ്ഞത്തിന്റെ ഭാഗമായി 'ടാലന്റ് ലാബ്' എന്ന ആശയം മുന്നോട്ടുവച്ചിട്ടുണ്ട്. ഇതിലൂടെ കുട്ടിയുടെ കലാപരമായ പ്രതിഭാവൈശിഷ്ട്യങ്ങളെ തിരിച്ചറിയുന്നതിനും അതിനനുസരിച്ച് കുട്ടികളുടെ പ്രതിഭയെ വളർത്തിയെടുക്കുന്നതിനും സ്കൂളുകൾക്ക് കഴിയുന്നുണ്ടോ? കലാവിദ്യാഭ്യാസ പാഠ്യപദ്ധതിയെയും ടാലന്റ് ലാബി

നെയും എങ്ങനെയാണ് ബന്ധപ്പെടുത്തുന്നത്? ഇവ രണ്ടും രണ്ടുവഴിക്കാണോ നീങ്ങുന്നത്? ഇതര വിഷയങ്ങളിൽ കല ഉൾച്ചേർന്നുള്ള പഠനത്തിന് എത്രത്തോളം പ്രാമുഖ്യം ലഭിച്ചിട്ടുണ്ട്? ഇക്കാര്യങ്ങളെക്കുറിച്ച് സമഗ്രമായ പഠനം അനിവാര്യമായിരിക്കുന്നു.

കെ സി എഫിന്റെ മാർഗ്ഗനിർദ്ദേശങ്ങൾക്കനുസരിച്ച് കേരളത്തിലെ സ്കൂൾ പാഠ്യപദ്ധതിയിൽ കലാപഠനം ഇതര വിഷയങ്ങളുടെ അതേ പ്രാധാന്യത്തോടെ നിലവിൽ വരികയുണ്ടായി. ചിത്രകല, സംഗീതം, നൃത്തം, നാടകം എന്നീ നാലു മേഖലകളിലാണ് കലാവിദ്യാഭ്യാസം വിഭാവന ചെയ്തിട്ടുള്ളത്. ക്ലാസിൽ കലാപഠനവിഷയത്തിന്റെ വിനിമയസാദ്ധ്യതകൾ സംബന്ധിച്ച കൃത്യമായ നിലപാടുകൾ എടുക്കുന്നതിനും അത് പ്രാവർത്തികമാക്കുന്നതിനും കഴിഞ്ഞിട്ടില്ല. ടാലന്റ് ലാബിൽ ചിത്രകല, സംഗീതം, നൃത്തം, നാടകം എന്നതിലുപരിയായുള്ള പ്രതിഭാവൈശിഷ്ട്യങ്ങളും കണ്ടെത്തുന്നുണ്ട്. ഉദാഹരണത്തിന് വാദ്യോപകരണങ്ങളിലുള്ള വിശിഷ്ട വൈഭവങ്ങൾ കണ്ടെത്താനാകുന്നുണ്ട്. ചെണ്ടവാദനത്തിലുള്ള പരിശീലനം ടാലന്റ് ലാബിലൂടെ പല സ്കൂളുകളിലും നടക്കുന്നുണ്ട്. ഇതിനൊന്നും നിലവിൽ പാഠ്യപദ്ധതിയില്ല. ചിത്രകല, സംഗീതം, നൃത്തം, നാടകം എന്നിവയിലെ പ്രതിഭാവൈശിഷ്ട്യത്തിന്റെ പരിപോഷണത്തിന് കലാവിദ്യാഭ്യാസപദ്ധതി മുന്നോട്ടുവയ്ക്കുന്ന നിർദ്ദേശമെന്താണ്? കേരളത്തിൽ പ്രാദേശികഭരണകൂടങ്ങളുടെ ആഭിമുഖ്യത്തിൽ കലാപരിശീലനകേന്ദ്രങ്ങൾ ആരംഭിക്കുന്നതിനെക്കുറിച്ച് ചിന്തിച്ചിട്ടുണ്ടോ? കലാദ്ധ്യാപകരുടെ നിയമനം സംബന്ധിച്ചും മറ്റ് അദ്ധ്യാപകർക്കുള്ള കലാപരിശീലനം സംബന്ധിച്ചുമുള്ള നിലപാട് എന്താണ്? കലാകേന്ദ്രങ്ങളും കലാകാരന്മാരും സ്കൂളുകളും പ്രാദേശികഭരണകൂടങ്ങളും തമ്മിലുള്ള പങ്കാളിത്ത ഉദ്യമങ്ങൾ വിവിധരാജ്യങ്ങൾ നടപ്പിലാക്കിക്കൊണ്ടിരിക്കുന്നു. ഇതിന്റെ സാദ്ധ്യതകൾ കേരളത്തിൽ പരീക്ഷിക്കുന്നതിനുള്ള നിർദ്ദേശങ്ങൾ നല്കേണ്ടതല്ലേ? ഇത്തരം നിരവധി ചോദ്യങ്ങൾ കേരളത്തിലെ കലാപഠനവുമായി ബന്ധപ്പെട്ട് നിലനില്ക്കുന്നു.

ചിന്തിക്കുന്നതിനും രാജ്യപുരോഗതിക്ക് നൂതനാശയങ്ങൾ സംഭാവന ചെയ്യുന്നതിന് കഴിവുള്ള പൗരന്മാരെ സൃഷ്ടിച്ചെടുക്കുവാനും വിദ്യാഭ്യാസത്തിലൂടെ കഴിയണം. പഴയ തലമുറ ചെയ്ത കാര്യങ്ങൾ അപ്പടി ആവർത്തിച്ചിട്ടു കാര്യമില്ല. ലോകം മാറുകയാണ്. പുതിയ വെല്ലുവിളികൾ മുന്നിലെത്തുകയാണ്. ലോകം നേരിടുന്ന പ്രശ്നങ്ങൾക്ക് പരിഹാരം കാണുന്നതിന് കഴിവുള്ള തലമുറയെ വാർത്തെടുക്കണമെങ്കിൽ പാഠ്യപദ്ധതി ക്രിയാത്മകമാകണം. എല്ലാ കുട്ടികളുടെയും എല്ലാവിധ ബുദ്ധിവൈഭവങ്ങളും വികസിക്കുന്നതിന് ഏറ്റവും അനുകൂലസാഹചര്യങ്ങൾ ഒരുക്കുമ്പോഴാണ് പാഠ്യപദ്ധതി സർഗ്ഗാത്മകമായിത്തീരുന്നത്.

ആഗോളതലത്തിൽ രൂപപ്പെട്ടുവരുന്ന കലാപഠന പ്രത്യയശാസ്ത്രങ്ങളെയും സിദ്ധാന്തങ്ങളെയും മാർഗ്ഗരേഖകളെയും പഠനവിധേയമാക്കി അതിന്റെ പ്രയോഗസാദ്ധ്യത കണക്കിലെടുത്ത് കലാദ്ധ്യാപകരുൾപ്പെടെ

യുള്ള എല്ലാ അദ്ധ്യാപകരുടെയും, പ്രാദേശിക കലാകാരന്മാരുടെയും പ്രാദേശിക സമൂഹത്തിന്റെയും സഹായത്തോടെ നടപ്പിലാക്കിയ പദ്ധതിയാണ് ലിസ്റ്റിൽ ആർട്ടിസ്റ്റ് പ്രോഗ്രാം, അതിൽ ഉൾപ്പെട്ട രണ്ട് പ്രവർത്തനങ്ങളാണ് കിലുക്കാംപെട്ടിയും പൂത്തുമ്പികളും. കലാപഠനം നേരിടുന്ന ചില വെല്ലുവിളികൾക്ക് പരിഹാരമെന്ന നിലയിലാണ് അത് നടപ്പിലാക്കിയത്. അതാണ് അതിന്റെ പ്രസക്തിയും.

ഗ്രന്ഥസൂചി

1. *Creativity and the Arts in Primary School* (2009). Discussion Document and procedings of the consultative conference on Education, Irish National Teacher's Organistion. Vere Foster House 35 Parnell Square Dublin 1.
2. Elliot, D. (1995). *Music Matters. A New Philosophy of Music Education* New York : Teachers' college press.
3. Gardner, H. (1993). *Creating Minds*: New York - Basic Books.
4. Gardner, H. (1993). *Frames of Mind: The theory of Multiple Intelligences* (2nd Ed), New York. Basic Books.
5. Vygotsky, L. S. (1997). *Educational Psychology*. St. Lucie Press, Florida.
6. Trawick - Smith, J. (2000). *Early childhood Development: A multicultural perspective* (2nd Edition) Merrill, New Jersey.
7. *National Curriculum Frame work: Position Paper 1:7. National Focus Group on Art, Music, Dance and Theatre* (2006). NCERT, New Delhi.
8. Eisner, E. (1991). *Art, Music and Literature in the Social Studies*. In J Shaver (Ed.) *Hand Book of Research on Social Studies, Learning and Teaching*- Macmillan, New York.
9. Crosser, S. (2002). *When children learn to draw*. http://www.artists helping children.org/artsarticles.hmtl
10. *Aurobindo and The Mother* (1973). Integral Education. Sri Aurobindo Ashram, Pondicherry.

11. Federic Rand Regers (Ed.) (1956). *Dance: A Basic Educational Technique,* New York. The Mac Millan Company.
12. *Kerala Curriculum Frame Work* (2007). SCERT, Kerala.
13. *Khader Committee Report* (2019). Government of Kerala.
14. Unesco, *Road Map for Arts Education* (2006). The world conference on Art Education. Building creative capacities for the 21st Centuary Lisbon.
15. Arts Education Partnership (1999). *Champions of change: The impact of the Arts on learning.* Washington, D.C.
16. European Commission (2009). *Arts and Cultural Education at School in School Europe.* EACEA / Eurydice: Brussels.
17. Arnold, P. J. (1980). *Creativity, Education and Dance in Dance*. The study of Dance and the place of Dance in Society. Proceedings of the VIII common wealth international conference on Sport, Physical Education, Dance, Recreation and Health Glasgow 1986.
18. Black, S. (1997). *The Musical Mind.* The American School Board Journal.
19. Heath cote, D. & Bolton, G. (1995). *Drama for Learning: Darothy Heathcote's Mantle of the expert Approach to Education London:* Heinemann.
20. Anne Bamford and Michael Wimmer. *Role of Arts Education in Enhancing School Attractiveness.* A Literture Review EENC paper (2012).
21. *Little Artist* (2015). Report DIET, Kollam, Kerala.
22. Isenberg, J. P. and Jalongo, M. P. (1997). *Creative Expression and play in early childhood* (2nd Edn.) New Jersey: Prentice Hall.
23. *Art: The Basis of Education.* Devi Prasad (1998), National Book Trust, India.
24. Tagore. *The Religion of Man.* Boston: Beacon Press 1961.
25. Ram Gopal and Serosh Dada Chanji (1951). *Indian Dancing.* Bombay Asia Publishing House, New Delhi.
26. Agnes De Mille (1980). *America Dances.* New York Mc Millan Publishing Co.
27. Dewey, J. (1934). *Art as Experience.* New York: Penguin.
28. Kabir, H. (1961). *Indian Philosophy of Education.* Asia Publishing House, New Delhi.

www.ingramcontent.com/pod-product-compliance
Lightning Source LLC
LaVergne TN
LVHW060116051026
849517LV00007B/2328
* 9 7 8 9 3 9 3 4 6 8 1 8 5 *